இந்து ஞான மரபில் ஆறு தரிசனங்கள்

இந்து ஞான மரபில் ஆறு தரிசனங்கள்

ஓர் எளிய அறிமுகம்

ஜெயமோகன்

விஷ்ணுபுரம் பதிப்பகம்

இந்து ஞான மரபில் ஆறு தரிசனங்கள்
கட்டுரைகள் - ஜெயமோகன்

Hindu Gnana Marabil Aaru Tharisanangal
Essays by Jeyamohan ©
First Edition: Tamizhini, 2002
Vishnupuram First Edition: October 2022
No of Pages: 222
ISBN: 978-93-92379-40-6

Vishnupuram Publications
No. 28/1, Nehru Nagar, Kasthurinaicken Palayam, Vadavalli, Coimbatore – 641041, Tamilnadu, India.
Website: www.vishnupurampublications.com
Email: info@vishnupurampublications.com

Printer: Mani Offset, Chennai - 600077

Author's Website: www.jeyamohan.in
Author's Email: jeyamohan.writer@gmail.com

Wrapper Designed by Srinivasa Gopalan

All rights reserved. No part of the publication may be reproduced, stored in a retrievel system, or transmitted, in any form or by any means, electronic, mechanical, photocopying, recording or otherwise, without the prior permission of the publishers.

சமர்ப்பணம்
பொள்ளாச்சி திரு. நா.மகாலிங்கம்
அவர்களுக்கு வணக்கத்துடன்

ஆசிரியர் குறிப்பு

நவீனத் தமிழ் இலக்கியத்தில் முதன்மை ஆளுமையாக கருதப்படும் ஜெயமோகன் தமிழில் நாவல்கள், சிறுகதைகள், நாடகம், இலக்கிய விமர்சனம், இலக்கிய வரலாறு, வாழ்க்கை வரலாறு, பயணக்கட்டுரைகள், சிறுவர் இலக்கியம், பண்பாடு, மரபு, மதம், தத்துவம், ஆன்மீகம் என பல தளங்களில் எழுதிவருகிறார். இலக்கியம், தத்துவம், மதம், மரபு என பல தலைப்புகளில் பேருரைகளையும், சிற்றுரைகளையும் நிகழ்த்திவருகிறார். மலையாளத்தில் கட்டுரைகள் எழுதி வருகிறார். இவரது படைப்புகள் மலையாளத்திலும் ஆங்கிலத்தும் மொழியாக்கம் செய்யப்பட்டுள்ளது. தமிழ் மற்றும் மலையாளத் திரைத்துறையில் வசனம் மற்றும் திரைக்கதை உருவாக்கத்தில் பணியாற்றுகிறார்.

பள்ளி நாள்களிலேயே எழுத ஆரம்பித்த இவரது முதல் கதை ரத்னபாலா என்ற சிறுவர் இதழில் வெளிவந்தது. 1990இல் இவரது முதல் நாவலான 'ரப்பர்' வெளிவந்தபோது 'அமரர் அகிலன் விருது' பெற்றது. 1997இல் வெளிவந்த 'விஷ்ணுபுரம்' நாவல் நவீனத் தமிழ் இலக்கியத்தில் முக்கியமான படைப்பு. நவீனத்துவ பாணி நாவல்கள் வெளிவந்துகொண்டிருந்த காலகட்டத்தில் மீபுனைவுத் தன்மை கொண்டதும், இந்தியக் காவியமரபின் அழகியலை ஒட்டி எழுதப்பட்டதும், தத்துவ விவாதத்தன்மை கொண்டதுமான 'விஷ்ணுபுரம்' தொடர் விவாதங்களை உருவாக்கி ஒரு புதிய வாசகர் வட்டத்தை உருவாக்கியது.

இவரது வாசகர்களால் உருவாக்கப்பட்ட 'விஷ்ணுபுரம் இலக்கிய வட்டம்' வாசிப்பு, விவாதம் பற்றிய பயிற்சிப் பட்டறைகளை நடத்திவருவதோடு, 2010 முதல் ஆண்டு தோறும் நவீன தமிழிலக்கியத்திற்கு செழுமை சேர்த்த முன்னோடி படைப்பாளுமைகளுக்கு 'விஷ்ணுபுரம் இலக்கிய விருது'-ம்; குமரகுருபரனின் மறைவுக்குப் பிறகு (2016) ஆண்டுதோறும் 'குமரகுருபரன் – விஷ்ணுபுரம்' என்ற பெயரில் இளம் கவிஞர்களுக்கான விருதும் வழங்கிவருகிறது.

2014 முதல் தொடர்ந்து ஏழு வருடங்களாக இவர் எழுதிய மகாபாரதத்தின் மறுஆக்கமான 'வெண்முரசு' தொடர் நாவல் வரிசை நவீன உலக இலக்கியத்தின் மிகப்பெரிய நாவலாகக் கருதப்படுகிறது. தமிழ் இலக்கியம், மொழி, கலாச்சாரம், வரலாறு சார்ந்த இணையத் தகவல் கலைக்களஞ்சியமான 'தமிழ் விக்கி' என்ற இவரது முன்னெடுப்பு தமிழ் இலக்கியத்திற்கு முக்கியமான பங்களிப்பு.

பொருளடக்கம்

ஞானத்தின் அடித்தளக் கற்கள்	11
நூன்முகம்	14
அணிந்துரை	17
தத்துவம் ஓர் எளிய அறிமுகம்	41

பகுதி 1

1. 1. தரிசனங்களின் அடிப்படைகள்	53
1. 2. தரிசனங்களின் பின்னணி	70
1. 3. தரிசனங்களைப் பற்றிய சில அடிப்படைப் புரிதல்கள்	95

பகுதி 2

2. 1. ஆறு தரிசனங்கள்	105
2. 2. ஆதி இயற்கை வாதம்: சாங்கியம்	109
2. 3. தூய்மையான அறிதல் முறை – யோகம்	137
2. 4. அணுக்கொள்கை: வைசேஷிகம்	151
2. 5. தருக்கமே தரிசனம்: நியாயம்	166
2. 6. மையநூல்வாதம் பூர்வமீமாம்சம்	184
2. 7. முதல் முழுமைவாதம் வேதாந்தம்	207
முடிவுரை	217

ஞானத்தின் அடித்தளக் கற்கள்

இந்துஞான மரபில் ஆறு தரிசனங்கள் என்னும் இந்நூல் பொள்ளாச்சி நா.மகாலிங்கம் அவர்களின் ஒரு வரி கடிதத்திலிருந்து தொடங்கியது. ஒரு காலத்தில் அவருக்கும் எனக்கும் தொடர்ந்து கடிதப்போக்குவரத்து இருந்தது. அப்போது இந்திய ஆன்மீகத்தை புரிந்துகொள்வதற்கு ஆறு தரிசனங்கள் எந்த வகையில் முக்கியமானவை என்றும் ஆறு தரிசனங்களின் அடிப்படைகளைப் புரிந்துகொள்ளாமல் சைவம், வைணவம், வேதாந்தம் மூன்றையுமே ஒருவரால் தெளிவுற வகுத்துக் கொள்ள முடியாது என்றும் நான் எழுதியிருந்தேன். அந்த ஆறு தரிசனங்களைப்புரிந்து கொள்வதற்கு தமிழில் எந்தெந்த நூல்கள் உள்ளன என்று அவர் கேட்க, ஒரே ஒரு நூல் மட்டுமே தமிழில் பரிந்துரைக்கத்தகுதியாக உள்ளது என்று நான் மறுகடிதம் எழுதினேன். நீங்கள் ஏன் ஒன்றை எழுதக்கூடாது, நவீன மொழியில் இன்றைய வாசகர்களுக்காக என்று அவர் கேட்டார். அது ஒரு விதையாக விழுந்தது. எனக்கே தெளிவுறுத்திக்கொள்ளும் பொருட்டு எழுத ஆரம்பித்தேன். பின்னர் அது நூலாகியது.

இந்நூலில் இந்திய சிந்தனை முறையின் அடிப்படையாக இருக்கும் ஆறு தரிசனங்களையும் முன்வைத்திருக்கிறேன். இந்து மதம் என்றால் என்ன அதனுடைய பாடத்திட்டம் என்றால் என்ன என்ற வினாவுக்கு வேதங்கள் ஆறு தரிசனங்கள் ஆறு மதங்கள் மூன்று தத்துவங்கள் என்று சுருக்கமாக பதிலளிக்கப்படுவது வழக்கம். நான்கு வேதங்களும் தொல்பிரதிகளாக அடித்தளத்தை அமைக்கின்றன. அவற்றின் மேல் ஒரு விவாதத்தை உருவாக்கி முன்னெழுந்தவை ஆறு தரிசனங்கள். ஒருவகையில் அவை

வேதத்திற்கும் முந்தியவையாக கூட இருக்கலாம்.

சாங்கியம், யோகம், நியாயம், வைசேஷிகம், பூர்வ மீமாம்சம், உத்தர மீமாம்சம் என்னும் ஆறுதரிசனங்களும் இன்று வரைக்கும் இந்து மெய்யியல் பற்றிய அனைத்து விவாதங்களுக்குமான அடிப்படை கேள்விகளை எழுப்பி நிலைகொள்பவை. அந்த கேள்விகளின் அடிப்படையில் உருவான மேலதிகப்பெருவிவாதங்களில் உபநிஷத்துகள் எழுந்தன. உபநிஷத்துகள், கீதை, பிரம்மசூத்திரம் மூன்றும் அடங்கியது மூன்று தத்துவம் என்று சொல்லப்படும் பிரஸ்தானத்திரயம். பின்னர் ஆறு மதங்கள் எழுந்து இந்து மதத்தை விரிவடையச்செய்தன. அவற்றின் வழிபாட்டு வேர்கள் வேதங்களுக்கு முந்தியவையாக இருக்கலாம். ஆனால் மூன்று தத்துவங்கள் உருவாக்கிய தத்துவ விவாதங்களின் பெயராக ஆறு மதங்களும் தத்துவ அடிப்படை பெற்றன, பெருமதங்களாக தங்களைக் கட்டமைத்துக்கொண்டன. காலப்போக்கில் காண பத்தியம், கௌமாரம் இரண்டும் சைவத்துடன் இணைந்தன. சௌரம் பெரும்பாலும் வைணவத்துடன் இணைந்தது. சாக்தம் சில பகுதிகளில் தனியாக நீடிக்கிறது. தமிழகம் போன்ற பகுதி களில் அதுவும் சைவத்தின் ஒரு பகுதியாகவே உள்ளது.

இவ்வாறு இந்து ஞானமரபின் அனைத்து பகுதிகளையும் தொட்டு விரியக்கூடிய அடிப்படை சிந்தனைக்கட்டமைப்பாகிய ஆறு தரிசனங்களைப் பற்றிய விவாதம் இந்நூலில் உள்ளது. அவற்றை ஒருபொதுவாசகனுக்கு எளிமையாக அறிமுகப் படுத்தும் நோக்கம் கொண்டது. ஏற்கனவே இந்நூலின் முன்னுரை யில் விளக்கப்பட்டுள்ளது போல ஏன் இது இந்திய தரிசனம் என்று சொல்லப்படவில்லை என்றால் இந்த ஆறு தரிசனங்களும் இந்து ஞான மரபுக்கே முக்கியமானவை. இவற்றில் சாங்கியம் பௌத்த தரப்புக்கு மிக நெருக்கமானது. வைசேஷிகம் ஓரளவுக்கு ஜைன மதத்திற்கு முக்கியமானது. ஆயினும் ஜைன மதமோ பௌத்த மதமோ ஆறு தரிசனங்களை தங்கள் சிந்தனையின் அடிக்கட்டுமானமாகக் கொண்டிருக்கவில்லை. ஆகவே இவை இந்து தரிசனங்கள் எனப்பட்டன.

இந்து மதத்தை ஒருவர் மூன்று வகைகளில் இன்று அறியலாம்.

சடங்குகள் வேள்விகள் போன்றவற்றினூடாக இந்து மதத்தை ஒருவர் அறிய முடியும். அது பூர்வ மீமாம்ச மரபு என்று முன்பு சொல்லப்பட்டது. ஆலயங்கள் வழிபாடுகள் மற்றும் பக்தி வழியாக ஒருவர் இன்று இந்து மதத்தை அறியமுடியாது. பக்தி இயக்கம் பொ.யு.ஏழாம் நூற்றாண்டுக்குப்பின் ஐநூறு ஆண்டுகளில் உருவாக்கிய ஒரு பெருமரபு அது.

மூன்றாவதாக உள்ளது இந்து மெய்யியல் அல்லது இந்து தத்துவ ஞானம். தத்துவார்த்தமாக இந்து மதத்தை அறியக் கூடிய ஒருவர் ஆறு தரிசனங்களிலிருந்தும் மூன்று தத்துவங்களி லிருந்தும் தான் தொடங்க வேண்டும். அவ்வாறு அறிய விரும்பும் வாசகர்களுக்காக இந்நூல் எழுதப்பட்டுள்ளது. இது ஒரு அறிமுக நூல் என்றவகையில் பயனுள்ளதாக இருந்தது என்று இது எழுதப்பட்ட சென்ற இருபதாண்டுகளில் சில ஆயிரம் வாசகர்கள் குறிப்பிட்டிருக்கிறார்கள். அவ்வகையில் இந்நூலின் இலக்கு நிறைவேறிவிட்டதென்றே கருதுகிறேன். இதை எழுதுவதற்கு காரணமாக அமைந்த பொள்ளாச்சி நா.மகாலிங்கம் அவர்களை நன்றியுடன் எண்ணிக்கொள்கிறேன்.

ஜெ

14.07.2022

நூன்முகம்

பொள்ளாச்சி நா.மகாலிங்கம் அவர்கள் விஷ்ணுபுரத்தில் சித்தரிக்கப்படும் மிக விரிவான பன்முகத்தன்மை கொண்ட இந்து மெய்ஞான மரபை விளக்க ஒரு நூல் நான் எழுதலாம் என்று என்னிடம் கூறினார். இந்து ஞான மரபின் அடிப்படைக் கட்டுமானம் ஆறு தரிசனங்களில்தான் உள்ளது என்றும் அவற்றை எளிமையாக விளக்கும் ஒரு நூலின் தேவை உள்ளது என்றும் குறிப்பிட்டார்.

பிற்பாடு இங்கு நிகழும் விவாதங்களைக் கூர்ந்து கவனித்த போது இந்நூலின் தேவை எப்படிப்பட்டது என்று தெளிவாகியது. குறிப்பாக விஷ்ணுபுரம் மீதான எதிர்வினைகளிலிருந்து நான் புரிந்துகொண்டது என்னவெனில் நம் அறிவுச் சூழலில் இந்து மெய்ஞான மரபு குறித்துக் கடுமையான துவேஷம் கொண்டவர்கள் பலர் உள்ளனர். மிகப் பெரிய பக்தி கொண்டவர்களும் பலர் உள்ளனர். இருசாராருக்குமே இம்மரபு குறித்துப் போதுமான அளவு தெரியாது. வெறும் மனப்பதிவுகளை நம்பியே இவர்கள் செயல்படுகிறார்கள். இரு சாராருமே இந்து ஞான மரபினை ஒற்றைப் படையாகவே புரிந்து கொண்டிருக்கிறார்கள்.

வெறுப்பவர்களுக்கும் வழிபடுகிறவர்களுக்கும் இடையே உள்ள வியக்கத்தக்க ஒற்றுமை என்னவெனில், இருதரப்புமே இந்து ஞான மரபு என்பது முற்றிலும் ஆன்மிக மரபுதான் என்றும், அது தவிர்க்க முடியாதபடி மதச்சடங்குகளுடனும் மத நம்பிக்கை களுடனும் தொடர்பு கொண்டுள்ளது என்றும் நம்புவதுதான். இந்து ஞான மரபினைப் பற்றிய மிகத் தவறான புரிதல் இது. இந்து ஞானமரபினை அறிந்த ஆன்மிகவாதியான அரவிந்தரும் சரி,

பௌதீகவாதியான மார்க்ஸியர் கே. தாமோதரனும் சரி, இந்தப் புரிதலை மறுப்பவர்கள்தான் என்பதை ஓர் உதாரணத்துக்காக எடுத்துக் கூறலாம்.

இந்து மெய்ஞான மரபு அதன் பன்மைத் தன்மையின் வழியாகவே இயங்குகிறது. எண்ணற்ற மாற்று வழிகளைத் திறந்து வைப்பதே அதன் மகத்துவம். எல்லா வகையான ஞானத் தேடலுக்கும் அதனுள் இடம் உள்ளது. ஆன்மிகமும் பௌதிக வாதமும், இறைமறுப்பு வாதமும், சாராம்ச வாதமும், சாராம்ச மறுப்பு வாதமும் அதில் இடம் பெறுகின்றன.

இந்நூல் மேற்குறிப்பிட்ட இருவகைச் சிறுமைப்படுத்துதல் களுக்கும் எதிரான தரப்பைத் தெளிவாக முன்வைக்கிறது என்பதை வாசகர்கள் உணரமுடியும். இந்து ஞானமரபின் உட்கூறு களுக்கு இடையேயான விவாதமும் சரி, இந்து ஞானமரபுக்கும் பிற ஞான மரபுகளுக்கும் இடையேயான விவாதமும் சரி, இந்நூலில் விளக்கப்படும் விரிவான பன்மைப் பார்வையுடன் நடத்தப்பட்டால் மட்டுமே பயனுள்ளதாக இருக்கும்.

மிக எளிய மொழியில், தத்துவ நூல்களைப் படிக்கும் பழக்க மற்ற வாசகர்களைக் கருத்தில் கொண்டு இந்நூல் எழுதப் பட்டுள்ளது. எளிமையாகச் சொல்வதற்கே என் மொழித்திறமை முழுக்கப் பயன்படுத்தப்பட்டுள்ளது. ஓர் எளிய நண்பரிடம் கூறுவதுபோல மொத்த நூலையும் நினைவிலிருந்தே எழுதிய பிறகு தகவல்களைச் சரிபார்த்துக்கொண்டேன். ஆனால் இந்நூலில் இந்து மெய்ஞான மரபு குறித்து இதுவரை பேசப்பட்ட பெரும்பாலான வினாக்கள் விவாதிக்கப்பட்டுள்ளன.

இந்நூலுக்கு அணிந்துரை எழுதி, எனக்கு எதிர்நிலைச் சக்தி யாகச் செயல்பட்டு என்னைத் தூண்டியும் செம்மைப்படுத்தியும் வரும் மார்க்ஸிய அறிஞர் சோதிப்பிரகாசம் அவர்களைக் கோரினேன். இந்து மெய்ஞான மரபு என்பதற்குப் பதில் இந்திய மெய்ஞான மரபு என்று கூறலாமே என்று கேட்டார். இந்திய ஞான மரபு குறித்து எழுதிய பல அறிஞர்கள் குறிப்பாக மார்க்ஸிய அறிஞர்கள் அவ்வாறே குறிப்பிட்டுள்ளனர்.

ஆனால் அது ஒரு தவறான புரிதலில் இருந்து எழுந்த

முடிவாகும். இந்து மரபு என்பது ஆன்மிக மரபு என்று அவர்களில் சிலர் கருதினர். ஆகவே ஆன்மிகமல்லாத மரபுகளையும் உள்ளடக்கும் பொருட்டு அச்சொல்லைக் கையாண்டனர். நேர்மாறாக, சார்வாகம் முதலிய அதி தீவிர ஆன்மிக மறுப்புத் தரிசனங்களும் இந்து ஞான மரபின் உறுப்புகளே என்று இந்நூல் வாதிடுகிறது. இந்து ஞான மரபின் அடிப்படைகளையே ஆறு தரிசனங்கள் வகுக்கின்றன.

இந்திய ஞான மரபு எனும்போது சமண, ஆசீவக, பௌத்த மதங்களுடன் பலவிதமான இஸ்லாமிய ஞானியர் உபதேசங் களையும் சில புதிய கிறிஸ்தவ சிந்தனைப் போக்குகளையும் உள்ளடக்க வேண்டியிருக்கும். கோசாம்பி. ஈ.எம்.எஸ். ஆகிய முன்னோடிகளைக் கொண்ட மார்க்ஸிய ஞானமரபிலும் கூட இந்தியப் போக்கு ஒன்று உண்டு. இந்து ஞான மரபுக்கு வெளியே ஆறு தரிசனங்களின் பங்கு மிகவும் குறைவாகும். உதாரணமாக சூஃபி மரபில் ஆறு தரிசனங்களின் ஒரு சிறு சாயலைக் கூட காணமுடியவில்லை. ஆகவேதான் இந்தத் தலைப்பு.

இது நான் எழுதும் முதல் தத்துவ நூல். நாராயண குருவும், நடராஜ குருவும், நித்ய சைதன்ய யதியும் வளர்த்தெடுத்த சிந்தனை யோட்டத்தின் நீட்சிதான் இது. அவர்கள் கூறியவை மட்டுமே இதில் உள்ளன. பெரும் ஞானாசிரியர்களை வணங்குகிறேன்.

முன்னுரை எழுதிய நண்பர் சோதிப்பிரகாசம் அவர்களுக்கும், சரிபார்த்து உதவிய எம்.எஸ். அவர்களுக்கும் வணக்கமும் நன்றிகளும்.

இந்நூலின் தூண்டுதலாக இருந்த பொள்ளாச்சி நா. மகாலிங்கம் அவர்களுக்கே இந்நூலைச் சமர்ப்பணம் செய்கிறேன்.

முதல் வாசகிக்கு மீண்டும் அன்பு.

ஜெயமோகன்

22.07.2002

அணிந்துரை

....

இந்த நூலுக்கு அணிந்துரை எழுதுகின்ற வாய்ப்பினை நண்பர் ஜெயமோகன் எனக்கு அளித்து இருக்கிறார். இதன் பின்னணியை வாசகர்களுடன் முதலில் நான் பகிர்ந்துகொள்ள விரும்புகிறேன்.

ஜெயமோகன் எழுதி இருக்கின்ற பல கதைகளில் நான் படித்த நெடுங்கதை, 'பின்தொடரும் நிழலின் குரல்'! மார்க்ஸியத்திற்கு எதிராக அதில் நிகழ்த்தப்பட்டு இருக்கின்ற வாதங்களை மறுத்து, அதற்கு ஒரு விள்ளனத்தை நான் எழுத (பார்க்க: 'வரலாற்றின் முரண் இயக்கம்': பாகம் ஒன்று, பக். 197.), பின்னர் எங்களுக்குள் நாங்கள் நடத்திக்கொண்டு வந்த வாதங்களின் விளைவாக, 'வாழ்க்கையின் கேள்விகள்' என்னும் எனது மார்க்ஸிய நூலின் இரண்டாம் பதிப்பிற்கு அணிந்துரை ஒன்றினை அவர் எழுத, இந்திய மெய்ப்பொருண்மை பற்றிய அவரது இந்த நூலுக்கு அணிந்துரை எழுதுகின்ற வாய்ப்பினை இப்பொழுது நான் பெற்றிட நேர்ந்து இருக்கிறது. சிறந்த ஒரு சிந்தனையாளராக நான் காண்கின்ற நண்பர் ஜெயமோகனின் நூலுக்கு அணிந்துரை எழுதுவது எனக்கு மகிழ்ச்சியையும் அளிக்கிறது.

இந்திய மெய்ப்பொருண்மை (தத்துவ)ச் சிந்தனைகளை யாவரும் புரிந்துகொள்ளுகின்ற வகையில் எளிமையாகவும், அதே நேரத்தில், மிகவும் ஆழமாகவும் இந்த நூலை அவர் எழுதி இருக்கிறார். எளிமை என்று இங்கே நான் குறிப்பிடுவது, எளிய நடையாக இன்று சித்தரிக்கப்பட்டு வருகின்ற நுனிப்புல்களை அல்ல; கருத்துத் தெளிவினை என்பதை ஈண்டு நான் சுட்டிக் காட்டிக்கொள்ள விரும்புகிறேன். ஏனென்றால், எளிய நடை

என்று ஒன்று இல்லை; கருத்துகளின் தெளிவுதான் ஒரு நூலுக்கு எளிமையினை நல்குகிறது என்பதுதான் எனது கருத்து.

இப்படி, மிகவும் தெளிவான நடையில் மிகவும் தெளிவான கருத்துக் கோவைகளாக எழுதப்பட்டு இருக்கின்ற ஒரு நூல் இது. இந்திய மெய்ப் பொருண்மையின் ஆழங்களுக்குள் நுழைந்து பார்த்திட விருப்பம் உள்ளவர்களால் மட்டும்தான் இதன் எளிமையைப் புரிந்துகொள்ள முடியும். எந்த ஒரு நூலாக இருந்தாலும், அந்த நூல் நுதலுகின்ற பொருளின் ஆழங்களுக்குள் நுழைந்து பார்த்திடுகின்ற ஒரு தேடுதல் இல்லாதவர்களுக்கு, கடினமான ஒரு நூலாகத்தான் அந்த நூல் தெரிந்திடவும் முடியும்.

தமிழர் சிந்தனை மரபு பற்றிய ஒரு நூலை நான் எழுதிட வேண்டும் என்று 12 ஆண்டுகளாக என்னைக் கேட்டுக்கொண்டு வருபவர் எனது நண்பர் சீனி குலசேகரன். எனவே, வட இந்தியச் சிந்தனை மரபுகளைத் தெரிந்துகொள்ளும் பொருட்டு, ஒரு மார்க்ஸியவாதி என்கின்ற வகையில், தேவி பிரசாத் சட்டோபாத்யாயாவின் நூல்களை அவ்வப்போது நான் வாசித்துக் கொண்டு வரல் ஆனேன். மார்க்ஸிய மரபுகளாக ஸ்தாலினிச மரபுகளை ஏற்றுக்கொண்டு வந்து இருப்பவர் தாம் தேவி பிரசாத் சட்டோபாத்யாயா என்பதை எனக்கு எடுத்துக்காட்டிட அவரது நூல்கள் தவறவில்லை.

தமிழ் மொழி என்று ஒன்று இருப்பதும் திராவிடர் என்னும் ஒரு பந்தவம் (race) இருந்து வந்து இருப்பதும் கூட அவருக்குத் தெரியவில்லை; அல்லது தெரிந்துகொள்ள அவர் முயலவில்லை! தன்னுள்தான் அனைத்தும் அடக்கம் என்று ஸ்தாலினிசம் கருதுவது போல, சமஸ்கிருத இலக்கியங்களுக்குள்தான் இந்தியச் சிந்தனை அனைத்தும் அடக்கம் என்னும் கொள்கையை அவர் கொண்டு இருப்பது வேடிக்கையாகவும் எனக்குத் தெரிந்தது. ஸ்தாலினிச வகையைச் சேர்ந்தவராகத்தாம் டி.டி. கோஸாம்பி கூட எனக்குத் தெரிகிறார்.

‘இந்தியா’ என்று குறிப்பிடுகின்றபொழுது, 1947க்கு முந்தைய இந்தியாவையும் ‘இந்திய ஒன்றியம்’ என்று குறிப்பிடுகின்ற பொழுது, 1947க்குப் பிந்தைய இந்தியாவையும் தாம் சுட்டுவதாக இர்ஃபான் ஹ:பீ:ப் ஏற்படுத்திக்கொண்டு இருக்கின்ற (Preshistory, p.x.). வேறுபாடுகளைக்கூட இவர்களிடம் நம்மால் காண முடியவில்லை.

திராவிட மொழிகளின் தாக்கங்களை வேத மொழியில் காணலாம் என்று பி.டி.சீனிவாச அய்யங்கார் கூறுகிறார் (*Life in Ancient India, p.6*) என்றால், தேவி பிரசாத் சட்டோபத்யாயாவோ, 'லோகாயதா' என்னும் சொல்லின் வேரைக் காண்பதற்கு சமஸ்கிருத அகராதிக்குள் (*Lokayata, pp. 13*) நுழைந்துவிடுகிறார். அதே நேரத்தில், இக உலக வாழ்க்கையைப் பற்றிய ஒரு பருமை வாத (*Materialism*) மெய்ப்பொருண்மைதான் லோகாயதம் என்றும் அவர் குறிப்பிடுகிறார். அப்படி என்றால், இந்தச் சொல்லின் வேரினைத் தமிழ் மொழியில்தான் அவர் தேடி இருக்கவேண்டும் என்பது வெளிப்படை. ஆனால் அவருக்கோ தமிழ் என்று ஒரு மொழி இருந்து வருவதே தெரியாது போலும்! எனினும், உலகு உலகாயதம் லோகாயதம் என்று திரிந்து வந்து இருக்கின்ற ஒரு தமிழ்ச் சொல்தான் இது!

இதுபோல, சிந்து வெளி நாகரிகத்தைத் தெரிந்து வைத்து இருக்கின்ற டி.டி. கோஸாம்பிக்கு, ஆதிச்ச நல்லூரின் பொருநை வெளி நாகரிகம் தெரியவில்லை. இந்திய வரலாற்றின் சிறப்புகள் அனைத்துக்கும் இந்தோ ஆரியர்கள்தாம் காரணம் என்று கூறி விடுவது பெரும்பாலான எழுத்தாளர்கள் இடையே இன்று ஒரு பாணி ஆகிவிட்டது என்று டி.ஆர்.சேஷ அய்யங்கார் குறிப்பிடுவது (*Dravidian India, p.xi*), டி.டி.கோஸாம்பி போன்றோரையும் சேர்த்துதான் என்று நமக்கு எண்ணத் தோன்றுகிறது. இவர் களுடன் ஒப்பிட்டுப் பார்க்கின்றபொழுது, 'ஆண் மந்தி' என்னும் தமிழ்ச் சொல்லின் திரிபுதான் ஹனுமந்த் என்னும் ஹிந்திச் சொல் என்று கூறுகின்ற (*Feeders of Indian Culture, p.12.*) பி.எஸ். உபாத்தியாயா நம்மிடையே எவ்வளவோ உயர்ந்து நிற்கிறார்.

சரி, இவர்களுக்கும் ஜெயமோகனுக்கும் இடையே உள்ள தொடர்பு என்ன என்று வாசகர்களுக்கு இங்கே கேட்கத் தோன்றலாம். ஆனால் ஒரு வேறுபாடாக வெளிப்படுகின்ற ஒரு தொடர்புதான் இது! இந்த வேறுபாடோ, கருத்துத் தெளிவின் வேறுபாடு! இந்திய மெய்ப்பொருண்மையின் வளர்ச்சியையும் விளர்ச்சியினையும், கரணிய முறையாக (*rationally*) நமக்குத்

தொகுத்துத் தந்து இருக்கின்ற ஜெயமோகனின் கருத்துகள், தேவி பிரசாத் சட்டோபாத்யாயா. டி.டி. கோஸாம்பி முதலியோர்தம் கருத்துகளை விட தெளிவில் தலைசிறந்து விளங்குகின்றன என்பது எனது கருத்து.

இந்நூலில் ஜெயமோகன் தொகுத்து அளித்து இருப்பது, 'இந்திய' மெய்ஞான மரபா அல்லது 'இந்து' மெய்ஞான மரபா என்னும் முரணத்திற்கு (controversy) விடையாக, ஹிந்து என்னும் சொல் பற்றிய ஜவஹர்லால் நேருவின் கருத்துகளைச் சுட்டிக்காட்டி நான் அமைந்து விடுவதுதான் ஈண்டு பொருத்தம். அவர் கூறுவது இதுதான்:

"நமது பழைய இலக்கியங்களில் 'ஹிந்து' என்னும் சொல் காணப்படவில்லை. கி.பி.8ஆம் நூற்றாண்டைச் சேர்ந்த ஒரு தாந்திரிக நூலில்தான் முதன்முதலாக இந்தச் சொல் காணக்கிடைக்கிறது என்று தெரியவருகிறது. இந்த நூலில், ஒரு மதத்தினரை அல்லாமல், ஒரு மக்களைத்தான் 'ஹிந்து' என்னும் சொல் குறிக்கிறது. ஆனால், அவஸ்தாவிலும் பழைய பார்சிய மொழியிலும் காணப்படுகின்ற இந்தச் சொல், மிகவும் பழைமை ஆனது என்பது தெளிவு. இந்தியாவைக் குறிப்பதற்கு, ஆயிரக்கணக்கான ஆண்டுகளாக மேற்கு மற்றும் மத்திய ஆசிய மக்களால் இந்தச் சொல் பயன்படுத்தப்பட்டு வந்து இருக்கிறது அதாவது, இண்டஸ் ஆற்றிற்கு மறுகரையில் உள்ள மக்கள் என்னும் பொருளில்! இண்ட்ஸ் ஆற்றைக் குறிக்கின்ற 'சிந்து' என்னும் சொல்லின் திரிபுதான் இது! இந்த சிந்து என்னும் சொல்லில் இந்துதான் 'ஹிந்து' மற்றும் 'இந்தியா' என்னும் சொற்கள் பிறந்தன." *(The Discovery of India, p.74.)*

இந்த நூலின் தலைப்பைப் பார்த்தவுடன் வாசகர்களிடம் எழுகின்ற முதல் கேள்வி, மெய்ஞான மரபு என்றால் என்ன என்பதாகத்தான் இருக்க முடியும். இந்தக் கேள்விக்கு விடை பகர்கின்ற வகையில், பின்வருமாறு ஜெயமோகன் எழுதுகிறார்:

"மெய் ஞான மரபு என்பதை நம்பிக்கைகளின் தொகுப்பாகப் பலர் உருவகித்து வந்து உள்ளனர்." (பக். 13)

ஆனால்,

"மெய் ஞான மரபு என்பது தரிசனங்களின் வரிசையே ஆகும்." (பக். 13)

அப்படி என்றால், தரிசனம் என்றால் என்ன என்னும் கேள்வி எழுவது இயல்பு.

"தரிசனம் என்பது வாழ்க்கை மற்றும் பிரபஞ்சம் குறித்த ஒட்டு மொத்தமான பார்வை ஆகும்." (பக். 16)

என்று இந்தக் கேள்விக்கு அவர் விடை பகர்கிறார். கூடவே,

"தரிசனங்கள் என்பவை தத்துவ நிலைப்பாடுகளும் கூடத்தான். ஆகவே மெய் ஞான மரபு என்பது தத்துவ மரபும் கூடத்தான்." (பக். 15)

என்று தரிசனங்கள் பற்றிய தமது வரையறையை விரிவு படுத்திக் கொள்ளவும் அவர் தவறவில்லை. மேலும், தரிசனம் என்பதற்குச் சிறப்பான ஓர் எடுத்துக்காட்டினையும் அவர் தருகிறார்:

"மார்க்ஸியம் என்பது ஒரு தரிசனம். காரணம், மார்க்ஸிய மானது அரசியல், பொருளாதாரம், ஒழுக்கவியல், இலக்கியம் என்று எல்லாத் தளங்களுக்கும் பொருத்திப் பார்க்கப்படுகிறது." (பக். 17)

அப்படி என்றால், தத்துவம், அதாவது, மெய்ப்பொருண்மை என்றால் என்ன என்பது நம்முள் எழுந்து வருகின்ற அடுத்த கேள்வி ஆகிறது.

"தத்துவம் என்பது அனைத்து அறிவுத் துறைகளிலும் உள்ள தருக்கங்களின் தொகுப்பு." (பக். 3)

என்று இந்தக் கேள்விக்கு அவர் விடை தருகிறார்.

ஆக, தருக்கங்களின் அடிப்படையில், மெய்ம்மையின் (reality) முழுமையினையும் காண்கின்ற மொத்தமான ஒரு பார்வைதான், தரிசனம் என்பதும், இதுபோன்ற தரிசனங்களின் தொகுப்புதான், மெய்ஞான மரபு என்பதும் ஜெயமோகனின் அறுதியான கருத்துகள் என்பது தெளிவு.

இங்கே, எனக்குள் ஒரு கேள்வி எழுகிறது எனது 'மனத்தின் விடுதலை'யைத் தரிசனம் என்பதா? அல்லது தருக்கம் என்பதா?

இந்தக் கேள்விக்கு ஜெயமோகன்தாம் விடை கூறிடவேண்டும்.

'தத்துவம்' என்னும் சொல்லைப் புறக்கணித்து. 'மெய்ப் பொருண்மை' என்னும் சொல்லை இங்கே நான் கையாள்வதற்கு, தத்துவம் என்னும் சொல் ஒரு தமிழ்ச்சொல் அல்ல என்று நான் கருதுவது அல்ல காரணம்; மாறாக 'உண்மை' என்பதனை 'மெய்ப்பொருள்' என்று சுட்டுவதுதான் தமிழர்தம் சிந்தனை மரபாக இருந்து வந்து இருக்கிறது என்பதுதான் காரணம்! 'மெய்' என்னும் தமிழ்ச் சொல்லுக்கு 'உடல்' என்று பொருள் என்பது அனைவரும் அறிந்தது. 'மெய்ப்பொருள் காண்பது அறிவு' என்று திருவள்ளுவர் கூறுகின்றபொழுது, பருப்பொருள்களின் அல்லது பருமை நிலவரங்களின் *(material conditions)* சாரமான உண்மையைக் காண்பதுதான் ஆழமான அறிவு என்றுதான் அவர் குறிப்பிடவும் செய்கிறார். ஆனால், சாங்கிய மரபும் இதுதான் என்று நான் கருதுகிறேன்.

'மெய்பொருண்மை' என்பது அனைத்து வகையான தருக்கங்களின் தொகுப்புதான் என்றால், அது அறிவியங்கியல் *(epistemology)* அல்லது அறிவின் தேற்றம் *(theory of knowledge)* மட்டும்தானே! அப்படி என்றால், மெய்ப்பொருண்மை என்பது என்ன ஆயிற்று என்று இங்கே நமக்குக் கேட்கத் தோன்றலாம். எனினும், ஜெயமோகனின் வரையறைகளை நினைவில் நாம் கொள்வோம் என்றால், இந்தியத் தரிசனங்களைப் புரிந்துகொள்வது நமக்குக் கடினமாக இருந்திட முடியாது.

தரிசனம் என்னும் சொல் ஒரு தமிழ்ச்சொல். 'கண் தெரிகிறது' என்னும் வாக்கியத்தில், 'பார்வை' என்னும் பொருளில்தான் 'தெரிதல்' என்னும் சொல் ஆளப்படுகிறது என்பது வெளிப்படை. இதனால்தான், கனவு காண்பதைத் தரிசனம் காண்பதாகத் தென்பாண்டி மக்கள் இன்னமும் குறிப்பிட்டுக்கொண்டு வருகிறார்கள். இந்தத் தரிசனம்தான், வடக்கு நோக்கிய அதன் பரவலில் 'தர்ஷனா' என்று திரிந்தது. ஆனால் தேவி பிரசாத் சட்டோபாத்யாயாவோ 'த்ருஷ்' என்னும் சொல்லில் இருந்து வந்ததுதான் 'தர்ஷனா' என்று குறிப்பிடுகிறார் *(Indian Philosophy, p.28)*.

இங்கே, சொல் ஆய்வுகளை நான் நிகழ்த்திக்கொண்டு

வருகிறேன் என்பதை விட, சாங்கியத் தரிசனத்தின் தோற்று வாயைக் காண்பதற்கு நான் முயன்று கொண்டு இருக்கிறேன் என்பதுதான் முக்கியம். ஏனென்றால், சாங்கியம், அதன் புருசம் ஆகியவை பற்றி ஆங்காங்கே நான் படிக்கின்ற பொழுதுகளில் எல்லாம், தமிழ் நாட்டில் தோன்றிய ஒரு தரிசனமாகத்தான் அது இருந்திட வேண்டும் என்னும் எண்ணம் எனக்குள் எழுவது உண்டு.

"சாங்கியத் தரிசனமானது எழுத்து வடிவில் பதிவுசெய்யப் பட்ட தத்துவ வரலாற்றுக்கும் முந்தைய காலகட்டத்தைச் சேர்ந்தது. திட்டவட்டமான தருக்கப் புத்தியை நம்பி இயற்கையை ஆராயப் புகுந்த பழங்குடி மரபில் இருந்து முளைத்தது என்கிறார் ரிச்சர்ட் கார்பே." (பக். 56)

என்று ஜெயமோகன் கூறுகின்றபொழுது, இதே கருத்தினைத் தான் அவரும் வெளிப்படுத்துகிறார் என்றுதான் நான் கருது கிறேன்.

புடவியின் (பிரபஞ்சம்) அடிப்படைகளாக ஐம்பெரும் பூதங் களை வகைப்படுத்துகின்ற சாங்கிய மரபு, அறிவுப் புலன்களாக ஐந்து புலன்களையும் குறிப்பிடுகிறது. ஜெயமோகனின் வார்த்தை களில் இதனைக் கூறுவது என்றால்

"...குண ரூபங்களே இல்லாத ஆதி இயற்கையில் முதல் விழிப்பு ஏற்படுவது அதில் பிரக்ஞையின் துளி உருவாகும்போது தான். பிரக்ஞை உருவான உடனே அகங்காரம் உண்டாகிறது... அகங்காரம் என்றால் சுய பிரக்ஞை அல்லது தன்னுணர்வு...

தன்னுணர்வு உருவானதும் அதன் வெளிப்பாடுகளாகப் பிற தத்துவங்கள் பிறந்தன... முதலில் உருவாவது ஒலி, தொடுகை, நிறம், சுவை, மணம் எனும் ஐந்து குணங்கள். இவை ஐந்து தன்மாத்திரைகள் எனப்படுகின்றன. இந்த ஐந்து தன்மாத்திரை களில் இருந்து ஐந்து புலன்கள் உருவாகி வந்தன. இவை ஞான இந்திரியங்கள் (அறிவுப் புலன்கள்) எனப்பட்டன. கண், காது, நாக்கு, மூக்கு, சருமம் என அவை ஐந்து. இவற்றைச் செயல் படுத்தும் பொருட்டு ஐந்து கர்ம இந்திரியங்கள் உருவாயின. அவை வார்த்தை, கை, கால் என்று கூறப்பட்டன. மொத்தம் பதினாறு.

இந்தப் பதினாறு அறிதல் மூலங்களின் விளைவாகவே ஐந்து பருப்பொருட்கள் அடையாளம் காணப்பட்டன. இந்த ஐந்து பருப்பொருட்களின் எல்லாத் தனித் தன்மைகளும், இவ்வாறு உணரப்படுவதன் மூலம் உருவாகி வருபவையே ஆகும். நிலம், நீர், வானம், நெருப்பு, காற்று என அவை ஐந்து. இவ்வாறு பஞ்சபூதங்கள் உருவான பிறகு அவற்றின் மூலம் பெறும் அனுபவங்களைக் கோர்த்து அறியவும் அவற்றை மதிப்பிடவும் கூடிய மனம் உருவாகிறது. இது இருபத்தி நான்காவது தத்துவம்.

இந்த இருபத்தி நான்கு தத்துவங்களின் செயல்பாடு மூலமே நாம் காணும் இயற்கையாக ஆதி இயற்கை மாறித் தெரிகிறது என்கிறது சாங்கியம். புல், புழு, சூரியன், காற்று, மனிதர்கள், காமம், குரோதம், மோகம் எல்லாமே இந்த இருபத்து நான்கு தத்துவங்களின் விளைவுதான்." *(பக். 6263)*

ஆனால், தொல்காப்பியரின் கருத்துகள் தாம் இவை என்பது சொல்லாமலே விளங்கும். மிகத் தெளிவாகப் பின்வருமாறு தமது கருத்துகளைத் தொல்காப்பியர் வரிசைப்படுத்துகிறார் :

"நிலம், தீ, நீர், வளி, விசும்பு... ஐந்தும்
கலந்த மயக்கம் உலகம்."

(தொல்காப்பியம், பொருளதிகாரம், மரபியல் 91)

இங்கே, வளி என்பது காற்றையும் விசும்பு என்பது விண்ணையும் குறிக்கும். இனி,

"ஒன்றறிவு அதுவே உற்று அறிவு அதுவே
இரண்டறிவு அதுவே அதனொடு நாவே
மூன்றறிவு அதுவே அவற்றொடு மூக்கே
நான்கறிவு அதுவே அவற்றொடு கண்ணே
ஐந்தறிவு அதுவே அவற்றொடு செவியே
ஆறறிவு அதுவே அவற்றொடு மனனே
நேரிதில் உணர்ந்தோர் நெறிப் படுத்தினரே"

(தொல்காப்பியம், பொருளதிகாரம், மரபியல் 27.)

என்று, ஐம்புலன்களையும் அவற்றினால் ஆகின்ற அறிதல்களையும் அவர் வரையறுக்கிறார்.

இப்படி, ஐம்பூதங்களின் மயக்கமாக ஆதி இயற்கையையும் அறிவுப்புலன்களாக ஐந்து புலன்களையும் தொல்காப்பியர்

குறிப்பிடுவதை நாம் காண்கிறோம். மேலும், ஐம்புலன்களினால் பெறப்படுகின்ற புலன் அறிவுகளின் தொகுப்பாகவும், அதே நேரத்தில், அவற்றில் இருந்து எழுகின்ற ஒரு தொகை விளைவின் உச்சமாகவும், ஆறாவது அறிவாக மனத்தினை அவர் வரையறுக்கிறார். கூடவே, தமக்கு முன்னரே பல்வேறு சிந்தனையாளர்களால் இந்தத் தொகுப்பு நெறிப்படுத்தப்பட்டு விட்டது என்பதைச் சுட்டிக்காட்டவும் அவர் தவறவில்லை.

இனி, ஆதி இயற்கையில் இருந்து புடவியும் இப்புடவியும் உயிர் இனங்களும் கிளைத்து வந்து இருக்கின்ற விளர்ச்சியினைப் பின்வருமாறு அவர் சித்தரிக்கிறார் :

"புல்லும் மரனும் ஓர் அறிவு இனவே
பிறவும் உளவே அக்கிளைப் பிறப்பே.
நந்தும் முரளும் ஈர் அறிவு இனவே
பிறவும் உளவே அக்கிளைப் பிறப்பே.
சிதலும் எறும்பும் மூவறிவு இனவே
பிறவும் உளவே அக்கிளைப் பிறப்பே.
நண்டும் தும்பியும் நான்கு அறிவு இனவே
பிறவும் உளவே அக்கிளைப் பிறப்பே.
மாவும் புள்ளும் ஐயறிவு இனவே
பிறவும் உளவே அக்கிளைப் பிறப்பே.
மக்கள் தாமே ஆறு அறிவு உயிரே
பிறவும் உளவே அக்கிளைப் பிறப்பே."

(தொல்காப்பியம், பொருளதிகாரம், மரபியல் 28 – 33.)

ஆக, தொல்காப்பியர்தம் சிந்தனை மரபுதான் சாங்கியச் சிந்தனை மரபு என்பது தெளிவு. எழுத்தில் வடிக்கப்பட்ட உலக இலக்கியங்களுள் முதல் இலக்கியம், அதுவும், இலக்கண இலக்கியம், தொல்காப்பியம்தான் என்பது எனது கருத்து.

'மயங்குதல்' என்னும் சொல்லிற்கு 'கலத்தல்', 'நெருங்குதல்' என்று பொருள். 'சகடம்' என்னும் சொல்லிற்கு 'வண்டி' என்று பொருள். 'சாகாடு' என்னும் சொல்லிற்கு 'உருளை' என்று பொருள். எனவே, 'சாங்குதல்' என்னும் சொல்லிற்கு 'உருள்தல்', 'கலத்தல்', 'உருட்சியின் மயக்கம்' என்று பொருள்.

இப்பொழுது, ஜெயமோகனின் துணையுடன் தமிழ் சாங்கியத்தைச் சற்று நாம் பார்ப்போம்.

ஒரு சுழற்சி இயக்கமாக ஆதி இயற்கை மயங்கிக் கிடந்தது; அதன் இயங்கு ஆற்றல்தான் 'புருசம்!' இந்த இயக்கமோ மூன்று வகையானது. ஒன்று: நேர் நிலை இயக்கம் (சத்துவ குணம்), இரண்டு: எதிர்நிலை இயக்கம் (தமோ குணம்), மூன்று: நடுநிலை இயக்கம் (ரஜோ குணம்). இவற்றுள், நடுநிலை இயக்கத்தினை ஒரு முரண் இயக்கமாகவும் நாம் எடுத்துக்கொள்ளலாம்.

அதாவது, நேர்நிலை இயக்கமாகவும் எதிர்நிலை இயக்கமாகவும் தன்னுள்தானே சுழன்றுகொண்டு இருந்த ஆதி இயற்கை, அதனுள் எழுந்த ஒரு முரண் இயக்கத்தின் விளைவாக வளர்ச்சி அடைந்து, புடவியாக மாற்றம் அடைந்தது.

'புரிதல்' என்னும் சொல்லுக்கு முறுக்குதல், ஆக்குதல், பொருந்துதல், விரிதல், மேவிவருதல் என்று பொருள். 'புரி திரிபு' என்பதற்கு 'வேறுபடுதல்' என்று பொருள். 'புரிதல்' என்னும் இந்தச் சொல்லின் முந்திய வடிவம்தான் 'புருதல்' என்னும் சொல் ஆகும். எனவே, வேறுபட்டு மாறுபடக்கூடிய ஓர் இயக்கம் என்று இதனை நாம் புரிந்துகொள்ளலாம்.

ஆக, ஆதி இயற்கை மற்றும் புருசம் முதலிய கருத்தமைவுகளை (concepts) அடிப்படையாகக்கொண்டு சாங்கியத் தரிசனம், ஒரு தமிழ்த் தெரிசனம்தான் என்பது எனது கருத்து.

இங்கே, சாங்கியம் பற்றிய தேவி பிரசாத் சட்டோபாத்யாயாவின் விளக்கங்களுக்கும் ஜெயமோகனின் விளக்கங்களுக்கும் இடையே உள்ள ஒரு வேறுபாடு நமது கவனத்தைக் கவர்கிறது.

சத்துவ குணம், தமோ குணம், ரஜோ குணம் என்ற மூன்றினையும், வெறும் குணங்களாக மட்டும் ஜெயமோகன் பார்க்கவில்லை. நேர், எதிர், நடு என்னும் முரண்பட்ட இயக்கங்களாகவும் (பக். 65) அவற்றை அவர் காண்கிறார். இப்படி, ஒரு மூலமுதல் சிந்தனையாளராகத் தம்மை ஜெயமோகன் வெளிப்படுத்துகிறார் என்று நான் கருதுகிறேன். மற்றும் பிற இடங்களிலும் அவரது மூலமுதல் சிந்தனைகளை வாசகர்கள் காணலாம்.

ஜெயமோகன் இங்கே வழங்கி இருப்பது பழைய தெரிசனங்களின் ஒரு தொகுப்புதானே, மூலமுதல் சிந்தனை

என்று நாம் எடுத்துக் கொள்வதற்கு இதில் என்ன இருக்கிறது என்று சிலருக்குக் கேட்கத் தோன்றலாம். ஆனால், "பழைய சிந்தனைகளின் புதிய ஒரு தொகுப்புதான் புதிய சிந்தனையே ஒழிய, முற்றிலும் புதிதாகத் தமது மண்டையில் இருந்து யாரோ ஒரு புதிய மேதாவி உதிர்த்துத் தள்ளிவிடுகின்ற ஒரு தனிமைச் சிந்தனை அல்ல" (வரலாற்றின் முரண் இயக்கம்: பாகம் இரண்டு, பக்.223) என்பதுதான் எனது பதில்.

'ஔவை' என்று ஒரு நாடகத்தை எழுதி இருக்கின்ற கவிஞர் இன்குலாப், அதன் முன்னுரையில் குறிப்பிடுகிறார் "அங்கும் தகர்க்கப்பட வேண்டிய மாயைகள் உண்டு" என்று! இதைப் படித்ததும் நான் அதிர்ச்சி அடைந்தேன். ஏனென்றால், 2000 ஆண்டுகளுக்கு முற்பட்ட ஔவையாரின் காலத்திலும் தகர்க்கப்பட வேண்டிய மாயைகள் 'உண்டு' என்று, அவருக்கு 2000 ஆண்டுகளுக்கும் பிற்பட்ட இன்குலாப் கூறுகிறார் என்றால், இவரது வரலாற்றுப் பார்வையை எப்படி நாம் புரிந்துகொள்வது? ஔவையார் காலத்துச் சமுதாய நிலவரங்களை அடிப்படையாகக் கொண்டுதான், அவர் காலத்து மனித வாழ்க்கையை நாம் ஆய்ந்திடவேண்டும் என்பதுகூட இவருக்குப் புரியவில்லை. எனினும், முக்காலங்களையும் கடந்து சென்று, முக்காலங்களின் மாயைகளையும் தகர்த்து எறிந்திட முற்படுகின்ற ஒரு முக்காலப் புரட்சிக்காரராகத் தம்மைக் காட்டிக்கொள்வதில், இவருக்கு ஒரு மகிழ்ச்சி போலும்!

இதுபோல, "இந்திய மெய்ப்பொருண்மையில் இருப்பனவும் இறந்தனவும்" என்னும் தேவி பிரசாத் சட்டோபாத்யாயாவின் நூலைத் திறந்தபொழுதும், இதே போன்ற ஓர் அதிர்ச்சிதான் எனக்கு ஏற்பட்டது. சிந்தனையின் வரலாற்றில், 'இருப்பதும் இறந்ததும்' என்னும் வகைப்பாட்டிற்கு இடம் ஏது? இந்த வகையில், "முக்கியமான எந்தச் சிந்தனையும் காலாவதி ஆவது இல்லை" (பக்.7) என்று கூறுகின்ற ஜெயமோகனின் பார்வைதான் சரியான ஒரு வரலாற்றுப் பார்வையாக எனக்குத் தெரிகிறது.

"மார்க்ஸியம் என்று ஒரு புதிய சிந்தனை தோன்றி வந்த உடன், அதற்கு முன்னர் விளங்கி வந்து இருந்த அனைத்துச் சிந்தனைகளும் வீழ்ந்துவிட்டன என்று நாம் சொல்லிவிட

முடியுமா என்றால், அதுதான் முடியாது. ஏனென்றால், முந்தைய சிந்தனைகளின் பிந்தைய தொகுப்புதான் மார்க்ஸியம். இதில் புதுமை என்பது, முந்திய சிந்தனைகளை மார்க்ஸ் தொகுத்து இருக்கின்ற தொகுப்பு முறையும் அவற்றில் காணப்பட்ட இடைவெளிகளைத் தமது புதிய தொகுப்பின் விளக்கங்களினால் அவர் நிரவல் செய்து (complement) கொண்டதும் தாம் ஆகும்" *(வரலாற்றின் முரண் இயக்கம்: பாகம் இரண்டு, பக். 215)* என்று கார்ல் மார்க்ஸின் சிந்தனை வளர்ச்சியைப் பற்றி நான் குறிப்பிட்டு இருந்தேன். ஜெயமோகனின் வரலாற்றுப் பார்வைக்கும் எனது பார்வைக்கும் இடையே உள்ள ஒற்றுமையின் வெளிப்பாடாகவும் இதனை நான் சுட்டிக்காட்டிட விரும்புகிறேன்.

ஆனால் ஜெயமோகனோ, வெறும் எதிர்நிலைகளாக மட்டும் தான் எங்கள் உறவினைக் கருதுகிறார். நானோ, எதிர் நிலைகளின் ஒற்றுமையாக எங்கள் தொடர்பினைக் காண்கிறேன். ஏனென்றால், எதிர்நிலைகளாக வெளிப்படுகின்ற கருத்துகள், வெறுமனே எதிர்க் கருத்துகள் மட்டும் அல்ல, ஒன்றை ஒன்று வளப்படுத்திச் செம்மைப்படுத்துகின்ற தருக்கக் கருத்துகளும் ஆகும். ஜெயமோகனின் 'பின்தொடரும் நிழலின் குரல்: ஓர் அலசல்' என்னும் கட்டுரையில் தெளிவாக இதனை வாசகர்கள் காணமுடியும்.

ருஷ்யப் புரட்சிக்குப் பின்னர் ருஷ்யாவில் அமைக்கப்பட்டு இருந்த சமுதாயம், ஒரு சமுகாண்மை சமுதாயம் *(socialist society)* அல்ல; மாறாக, ஓர் அரசு முதலாண்மை சமுதாயம் *(statecapitalist society)* என்பதை 'வரலாற்றின் முரண் இயக்கம்'. பாகம் இரண்டில் நான் நிறுவி இருக்கிறேன் என்பது சரிதான். ஸ்தாலினைப் பற்றியும் அதில் நான் குறிப்பிட்டு இருக்கிறேன். எனினும் மார்க்ஸியம் என்பது மனித விடுதலை வாதம் என்றால், ஸ்தாலினிசம் என்பது அரசுமுதலாண்மை வாதம் என்று அதில் நான் 'வரையறை' எதையும் செய்திடவில்லை.

ஆனால், ஜெயமோகனின் 'பின் தொடரும் நிழலின் குரல்' பற்றிய எனது அலசலில் பின்வருமாறு அறுதியாக ஸ்தாலி னிசத்தை நான் வரையறுத்து இருக்கிறேன்.

"ஸ்தாலினிசம், ஸ்தாலினசம் என்று இன்று நாம் தாக்குதல்

தொடுக்கிறோமே, அதுதான் என்ன? ஸ்தாலினின் மீசையா? அவரது உடலா? அவரது மூளையா? அவரது குணநலன்களா? இப்படி எல்லாம் பாகுபடுத்திப் பார்த்து ஸ்தாலினிசத்தை நம்மால் புரிந்துகொள்ளத்தான் முடியுமா?

...உழைப்பாளர் வருக்கத்தின் மறுநிகரியாக (representative) நின்று, மனித விடுதலைவாதத்தினை மார்க்ஸ் பேசினார் என்றால், ஸ்தாலினோ அதிகார வருக்கத்தின் மறுநிகரியாக நின்று, அரசுமுதலாண்மை வாதத்தைப் பேசினார்.

...ஸ்தாலினிசம் என்கின்ற பொழுது, அரசுமுதலாண்மை வாதத்தினை மட்டும்தான் நாம் குறிப்பிடுகிறோம். ஸ்தாலினிச அடக்குமுறை என்கின்றபொழுது, அதிகார வருக்கத்தின் அடக்கு முறையை மட்டும்தான் நாம் குறிப்பிடுகிறோம்.

எனவே, ஸ்தாலினிசத்திற்கு எதிர்ப்பு என்பது அரசு முதலாண்மைக்குத் தெரிவிக்கப்படுகின்ற எதிர்ப்பு; ஸ்தாலி னிசத்தின் வீழ்ச்சி என்பது அரசுமுதலாண்மையின் வீழ்ச்சி.'' (வரலாற்றின் முரண் இயக்கம் : பக்கம் ஒன்று, பக். 22930)

இப்படி, அறுதியாக ஸ்தாலினிசத்தை நான் வரையறுத்து இருப்பதற்குக் காரணம், ஜெயமோகனின் 'பின் தொடரும் நிழலின் குரல்'தான் என்பதைத் தெரிவித்துக்கொள்வதில் ஈண்டு நான் பெருமை கொள்கிறேன். ஓர் எதிர் நிலையாக நின்று, எனது கருத்துகளை நான் செம்மைப்படுத்திக்கொள்வதற்கு எனக்கு அவர் உதவி இருக்கிறார்; அறுதியாக அவற்றை வரையறுக்குமாறு என்னை அவர் கட்டாயப்படுத்தி இருக்கிறார் என்பதுதான் இதற்குப் பொருள்.

எனவேதான், வரவேற்கப்படவேண்டிய கருத்துகளாக எதிர்க் கருத்துகளை நான் கருதுகிறேன். ஜெயமோகன் பெரியவரா அல்லது நான் பெரியவனா என்பது அல்ல இங்கே கேள்வி. (நிறைய பேருக்கு இதுதான் கேள்வி!) எங்களது கருத்து மோதல் களின் மூலம், வாசகர்கள் தெளிவு பெறுவதற்கு அவர்களுக்கு நாங்கள் உதவி இருக்கிறோமா என்பதுதான் கேள்வி. எனது நூல்களினால் ஜெயமோகனுக்கும் இப்படி ஏதேனும் நேர்ந்து

இருக்கக்கூடுமா என்பதற்கு ஜெயமோகன்தான் விடை கூறிட வேண்டும்.

ஜெயமோகனின் 'விஷ்ணுபுரம்' போல, 'பின் தொடரும் நிழலின் குரல்' சிறப்பாகக் கருதப்படவில்லை என்று எனது நண்பர் சொ.கண்ணன் என்னிடம் ஒரு நாள் கூறினார். கலைஇலக்கியம் என்றால் என்னவென்றே எனக்குத் தெரியாது என்று கூறுவதற்கு ஜெயமோகன் கொஞ்சம் தயங்கிடலாம் என்ற போதிலும், சொ.கண்ணனோ சற்றும் தயங்குவது இல்லை; மிகவும் வெளிப்படையாகவே என்னிடம் இதனை அவர் கூறிவிடுவார். எனினும், 'பின் தொடரும் நிழலின் குரல்' பற்றிய எனது கருத்துகளை வாசகர்கள் முன் வைத்திட ஈண்டு நான் விரும்புகிறேன்.

காதல், பாசம் முதலிய இயற்கையான உறவுகளும், காமம், பசி போன்ற இயற்கையான தேவைகளும், சமுதாய வாழ்க்கையில் அடைகின்ற நிறைவேற்றங்களையும் ஏமாற்றங்களையும் சித்தரித்துக் காட்டி, இவற்றின் விளைவான உணர்ச்சிகளையும் (emotions) உணர்மங்களையும் (sentiments) வாசகர்களின் உள்ளங்களில் படர விடுகின்ற கதைகளை, பொதுப்படையான கதைகளாக நான் கருதுகிறேன்.

கூடவே, அடுத்த கட்டமாக, சமுதாய வாழ்க்கையின் சிக்கல் களையும் அவற்றின் தன்மைகளையும் அவற்றின் தீர்வுகளைப் பற்றிய விவாதங்களையும் விரிவுபடுத்தி, சமுதாய வாழ்க்கையின் பிற கூறுகளையும் சித்தரிக்கின்ற கதைகளை, சிறப்பான கதை களாக நான் கருதுகிறேன்.

இத்தகைய சிறப்பான கதைகளில், கொள்கைகளும் அவற்றின் பறைசாற்றல்களும் வலியுறுத்தப்படுவது, இக்கதைகளின் கலை அழகினைச் சிதைத்துவிடுகிறது என்று வாதிடுபவர்கள் இருக்கலாம். ஆனால், சமுதாயச் சிக்கல்களையும் தீர்வுகளையும் கதைப் பொருள்களாகக் கொண்டு இருக்கின்ற கதைகளில், கொள்கையின் மோதல்கள் இல்லாமல் இருப்பதுதான், அவற்றின் மெய்மைத் தன்மையினைச் சிதைத்துவிடக் கூடியது என்பது எனது கருத்து.

இதுபோன்ற கதைகளின் சிறப்புகளாகப் பின்வருவனவற்றைக் குறிப்பிட நான் விரும்புகிறேன். *(1)* இவற்றில் வெளிப்படுத்தப் படுகின்ற சமுதாய அக்கறை; *(2)* உணர்ச்சிகளுக்கும் உணர்மங் களுக்கும் அப்பால் சிக்கல்களின் காரணங்களைக் காணத் தூண்டுகின்ற இவற்றின் தேடல்! கதைகளையும் கவிதைகளையும் தமது தொடக்க வாசிப்புகளாகக் கொண்டு வந்து இருக்கின்ற இளைஞர்கள், சமுதாய அக்கறையுடன் ஆய்வுகளுக்குள் நுழைவ தற்கு அவர்களைத் தூண்டுகின்ற சிறப்புகள் இவை!

இந்த வகையில், ஸ்தாலினிசத்தின் கொடுமைகளை சமுதாய அக்கறையுடன் சித்தரித்து இருக்கின்ற ஒரு கதைதான் 'பின் தொடரும் நிழலின் குரல்' என்பது எனது கருத்து. இதில் உள்ள ஒரே ஒரு குறைபாடு, மார்க்ஸியமும் ஸ்தாலினிசமும் இதில் வேறுபடுத்திப் பார்க்கப்படவில்லை என்பதுதான்! எனினும், 'விஷ்ணுபுரம்' கதையில் சில பகுதிகள் பின்னர் சேர்க்கப்பட்டு இருப்பது போல, மார்க்ஸியத்தையும் ஸ்தாலினிசத்தையும் வேறுபடுத்திக் காட்டுகின்ற வகையில், 'பின்தொடரும் நிழலின் குரலி'லும் சில பகுதிகள் சேர்க்கப்படும் என்றால், உலகத் தரத்தின் முன்னணியில் நிற்கின்ற ஒரு கதையாக அது மிளிரும் என்பதில் எனக்கு ஐயம் எதுவும் இல்லை.

"...சங்கரரின் பெயரில் இயங்கும் சங்கர மடங்கள் இன்று அப்பட்டமான சாதி வெறி, அதி தீவிர புரோகித வழிபாட்டு முறைகள் முதலியவற்றில் மூழ்கியுள்ளன" *(பக். 117)*

என்று கூறுகின்ற ஜெயமோகன்,

"...தன் காலகட்டத்தில் எல்லா அதிகாரங்களையும் கையில் வைத்திருந்த புரோகிதர்களை அவர்களுடைய மூல நூல்களைக் கொண்டே சங்கரர் தோற்கடித்துத் தன் தரப்பை நிலைநாட்டினார். இது ஒரு சரியான முடிவு என வரலாறு நிரூபிக்கவில்லை" *(பக். 116)*

என்று கூறி முடிக்கிறார். சாதி வேறுபாடுகளும் சுரண்டல்களும் ஒழிந்திடவில்லையே என்னும் கவலையையும் அவர் வெளிப் படுத்துகிறார் இங்கே.

"கருத்து வாத *(idealism)* மாகப் பார்ப்போம் என்றால், ஒரு

குறிப்பிட்ட உணர்மையே (ஜெயமோகனின் சொல்லாட்சியில் 'பிரக்ஞை') ஓர் ஊழியினையும் அழிப்பதற்குப் போதுமானதாக இருந்தது..." ('அடிப்படைகள்', பக். 54041) ஆனால், "கருத்துகள், பழைமையினைத் தாண்டிச் சென்றிட முடியாது; பழைமை யினைப் பற்றிய கருத்துகளைத் தாம் தாண்டிச் சென்றிட முடியும். கருத்துகளினால் எதையும் தாண்டிச் சென்றிட முடியாது. கருத்துகளைச் செயல்படுத்துவதற்குச் செயல் திறம் வாய்ந்த மனிதர்கள் தேவை" (புனிதக் குடும்பம், பக். 140) என்று கூறிய மார்க்ஸின் கருத்துகள், நாம் சிந்தித்து நோக்கிடத் தக்கவை.

புலனறிவு நிலையில் இருந்து காரண அறிவு நிலையினை எய்தி இருந்த ஆதிசங்கரர், காரண அறிவின் முழுவீச்சுடன் மீண்டும் புலனறிவினை வந்து அடைந்திடவில்லை என்பதுதான் அவரது சிந்தனையின் குறைபாடு என்று எனக்குத் தோன்றுகிறது. ஏனென்றால், கருமஞானம் மட்டும்தான் காரியமாக நிறைவு அடைந்திட முடியும் என்பது எனது கருத்து.

"கொல்ல வரும் புலியும் வாலாட்டும் நாயும் வேறு வேறு என்பது சாமானிய அறிவு. இரண்டும் முரண்பட்டவை அல்ல. ஒரு நாணயத்தின் இரு பக்கங்களேயாகும்" (பக். 13940)

என்று வேதாந்த நிலையினைக் குறிப்பிடுகின்ற ஜெயமோகன்,

"...ராமகிருஷ்ண பரமஹம்சரின் கதையில் வருவதுபோல யானையும் பிரம்மம், தானும் பிரம்மம் என்பது மெய் ஞானம். விலகிப் போ என்று கூறும் பாகனும் பிரம்மமே என்பது லௌகீக விவேகம். வேதாந்தம் அதற்கு எதிரானதேயல்ல"

(பக். 140)

என்று தமது கருத்தாக்கத்தினை முன் வைக்கிறார். இதற்கு ஓர் எடுத்துக்காட்டாக, 'கார்ல் மார்க்ஸின் முதல் (capital): தமிழாக்கங்கள் பற்றிய திறனாய்வில்' இருந்து ஒரு பகுதியைச் சுட்டிக்காட்டிட நான் விரும்புகிறேன்.

"ஒரே அடியில் ஐந்து எலிகளைக் கொன்ற ஒரு வீரன், 'ஒரே அடியில் ஐந்து புலிகளைக் கொன்றவன் நான்' என்று தெருவோரம் அமர்ந்து பெருமைப்பட்டுக்கொண்டு இருந்தானாம். எலிகளை அவன் கொன்றதை நேரில் பார்த்த ஒரு பெரியவர், 'எலியைக்

கொன்றுவிட்டுப் புலி என்று சொல்கிறாயே!' என்று அவனைக் கேட்க பெரியவரை நோக்கிக் கேள்விக் கணைகளைத் தொடுக்கத் தொடங்கினான் வீரன்.

'எலி என்பது என்ன?'

'இது என்ன கேள்வி? எலி என்றால் எலி; புலி என்றால் புலி.'

'எலியைப் பற்றித்தான் நான் கேட்டேன். எலி என்றால் அது கடவுளா? மனிதனா? அல்லது ஒரு விலங்கா?'

'ஒரு விலங்கு.'

'அப்படி என்றால், ஐய்ந்து விலங்குகளை நான் கொன்றேன் என்பது உண்மைதானே!'

'எலியும் ஒரு விலங்குதான். எனவே, உண்மைதான்.'

'தெளிவாகச் சொல்லுங்கள்; விலங்குகளை நான் கொன்றேன் என்பது உண்மைதானே!'

'உண்மைதான்.'

'புலியும் ஒரு விலங்கு என்பது உண்மைதானே?'

'உண்மைதான்.'

'அப்படி என்றால், ஒரு விலங்கைக் கொன்ற நான், ஒரு விலங்கான புலியைக் கொன்றேன் என்று கூறினால் அதில் என்ன தவறு?'

'அட, போடா!'

பெரியவர் நடையைக் கட்டினார். தன்னுடைய நுண்மைப் பாட்டின் (abstraction) மூலம் எலியைப் புலி ஆக்கிவிட்ட மகிழ்ச்சி வீரனுக்கு!

இங்கே, 'எலி' மற்றும் 'புலி' ஆகிய இரண்டு தனித்தனி விலங்குகளும், 'விலங்கு' என்ற அவற்றின் பொதுத் தன்மைக்குச் சுருக்கப்படுவதை நம் பார்க்கிறோம். இந்தச் சுருக்காக்கம் (reduction) என்பது ஒரு நுண்மைப் பாட்டின் மூலமாக நிலை நிறுத்தப்படுகிறது.

அப்படி என்றால், புலியும் எலியும் நீக்கப்பட்டோ, அல்லது

பிரிக்கப்பட்டோ இங்கே விலங்கு என்பது பார்க்கப்படவில்லை. ஏனென்றால், விலங்கு என்பதைப் புலியில் இருந்தும் எலியில் இருந்தும் பிரித்துவிட முடியாது. ஆனால். பிரிக்க முடிவது மாதிரியான ஒரு தோற்றம் இங்கே ஏற்படுகிறது.

நமது புலியும் எலியும் விலங்கு என்ற பொதுப் பொருளினால் படைக்கப்பட்டவை அல்ல. அவற்றின் பொதுத் தன்மையினைக் கருத்தமைவாக நாம் சுருக்காக்கினோம். அவ்வளவுதான்! இதனால், எலியின் விலங்குத் தன்மை, புலியின் தோற்றத்தை *(appearance)*க் கொள்கிறது; புலியின் வடிவத்தில் வெளிப்படுகிறது *(expression);* புலியாகப் புலப்படுகிறது *(manifestation);* எனவே, விலங்கு என்பதன் புறத் தோற்றம்தான் புலி என்று நாம் கூறிவிட முடியாது. எனவே தான், நமது வீரனின் வாய்வீச்சுகளை நமது பெரியவரால் ஏற்றுக்கொள்ள முடியவில்லை." *(க.திருநாவுக்கரசு மற்றும் சோதிப்பிரகாசம், சங்கொலி, 7-8-1998,பக். 9.)*

ஆக, தனித்தனியான தன்மைகளில் இருந்து மேற்கொள்ளப் படுகின்ற ஒரு நுண்மைப்பாடுதான் பொதுத் தன்மை என்பதே ஒழிய, தனித்தனியான தன்மைகளைப் படைப்பது அல்ல. ஆனால் ஆதிசங்கரரோ, இந்தப் பொதுத்தன்மையுடன் தமது ஆய்வை நிறுத்திக்கொண்டு, தனித்தன்மைகளை மாயைகள் என்று வரையறுத்து வைத்து விடுகிறார். இதனைக் கருத்தில் கொண்டுதான்,

"'ஒரிஜினல்' முனியாண்டி விலாஸ் என்ற பெயர் பயன்படுத்தப்படும் பாணியில்தான் இவர்களால் சங்கரரின் பெயர் பயன்படுத்தப்படுகிறது. இது சங்கரரின் உத்தி திருப்பித் தாக்கியதன் விளைவே ஆகும்". *(பக். 117)*

என்று ஜெயமோகன் குறிப்பிடுகிறார்.

அதே நேரத்தில், எதிர் எதிரான கருத்துகள் இடையே இறுக்கமான பகைமை எதுவும் இல்லை என்று ஹேகல் கூறி இருந்ததை நினைவுபடுத்துகின்ற வகையில், ஜெயமோகன் கூறுகின்ற கருத்துகள் ஈண்ட நாம் சிந்தித்து நோக்கிடத் தக்கவை. அதாவது, பூத வாதத்தையும் ஆன்மிக வாதத்தையும் முழுவதுமாக நாம் எதிர் நிலைப்படுத்திட முடியாது என்கின்ற அவரது கணிப்பு:

"புராதனமான தரிசனங்கள் என்னென்ன? சார்வாகம், சாங்கியம், யோகம், வைசேஷிகம், நியாயம், பூர்வ மீமாம்சம், உத்தர மீமாம்சம், வேதாந்தம், பௌத்தம், சமணம் என்று அறிஞர்கள் கூறுவார்கள். சார்வாகத் தரிசனம் முழுமையானதல்ல. அது வளரவுமில்லை. பௌத்தமும் சமணமும் தனி மதங்களாக வளர்ந்தன. ஆகவே எஞ்சுவது ஆறு தரிசனங்கள்தான். மேற் குறிப்பிட்ட தரிசனங்களில் பூர்வ மீமாம்சம், உத்தர மீமாம்சம் தவிர பிற அனைத்துமே பௌதிகவாத அடிப்படை உடையவை என்பதைக் கூர்ந்து பார்க்கவேண்டும். அதே சமயம் இந்திய மெய்ஞான மரபில் ஒரு சிலவற்றைத் தவிர பிறவற்றைப் பௌதிக வாதம் என்றோ ஆன்மிக வாதம் என்றோ முழுமையாக வகுத்து விட முடியாது என்பதையும் கணக்கில் கொண்டாக வேண்டும்." (பக். 46)

வைதிக மரபுகளுக்கு முற்பட்ட ஒரு தெரிசனமாக யோகத் தெரிசனத்தைக் குறிப்பிடுகின்ற ஜெயமோகனின் சித்தரிப்பு, தமிழியல் ஆய்வாளர்களைக் கவர்ந்திடாமல் இருந்திட முடியாது. அதாவது,

"...எப்போது நமக்கு வரலாற்றின் முதல் சிற்பம் கிடைக்கிறதோ அப்போதே யோகத்தின் சிற்ப வடிவ ஆதாரம் கிடைத்துவிடுகிறது. சிந்து சமவெளியில் கிடைத்த யோகரூபனின் சிலை, இலக்கண சுத்தமான யோக நிலையில் அமர்ந்திருப்பது தொடர்ந்து சுட்டிக் காட்டப்படுகிறது. அதேபோல எப்போது எழுதப்பட்ட பதிவுகள் கிடைக்கத் தொடங்குகின்றனவோ அப்போதே யோகத்தைப் பற்றிய முழுமையான சொற்சித்திரமும் கிடைத்து விடுகிறது. வரலாற்றுக் காலத்திற்கு முன்னரே யோகத்தின் வழிமுறைகள் பூரண வளர்ச்சி அடைந்துவிட்டன என்பதே இதன் பொருள்" (பக். 80)

என்று ஜெயமோகன் கூறுகின்றபொழுது, ஒரு தமிழ்த் தெரிசனமாகத்தான் யோகத் தெரிசனத்தை நமக்கு அவர் அறிமுகப்படுத்துகிறார். தமிழ் எழுத்துகள் பற்றிய ஆய்வில் சிறந்து விளங்கி வருகின்ற ஐராவதம் மகாதேவன் மட்டும் இன்றி, சிந்து வெளி எழுத்துக்களைப் படித்து அறிந்து இருக்கின்ற இரா. மதிவாணன் கூட (Indus Script Dravidian), தமிழ் எழுத்துகளாகத்

தாம் சிந்து வெளி எழுத்துகளை முடிவு செய்து இருக்கிறார் என்பது ஈண்டு நாம் குறிப்பிடத்தக்கது.

வேதாந்த மரபினையும் வைசேஷிக மரபினையும் ஒப்பிட்டுப் பார்த்து ஜெயமோகன் வந்து அடைகின்ற முடிவு, மூலமுதல் ஆனது என்றால் அது மிகை ஆகாது. அவரது வார்த்தைகளில்,

"வேதாந்த மரபின்படி இறை (பிரம்மம்) மட்டுமே முழுமை யானது. உண்மையானது. இறைச்சக்தி உருவாக்கும் மாயத் தோற்றமே இப்பிரபஞ்சம். வைசேஷிக மரபின்படி முழுமை யானதும் முதன்மையானதுமாக உள்ளவை பருப்பொருட்களான நுண்ணணுக்கள். அவை அழிவதுமில்லை. பிறப்பதுமில்லை. அவை எந்த அதீத சக்தியாலும் படைக்கப்பட்டவை அல்ல. அதாவது, இறைச்சக்தியைச் சாராமல் தனித்து நிற்கும் திறம் உடையது பிரபஞ்சம். வைசேஷிகத்தின் கூற்றுப்படி, பிரபஞ்சம் செயல்படுவதற்கான காரணம் என்ன, அதற்கான நோக்கம் என்ன என்ற கேள்வி எழும்போதுதான் பிரம்மம் அல்லது இறைவன் என்ற தேவை எழுகிறது. அதாவது, வைசேஷிகர்களின் இறைவன் படைத்துக் காக்கும் மூலச் சக்தி அல்ல. ஒரு கருத்துத் தள உந்து சக்தி மட்டுமேயாகும்." (பக். 97)

'நயன்' என்னும் தமிழ்ச் சொல்லிற்கு 'நடுநிலை', அதாவது, 'நீதி' மற்றும் 'உத்தி' முதலிய பொருள்கள் உண்டு. பழம் தமிழகத்தில் வழங்கி வந்து இருந்த 32 தருக்க உத்திகளைப் பின்வருமாறு தொல்காப்பியர் வகைப்படுத்துகிறார்.

"ஒத்த காட்சி உத்தி வகை விரிப்பின்
நுதலியது அறிதல் அதிகார முறையே
தொகுத்துக் கூறல் வகுத்துமெய்ந் நிறுத்தல்
மொழிந்த பொருளோடு ஒன்ற வைத்தல்
மொழியா ததனை முட்டின்றி முடித்தல்
வாரா ததனால் வந்தது முடித்தல்
வந்தது கொண்டு வாராதது முடித்தல்
முந்து மொழிந்ததன் தலைதடு மாற்றே
ஒப்பக் கூறல் ஒருதலை மொழியே
தன்கோள் கூறல் உடம்பொடு புணர்த்தல்
பிறன் உடன்பட்டது தான் உடன் படுதல்
இறந்தது காத்தல் எதிரது போற்றல்
மொழிவாம் என்றல் கூறிற்று என்றல்

தான்குறி இடுதல் ஒருதலை அன்மை
முடிந்தது காட்டல் ஆணை கூறல்
பல்பொருள் கேட்பின் நல்லது கோடல்
தொகுத்த மொழியால் வகுத்தனர் கோடல்
மறுதலை சிதைத்துத் தன்துணிபு உரைத்தல்
பிறன்கோள் கூறல் அறியாது உடன்படல்
பொருளிடை இடுதல் எதிர்பொருள் உணர்த்தல்
சொல்லின் எச்சம் சொல்லி ஆங்கு உணர்த்தல்
தந்து புணர்ந்து உரைத்தல் ஞாபகம் கூறல்
உய்த்துக்கொண்டு உணர்த்தலொடு மெய்ப்பட நாடிச்
சொல்லிய அல்ல பிற அவண் வரினும்
சொல்லிய வகையால் சுருங்க நாடி
மனத்தில் எண்ணி மாசறத் தெரிந்து கொண்டு
இனத்தில் சேர்த்தி உணர்த்தல் வேண்டும்
நுனித்தகு புலவர் கூறிய நூலே."

(தொல்காப்பியம், பொருளதிகாரம், மரபியல் 112)

அதே நேரத்தில், தருக்கச் சிதைவுகளாக, 10 குற்றங்களைச் சுட்டிக்காட்டவும் அவர் தவறவில்லை. அவைதாம்:

"சிதைவு எனப் படுபவை வசையற நாடில்
கூறியது கூறல் மாறுகொளக் கூறல்
குன்றக் கூறல் மிகைபடக் கூறல்
பொருளில கூறல் மயங்கக் கூறல்
கேட்போர்க்கு இன்னா யாப்பிற்று ஆதல்
பழித்த மொழியால் இழுக்கக் கூறல்
தன்னால் ஒருபொருள் கருதிக் கூறல்
என்ன வகையினும் மனங்கோள் இன்மை
அன்ன பிறவும் அவற்றுவிரி ஆகும்."

(தொல்காப்பியம், பொருளதிகாரம், மரபியல் 110)

எனவே,

"இந்திய மரபு வளர்த்தெடுத்த தருக்க முறைதான் நியாயம்"

என்று ஜெயமோகன் கூறுகின்ற பொழுது, நயன் நயம் ஞாயம் ந்யாயம் என்று விளர்ந்து வந்து இருக்கின்ற ஒரு தமிழ்த்தருக்க முறைதான் நியாயத் தெரிசனம் என்று எண்ணுவது நமக்குத் தவிர்த்திட முடியாதது ஆகிவிடுகிறது. மேலும், ஐந்திரமாக வடக்கில் அறியப்பட்டு வந்து இருந்த இலக்கண நூல், தொல் காப்பியம்தான் என்றும் எனக்குத் தோன்றுகிறது.

தனக்கு உரியதாக இந்த நியாயத்தை வேதாந்தம் எடுத்துக் கொண்ட பொழுது, அது அடைந்த மாற்றத்தைப் பின்வருமாறு ஜெயமோகன் கூறுகிறார்.

“பிரபஞ்சம் அடிப்படை அணுக்களால் ஆனது என்று நியாயமும் நம்பியது. பிரபஞ்சம் திட்டவட்டமான, புறவயமான பொருள்களால் ஆனது என்றே அது கூறியது. அணுக்களே அப் பொருள்களை உருவாக்குகின்றன. அணுக்களின் இணைவு, பிரிவு மூலமே பொருள்வய உலகம் இயங்குகிறது. நிலம், நீர், நெருப்பு, வாயு, வானம் (...) என்ற ஐம்பருக்களின் கூட்டாலானவையே இப் பிரபஞ்சத்தில் உள்ள ஜடங்கள் அனைத்தும். அவை எவராலும் எப்போதும் உருவாக்கப்பட்டவை அல்ல. அழியக்கூடியவையும் அல்ல.

அதாவது, நியாயத் தரிசனத்தில் பிரபஞ்சத்தை சிருஷ்டிக்கும் ஒரு இறைவனுக்கு இடமில்லை. அதே போல பொருள் வய உலகைக் கட்டுப்படுத்தக்கூடிய கருத்துலகு என்ற ஊகத்திற்கும் இடமில்லை. எனவே இங்கு ஆத்மாவும் கிடையாது. பிற்பாடு பிரசஸ்தபாதர், வாத்ஸ்யாயனர், ஸ்ரீதரர், உதயணர் ஆகியோர் நியாய மரபினை வேதாந்தத்துடன் பிணைத்து இறைச் சக்தி அல்லது பிரம்மமும் பிரபஞ்ச அமைப்பில் உண்டு என்று சேர்த்துக் கொண்டார்கள்.” *(பக். 103-04)*

தாங்கள் எழுகின்ற மொழியில் அக்கறை இல்லாமல் எழுதுகின்ற எழுத்தாளர்களுக்கு நாட்டில் இன்று பஞ்சம் இல்லை என்பது அனைவரும் அறிந்தது. தமிழ் மொழியில் வளர்ச்சியில் அக்கறை இல்லாமல் எழுதுகின்ற தமிழ் எழுத்தாளர்களை எளிதாக நாம் அடையாளம் காட்டிவிடவும் முடியும். எனினும், இங்கே இது நமது வேலை அல்ல.

ஆனால், சமுதாயச் சிந்தனைகளின் வளர்ச்சிக்கும் மொழி வளர்ச்சிக்கும் இடையே உள்ள பிரிக்க முடியாத பந்தத்தை, பூர்வ மீமாம்சத்தை அடிப்படையாகக்கொண்டு ஜெயமோகன் விளக்குகின்ற இடம் மிகவும் முக்கியம் ஆனது. அதாவது,

“வேதங்களை மூல நூலாகக் கொண்ட பூர்வ மீமாம்சம் வேதங்களைச் சரியானபடி உச்சரித்தல், சரியானபடி அர்த்தப்

படுத்துதல் ஆகியவற்றில் மிகுந்த கவனம் செலுத்தியது. படிப்படியாக அது மொழியிலக்கணத்தை உருவாக்கி வளர்த்தெடுத்தது. சமஸ்கிருத மொழியின் இலக்கண வளர்ச்சிக்கு அடிப்படையாகவும் அமைந்தது. ஆகவே மொழியிலக்கணமே மீமாம்சை என்று அழைக்கப்படலாயிற்று." (பக். 119)

இப்படி, பூர்வ மீமாம்சத்தை விளக்குகின்ற ஜெயமோகன், உத்தர மீமாம்சத்தை வேதாந்த மரபுடன் இணைக்கிறார். எனவே, பிரம்ம சூத்திரங்கள் தாம் உத்தர மீமாம்சையின் அடிப்படை என்பது வெளிப்படை!

வேதாந்த மரபு என்பது உபநிஷதங்களின் மரபுதான் என்பது அனைவரும் அறிந்தது. எனினும், வேதாந்தங்களை வேதங்களுடன் இணைத்துக் குழம்பிக்கொள்பவர்களும் நம் இடையே இல்லாமல் இல்லை. இதனால்தான், வேதங்களை மந்திரங்கள் என்று மட்டும் குறிப்பிடுகிறார் பி.டி. சீனிவாச அய்யங்கார். (Life in Ancient India, Preface.)

இங்கே, வேதாந்த மரபு பற்றி ஜெயமோகன் கூறுகின்ற கருத்துகளை, அவ்வளவு எளிதாக யாரும் புறக்கணித்து விடமுடியாது என்றுதான் எனக்குத் தோன்றுகிறது. ஏனென்றால்,

"பிரம்மம் என்ற கருத்துருவம் பிரபஞ்சத்தை ஓர் உச்ச மன நிலையில் ஒற்றைப் பேருறுப்பாகக் கண்டதன் விளைவாகும். பிற்பாடு இந்தியச் சிந்தனை மரபுகள் அனைத்திலும் இக்கருது கோள் செல்வாக்குச் செலுத்தியது. பௌத்தர்கள் கூறும் மகா தர்மம் பிரம்மத்தின் வேறு வகை விளக்கமே. மகாசூனியமும் கூட வேறல்ல". (பக். 136)

என்று வேதாந்தச் சிந்தனையின் முடிபுகளை விளக்குகின்ற ஜெயமோகன்,

"இக உலகை நிராகரிக்கவும், இங்கு நிலவும் அடக்குமுறைக் கொடுமைகளையும் சுரண்டலையும் புறக்கணித்து, பொய்யான மனமயக்கங்களில் திளைக்கவும் பிரம்மத் தத்துவமும் உபநிடதங்களும் வரலாறு முழுக்கப் பயன்படுத்தப்பட்டுள்ளன. பயன்படுத்தப் பட்டும் வருகின்றன". (பக். 136-37)

என்று அதன் மீது கண்டனக் கணைகளையும் தொடுக்கிறார்.

இறுதியாக,

"நமக்குத் தேவை மரபு வழிபாடு அல்ல. மரபு மீதான உதாசீனமும் அல்ல. கறாரான விமரிசனப் பார்வைதான்; முழுமையான அறிதலில் இருந்துதான் அந்த விமர்சனம் உருவாக முடியும். திரிபுகள், அரைகுறைப் பார்வைகள், முன் முடிவுகள் நம்மை மேலும் அழிக்கவே செய்யும்" (143-44)

என்று கூறுகின்ற ஜெயமோகனின் கருத்துகளை யார்தான் மறுத்திட முடியும்?

இது போன்ற ஆய்வுகளை இந்நூலில் ஆங்காங்கே மேற் கொண்டு, நம்மை ஜெயமோகன் சிந்திக்க வைக்கிறார். பல சொற்களின் சரியான பொருள்களைக் கூறி நமக்கு மகிழ்ச்சி யையும் அவர் அளிக்கிறார். ஓர் எடுத்துக்காட்டாக, 'அதிர்ஷ்டம்' என்பதற்கு அ+திர்ஷ்டம்=தெரியாதது என்று அவர் கூறுகின்ற பொருளைக் கூறலாம். அப்படி என்றால், 'எனக்கு அதிர்ஷ்டம் அடித்தது' என்று ஒருவன் கூறுகின்ற பொழுது, 'எனக்குத் தெரியாதது அடித்தது' என்று அவன் கூறுவதாகத்தான் பொருள்படுகிறது. விரிக்கில் பெருகும் என்பதால் இத்துடன் நான் நிறுத்திக்கொள்வதுதான் பொருத்தமும் ஆகிறது.

முடிவாக, இந்த நூலை நான் படித்ததன் பயனாக, இந்திய மெய் ஞான மரபு பற்றிய ஒரு தெளிவு எனக்கு ஏற்பட்டது என்பதை ஈண்டு தெரிவித்துக்கொள்ள நான் விரும்புகிறேன். இது போன்ற ஒரு பயனை இதன் வாசகர்கள் அனைவரும் அடைவர் என்றும் நான் நம்புகிறேன்.

அன்புடன்
சோதிப் பிரகாசம்

2.9.2002

சென்னை

தத்துவம் ஓர் எளிய அறிமுகம்

தத்துவம் எதற்காக?

சிந்திக்கும் பழக்கம் உடையவர்களில்கூட ஒரு சாரார் தத்துவத்தில் தங்களுக்கு ஆர்வமில்லை என்று கூறுவது வழக்கம். தத்துவப் பழக்கமற்றவர்களின் சிந்தனை தெளிவற்றதாகவும், அகவய அபிப்பிராயமாகவும் இருப்பதைக் காணலாம்.

தத்துவத்தின் மீதான இந்த வெறுப்புக்கு என்ன காரணம்? தத்துவம் வெறும் தருக்கங்களின் போட்டி ஆட்டம்தான் என்ற மனச்சித்திரம் உருவாவதுதான்.

எளிமையாகக் கூறப்போனால் தத்துவம் என்பது அனைத்து அறிவுத் துறைகளிலும் உள்ள தருக்கங்களின் தொகுப்பு. இத்தருக்க நிலைகளை அந்தந்தத் துறைகளைச் சார்ந்த நிதரிசனங்களுடன் பொருந்திப் பார்த்து விரித்தெடுத்துக்கொள்வது தத்துவ மாணவனின் வேலை. அப்படி விரித்து எடுக்காமல் தருக்கங்களை வெறும் சதுரங்கக் காய்களாக மட்டும் பார்க்கும்போதுதான் மேற்குறிப்பிட்ட சலிப்பு ஏற்படுகிறது.

உதாரணமாக இதை எழுதும்போது எனக்குத் தாகமெடுக்கிறது. டீ குடிக்க சாலையில் இறங்குகிறேன். ஒரு லாரி என்மீது மோதி உயிர் துறக்கிறேன். அப்படி என்றால் நான் எழுதத் தொடங்கிய விஷயத்திற்கு என்ன அர்த்தம்? என் மரணத்துக்கு என்ன அர்த்தம்? இதே போல கண்டிப்பாக நாம் அனைவரும் ஏதாவது ஒரு தருணத்தில் யோசித்திருப்போம்.

மேற்கொண்டு யோசிக்கும்போது நமக்கு இருவிடைகள்

கிடைக்கும். ஒன்று: என் எழுத்து முடிவடையாது போனது, என் மரணம் எல்லாமே ஒரு தற்செயல்தான். இரண்டு: நம்மால் அறிய முடியாத ஒரு மாபெரும் செயல்திட்டத்தின் ஒரு சிறுபகுதிதான் இது.

இந்த இடத்தில் நாம் நின்றுவிடுவோம். தத்துவார்த்தமாக சிந்திப்பவன் மேலே செல்வான். அப்படி என்றால் இந்தப் பூமியில் நடக்கும் கோடிக்கணக்கான செயல்கள் எல்லாம் ஒன்றுடன் ஒன்று தொடர்புள்ள தற்செயல்கள் மட்டும்தானா? இல்லை, நமக்கு அப்பாற்பட்ட ஒரு செயல்திட்டம் அவற்றுக்குப் பின்னால் உள்ளதா?

தத்துவச் சிந்தனை இதை வெறும் தருக்கமாகப் பொதுமைப் படுத்திக்கொள்ளும். 'தற்செயல் வாதமா? இல்லை பெருந்திட்ட வாதமா?' என்று இக்கேள்வியைக் கூர்மைப்படுத்தும். இருதரப்பு க்கும் தேவையான தருக்கங்களைக் கண்டுபிடித்துத் தொகுத்து விவாதித்தபடியே போகும்.

நாம் தத்துவத்திற்குள் நுழையும்போது காண்பது. இவ்வாறு பொதுமைப்படுத்தி கூர்மைப்படுத்தப்பட்ட தருக்கங்களை மட்டுமே. ஆகவே இது வெறும் தர்க்க விளையாட்டு என்ற மனச் சித்திரம் தோன்றிவிடுகிறது.

உண்மையில் இந்தத் தருக்கங்கள் அனைத்துமே நமது அன்றாட வாழ்வுடன் மிகவும் சம்பந்தப்பட்டவை. நமது ஒவ்வொரு சிந்தனையையும் செயலையும் தீர்மானிப்பவை. நமக்கு தத்துவ ஆர்வம் இல்லை என்றால் நமக்கும் தத்துவத் திற்கும் தொடர்பு இல்லை என்று பொருளல்ல. மின்சாரத்தைப் பயன்படுத்துபவர்களில் பெரும்பாலோருக்கு அதைப்பற்றி ஒன்றும் தெரியாது அல்லவா?

தத்துவம் வெறும் தர்க்கங்களாக முன் வைக்கும் சிந்தனை களை நடைமுறைத் தளத்துக்கு விரிவுபடுத்திக்கொள்ள நமக்கு முடியுமென்றால், தத்துவம் மிகமிக ஆர்வமூட்டும் துறையாக ஆகிவிடும்.

நமது வீட்டில் ஒரு மின்சாரக் கருவி உள்ளது. அது சில மின் காந்த விதிகளின்படி செயல்படுகிறது. இக்கருவியைப் பழுது

பார்க்க வேண்டுமெனில் அதன் செயல்முறையைத் தெரிந்து கொள்ள வேண்டும். அச்செயல்முறைக்கு அடிப்படையாக உள்ள மின்காந்த விதிமுறைகளைக் கற்பதுதான் முதன்மையான வழிமுறை, இல்லையா?

அதுபோல ஒரு அறிவுத்துறையைக் கற்க, அவ்வறிவுத் துறையின் ஆதாரமான செயல் விதிகளை அறிந்துகொள்ள வேண்டும். அதற்குத் தத்துவம் உதவிகரமானது. உதாரணமாக ஒரு கலை விமர்சகர் இந்த ஓவியம் அழகானது, இது அழகற்றது என்று விமரிசிக்கிறார். அழகு என்றால் என்ன என்று அவர் ஆராயத் தொடங்கினால் தத்துவத்திற்குள் வந்துவிடுகிறார். ஒரு மானுட வியலாளர் பண்பாடு என்றால் என்ன என்று யோசிக்கும்போது தத்துவத்தில் இறங்கிவிடுகிறார். அழகுக்கும் பண்பாட்டுக்கும் இடையேயான உறவு என்ன கேள்வியை ஒரு தத்துவவாதி எழுப்பிக்கொள்ள மேற்கண்ட இருவரும் உதவுவார்கள்.

ஒவ்வொரு காலகட்டத்திலும் எந்தத் துறை மிகுந்த தீவிரத்துடன் செயல்பட்டுப் புதிய கேள்விகளை எழுப்புகிறதோ அந்தத் துறைக்கு நெருக்கமானதாகத் தத்துவம் இருக்கும். அந்தத் துறையில் உள்ள முக்கியமான பிரச்சினைகள் தத்துவத்திற்குள் வரும்.

கடந்த காலத்தில் மதத்திற்கு மிக நெருக்கமானதாகத் தத்துவம் காணப்பட்டது. பிற்பாடு அது அரசியல் சித்தாந்தங்களை ஒட்டிச் செயல்பட்டது. கடந்த ஐம்பது வருடங்களை எடுத்துப் பார்த்தால் மொழியியல், உயர் பௌதீகம், நரம்பியல், மரபணுவியல் முதலிய துறைகளில் உருவான அடிப்படைப் பிரச்சினைகளைத் தத்துவம் எடுத்துப் பேசியிருக்கிறது என்று காணலாம்.

உதாரணமாக ரஸ்ஸல் உயர் பௌதீகத்தைச் சார்ந்து சிந்தித் திருக்கிறார். விட்ஜென்ஸ்டைன் மொழியியல் பிரச்சினைகளை ஆராய்ந்தார். கார்ல் பாப்பர் பரிணாமக் கொள்கைகளை ஆராய்ந்தார். நாம் சாம்ஸ்கி மொழியியலையும் நரம்பியலையும் குறித்து ஆராய்ந்தார்.

ஆகவே எந்தத் துறையிலாவது ஆழமான சிந்தனைக்குள் போக வேண்டுமெனில் கண்டிப்பாகத் தத்துவப் பயிற்சி அவசியம்.

அதைத் தவிர்க்க முடியாது. இலக்கியத்தில் கூட 'தத்துவமின்றி நாவல் இல்லை' என்று கூறப்படுவதுண்டு. இலக்கிய விமரிசனம் என்பது தத்துவத்தின் கிளை போலவே இயங்கக்கூடியது.

தத்துவத்தை எப்படிப் பயில்வது?

தத்துவக் கல்வியில் சலிப்பு ஏற்பட மிக முக்கியமான காரணம் அவற்றை நாம் சரியான முறையில் படிக்காததுதான். நமது கல்விக் கூடங்களில் தத்துவத்தைப் பற்றிய தகவல்கள் தான் கற்பிக்கப்படுகின்றனவேயொழிய தத்துவமல்ல. தகவல்களைக் கற்று மூளையில் சேமிப்பது மிகவும் சோர்வு தருவது.

தத்துவம் என்பது தருக்கங்கள் என்று சொன்னேன். தருக்கம் எப்போதுமே இரு பக்கங்களுக்குள் நடக்கும் விவாதம்தான். (இதை சுபக்கம் பரபக்கம் என்பார்கள் இந்திய மரபில்.) இதை ஓர் ஊஞ்சல் என்று கூறலாம்.

பழங்காலத்தில் விவாதமாகவே தத்துவம் கற்பிக்கப்பட்டது. குருவும் சீடர்களும், சீடர்களுக்குள்ளே உள்ள குழுக்களும் ஒரு தலைப்பு குறித்து விவாதிப்பார்கள். மாறி மாறி எதிர்த்து வாதிடு வார்கள். அப்போது இரு பக்கங்களும் துலங்கி அத்தலைப்பு தெளிவுபட்ட படியே வரும்.

பிளேட்டோ, சாக்ரட்டீஸ் முதல் தொடங்கும் மேலைத் தத்துவம் விவாத வடிவில்தான் உள்ளது. நமது பண்டைய தத்துவச் சிந்தனைகள் முழுக்க விவாதங்களாகவே உள்ளன. என் வணக்கத்திற்குரிய ஆசிரியர் நித்ய சைதன்யயதி தத்துவத்தை விவாதமாகவே கற்பிப்பார்.

கட்டுரை வடிவில் தத்துவம் எழுதப்படும்போது இருபக்கங ்களையும் அதுவே கூறிச் செல்கிறது. அப்போது ஓர் ஊஞ்சலைத் தள்ளி நின்று பார்ப்பது போல சலிப்பு ஏற்படுகிறது. இதை வெல்ல தத்துவ விவாதத்தில் நாமும் ஈடுபட வேண்டும்.

இதற்கு இருவழிகள் உள்ளன. ஒன்று அத்தத்துவ ஆசிரியர் கூறுவதற்கு எதிராக மறுதரப்பாக நம்மை வைத்துக்கொண்டு மானசீகமாக விவாதித்துப் பார்ப்பது. இது நம் மூளையைத் தூண்டி நம்மை ஆர்வத்துடன் அதில் ஈடுபடுத்தும். நமது

சிந்தனையையும் வலுப்படுத்தும்.

இரண்டு, அத்தத்துவ ஆசிரியர் ஓர் உதாரணம் கூறினால் அதனுடன் நமது சொந்த அனுபவத்தில் இருந்து ஓர் உதாரணத்தையும் போட்டுப் பார்ப்பது. இது நமது கற்பனையை விரியச் செய்து தத்துவக் கொள்கைகளைப் புரியவைக்கும். மேலும் பொதுவான தத்துவத் தருக்கத்தை நமது நடைமுறை வாழ்க்கைக்குக் கொண்டுவரவும் உதவும்.

உதாரணமாக, மிஷெய்ல் ஃபூக்கோ சமூக அதிகாரம் எப்படிச் செயல்படுகிறது என்பதைக் காட்ட ஒரு உதாரணத்தைக் கூறுகிறார். பெரிய சிறைகளில் கண்காணிப்புக் கோபுரம் இருக்கும். அங்கிருந்து எல்லா அறைகளையும் பார்க்க முடியும். அறைகளில் இருந்து அதைப் பார்க்க முடியாது. அந்நிலையில் தாங்கள் கண்காணிக்கப்படுவதான உணர்வு எப்போதுமே கைதிகளிடம் இருக்கும். அவர்கள் தங்களைத் தாங்களே கட்டுப்படுத்திக் கொள்வார்கள். கண்காணிப்புக் கோபுரத்தில் ஆள் இருக்க வேண்டிய அவசியமே இல்லை. அதுபோலத்தான் அரசாங்கமும்.

நான் என் அப்பாவை நினைவு கூர்ந்தேன். நாங்கள் படிக்க அமரும் மேஜைக்கு அருகே ஒரு சன்னல். அதில் ஒரு வெடிப்பு. அதன் வழியாக அப்பா எங்களைச் சிலசமயம் பார்ப்பார். அதை நாங்கள் அறியமுடியாது. பிறகு அச்சன்னலே எங்களைக் கண்காணிக்க ஆரம்பித்தது. ஃபூக்கோவை இப்போது என் சொந்த வாழ்வில் போட்டுப் பார்க்க முடிகிறது இல்லையா?

படித்தவற்றைத் தொகுப்பதிலும் சிறந்த வழி ஒன்று உண்டு. படித்தவற்றைப் பிறருக்கு விளக்கிக் கூறுவது போலவோ, பிறருடன் விவாதிப்பது போலவோ கற்பனை செய்துகொண்டு யோசிப்பதுதான் அது.

பழங்காலத் தத்துவம் இன்றைக்கு எதற்கு?

பரவலாகக் கேட்கப்படும் கேள்வி இது. 'சரி, புதிய தத்துவம் என்று எதைச் சொல்கிறீர்கள்?' என்று நான் கேட்பேன். அவர்கள் மார்க்ஸியம் என்றோ, அணுக்கொள்கை என்றோ பதில் கூறுவார்கள். இத்தத்துவங்களின் நடைமுறை சார்ந்த அம்சங்கள், சில தருக்க முறைகள் மட்டுமே புதியவை. அடிப்படைகள்

முழுக்க புராதன கிரேக்கச் சிந்தனையில் இருந்து பெறப்பட்டவை என்று நான் விளக்குவேன்.

தத்துவம் என்பது தொழில் நுட்பம் அல்ல. புதியது வந்ததும் பழையது போய்விடாது. ஒவ்வொன்றும் பிறிதின் தொடர்ச்சியாகவே எழமுடியும். தத்துவம் என்பது தருக்கங்களின் தொகுப்பு என்றேன். அத்தருக்கங்கள் எங்கிருந்து வருகின்றன? மனித மூளை செயல்படும் விதங்களில் இருந்து அல்லவா? மனித மூளை அன்றும் இன்றும் ஒன்றுதான். புறச் சூழல்தான் மாறிக் கொண்டே இருக்கிறது.

ஆகவே கலையிலும் தத்துவத்திலும் அடிப்படைகள் மாறுவதே இல்லை. அவற்றை எடுத்துரைக்கும் முறையும், புரிந்து கொள்ளப்படும் சூழலும் மட்டும் மாறியபடியே இருக்கும். மிகப்புராதனமான தத்துவச் சிந்தனையின் அடிப்படைகள் இன்றைய நவீனச் சிந்தனைகளில் தொடர்வதைக் காணலாம்.

ஆகவேதான் அதிநவீன சிந்தனைகள் பெருகி வந்தபடியே இருக்கும் மேற்கத்திய அறிவுச் சூழலில் கூட அதிபுராதன கிரேக்கச் சிந்தனையாளர்கள் முதற்கொண்டு எவருமே புறக்கணிக்கப்படுவதில்லை. ஒவ்வொருவரும் திரும்பத் திரும்ப வேறு வேறு கோணங்களில் வாசிக்கப்படுகிறார்கள். மறுகண்டுபிடிப்புச் செய்யப்படுகிறார்கள்.

முக்கியமான எந்தச் சிந்தனையும் காலாவதியாவதில்லை என்பதை நாம் முதலில் புரிந்துகொள்ள வேண்டும். உதாரணமாக ஹிட்லர் என்ற எதிர்மறைச் சக்தியின் உருவாக்கத்தில் நீட்சேக்கு பங்கு உண்டு என்பது வெளிப்படை. ஆகவே அவர் வெறுத்து ஒதுக்கப்பட்டார். அத்துடன் நவீன அறிவியல் நீட்சேயின் பல சிந்தனைகளைத் தவறெனக் காட்டியது.

அதேபோல கார்ல் மார்க்ஸின் பொருள்முதல்வாதச் சிந்தனைகள் உருவானபிறகு ஹெகல் காலாவதியாகிவிட்டதாகக் கூறப்பட்டது.

ஆனால் பின் நவீனத்துவ சிந்தனைகள் உருவானபோது இவர்கள் மறுகண்டுபிடிப்புச் செய்யப்பட்டு உயிர்த்தெழுந்தார்கள். சமூக அதிகாரம் முதலியவை குறித்த இவர்களுடைய

பார்வைகள் விரிவாக்கம் செய்யப்பட்டன.

ஐம்பதுகளில் மிகுந்த செல்வாக்கு பெற்றிருந்த சார்தர், சி.ஜி. யங் முதலியோர் இன்று பின் நவீனத்துவர்களால் நிராகரிக்கப் படுகிறார்கள். அவர்கள் நாளை உயிர்தெழக் கூடும். இன்று மறக்கப்பட்டுள்ள ஹென்ரி பெர்க்ஸன், பிஷப் பெர்க்லி முதலியோர் மீண்டு வரும் அறிகுறிகள் தெரிகின்றன.

சிந்தனைகள் பழமையாவது, காலாவதியாவது குறித்தெல்லாம் பேசுபவர்கள் இங்கேயுள்ள 'சிந்தனை இறக்குமதியாளர்கள்'தான். மேற்கே எது புத்தம் புதிதோ அதைப்பற்றிப் பேசவேண்டுமென்ற துடிப்பே காரணம். மேற்கு ஒருபோதும் பழைமையைப் புறக்கணித்ததில்லை என்பதை இவர்கள் கவனிப்பதில்லை.

இந்தியச் சிந்தனையின் இன்றைய முக்கியத்துவம் என்ன?

இன்று நாம் ஏன் இந்தியச் சிந்தனையைப் பயிலவேண்டும்? இக்கேள்விக்குப் பதிலளிக்கும் முன் நாம் அறியவேண்டியது இப்படிக் கேட்பவர்கள் தமிழ் நாட்டிலுள்ள பெரியாரியர்கள் மட்டுமே என்பதுதான். பொதுவாகவே சிந்தனைக்கு எதிரான பொதுப்போக்கு மனப்பான்மை *(Populist tendency)* இவர்களுக்கு உண்டு. [1] இவர்கள் எவருமே இந்தியச் சிந்தனை மரபு குறித்து மட்டுமல்ல, எந்தச் சிந்தனை மரபு குறித்தும் ஆழமாக ஏதும் எழுதியதில்லை.

மாறாக இந்திய மார்க்ஸியர்களான ஈ.எம்.எஸ்., கே.தாமோதரன், தேவி பிரசாத் சட்டோபாத்யாய உள்ளிட்ட ஏராளமானவர்கள் இந்தியச் சிந்தனை மரபு குறித்து ஆராய்ந் திருக்கிறார்கள். இந்திய தலித் சிந்தனையாளர்களான அம்பேத்கர், அயோத்திதாச பண்டிதர், பூலே போன்றவர்கள் மிகமிக விரிவான ஆய்வுகள் செய்துள்ளார்கள்.

---

1 *Populism* என்றால், சிந்தனையின் ஆழமான முரண்பாடுகளுக்குள் இறங்கிச் செல்லாமல் மேலோட்டமான கருத்துகளைப் பிரசாரம் மூலம் வலியுறுத்திச் சமூகத்தில் பிரபலமடைதல் என்று பொருள். 'வளர்முக நாடுகளில் பாப்புலிசம்' என்ற முக்கிய நூலில் உலகளாவிய பாப்புலிச போக்குகளை விளக்கும் வி.ஹொரெஸ் (முன்னேற்ற பதிப்பகம் மாஸ்கோ வெளியீடு 1986.) தமிழகத் திராவிட இயக்கத்தை முக்கியமாக உதாரணம் காட்டுகிறார்.

ஏன் என்பது அடுத்த கேள்வி. இங்குள்ள வாழ்வு; அதன் கொள்கைகள், நம்பிக்கைகள், அமைப்புகள் அனைத்துமே இந்தியச் சிந்தனை மரபின் கூறுகளால் கட்டப்பட்டவை. இந்தியச் சமூகத்தைப் புரிந்துகொள்ள இந்தியச் சிந்தனை மரபை அறிவது அவசியம். பல இடங்களில் இதைக் குறிப்பிடும் அம்பேத்கர் இந்தியச் சிந்தனை மரபு குறித்து ஒரு சாராரால் உருவாக்கப்பட்ட பிழையான சித்திரத்தை ஆராயாமல் ஏற்பதனால்தான், நாம் இந்தியச் சமூகம் குறித்துப் பிழையாகப் புரிந்துகொண்டுள்ளோம் என்கிறார்.

ஆகவே இங்குள்ள வாழ்க்கையில் இருந்து அசலான சிந்தனை களை உருவாக்கிக்கொள்வதற்கும் சரி, இங்குள்ள வாழ்க்கையின் அடிப்படையில் மேலைத்தேய நவீன சிந்தனைகளைப் புரிந்து கொள்வதற்கும் சரி, கண்டிப்பாக இந்தியச் சிந்தனை மரபு குறித்த ஞானம் அவசியம். இந்தியாவின் முக்கிய சிந்தனையாளர் அனைவரிடமும் இத்தெளிவு இருந்தது.

தத்துவங்கள் சில சமயம் அபத்தமான முடிவுகளுக்கு வருகின்றனவே?

தத்துவத்தில் ஐம்பது வருடம் பின் சென்று அன்றைய முடிவுகள் சிலவற்றை எடுத்து இப்போது பார்த்தால் நமக்குத் தூக்கி வாரிப்போடும். நீட்சே சொன்னார், பிரபஞ்சத்தில் ஜடப் பொருள் எல்லைக்குட்பட்டது; ஆனால் காலம் முடிவற்றது. ஆகவே இங்கு பொருளின் பலவித சேர்க்கையின் மூலம் நடக்கிற ஒவ்வொரு நிகழ்வும் மீண்டும் மீண்டும் நிகழ்ந்தாகவேண்டும். நிரந்தரச் சுழற்சி (External Recurrence) என்ற பெயரில் இதை முன்வைத்தார்.

பொருளும் பிரபஞ்சத்தில் எல்லையற்றதே என அறிவியல் நிறுவிய பிறகு நீட்சேயின் சித்தாந்தம் மூடத்தனமான ஒன்றாக மாறிவிட்டது. அப்படி என்றால் நீட்சே ஒரு மூடனா? பண்டைய தத்துவங்களில் பல இன்று தவறான முடிவுகளைத் தருவனவாகத் தெரிகின்றன. ஆகவே அவை பயனற்ற குப்பைகளா?

சிந்தனையின் விளிம்பு எல்லையில் தத்துவாதி குடியிருக் கிறான். ஓர் ஊரில் பல்லாயிரம் பேர் குடியிருக்கிறார்கள்.

ஊரை மேலும் எப்படி, எத்திசையில் விரிவுபடுத்தலாம் என்று பார்க்க, ஒருசில முன்னோடிகள் எல்லாத் திசையிலும் கிளம்பிச் செல்கிறார்கள் என்று கொள்வோம். அவர்களில் சிலர் வழி தவறிவிடலாம். சிலர் தவறான முடிவுகளுக்கு வரலாம். காரணம், அவர்கள் போவது பிறர் அதுவரை போகாத திசை களில் அல்லவா? அந்த முன்னோடிகளில் சிலரே நகரத்தை விரிவு படுத்துவதற்கான வழியைக் கண்டுபிடிப்பார்கள். மானுடச் சிந்தனை வளர்வது இப்படித்தான். ஏற்கெனவே தத்துவம் கண்டடைந்த இடத்தில் சொகுசாக வாழ்ந்தபடி தத்துவத்தின் புதிய முயற்சிகளை நாம் விமரிசனம் செய்கிறோம்.

தத்துவத்தின் கண்டுபிடிப்புகளில் பத்துக்கு இரண்டுதான் உபயோகமாக இருக்கும். உடனே தத்துவம் 20% தான் சரியானது என்று கூறிவிட முடியாது. பத்து புதுக்கண்டுபிடிப்புகள் வந்தால் தான் இரண்டு சரியான புதுச் சிந்தனைகள் நமக்குக் கிடைக்கின்றன.

இன்னொன்றும் கூறவேண்டும். ஒரு தத்துவக் கண்டுபிடிப்பு, அப்படியே நேரடியாக எடுத்துக்கொண்டால், தவறாக, நடை முறைப் பார்வையில் அபத்தமாகக்கூட, இருக்கக்கூடும். ஆனால் அதற்குக் குறியீட்டு ரீதியில் மிகுந்த முக்கியத்துவம் அறிவுத் துறையில் ஏற்படக்கூடும்.

உதாரணமாக அபாவம் (இன்மை) என்பதும் ஒரு பொருண்மை இருப்புதான் என்று நியாய சாஸ்திரம் கருதுகிறது. அதாவது, ஒரு பொருள் இல்லாமலிருப்பதும் ஒருவகை இருப்பே. இச்சிந்தனை வெறும் தருக்கம்தான். நடைமுறைக்குப் பயன்படாது. ஆனால் இது குறியீட்டு ரீதியாக விஞ்ஞானி சந்திரசேகருக்குக் கருந்துளை கள் (Black holes) குறித்த ஆய்வுக்கு உதவியது.

வேறு எவ்விதமான அறிவு வளர்ச்சி இருந்தாலும் தத்துவ நோக்கு வளராவிட்டால் அசல் சிந்தனைகள் ஒரு சூழலில் ஏற்படாது என்பதே உண்மை. ஒவ்வொரு அறிவுத்துறையும் சாராம்சப்படுத்தப்பட்டுத் தத்துவம் நோக்கிக் கொண்டு செல்லப் பட்டாக வேண்டும். பலர் எண்ணுவது போல தத்துவம் என்பது உளவியல், மானுடவியல், இயற்பியல் போல ஒரு குறிப்பிட்ட அறிவுத்துறை அல்ல. அது மனிதனின் ஆதார அறிதல் முறைகளில் ஒன்று.

அடிப்படையில் பொதுவாக, கற்பனை, தர்க்கம், தியானம் என மானுட அறிதல் முறைகளை மூன்றாக நாம் வகுக்கலாம். தருக்கபூர்வ அறிதல் முறையே தத்துவம் என்பது. தத்துவம் நமது ஒவ்வொரு தருக்கச் சிந்தனையிலும் உள்ளது. நாம் சிந்திப்ப தெல்லாமே தருக்கம் மூலம்தான். அதாவது தத்துவத்தில் தான் நாம் வாழ்ந்துகொண்டிருக்கிறோம். தத்துவம் மூச்சு போல. அனைவரிலும் அது உண்டு. அதைத் தவிர்க்க முடியாது.

தத்துவச் சிந்தனையாளர்கள் இம்மூச்சைப்பற்றிச் சிந்திப்பவர்கள், அதைப் பயிற்சி மூலம் கட்டுப்படுத்தி புதிய புதிய விதங்களில் விடமுயல்பவர்கள். அதாவது, சிந்தனை என்பது சுவாசமென்றால் தத்துவச் சிந்தனை என்பது பிராணாயாமம்.

பகுதி 1

1. 1. தரிசனங்களின் அடிப்படைகள்

மெய்ஞானமரபு என்பது என்ன?

இந்து மெய்ஞான மரபு என்றால் என்ன என்னும் கேள்வியினை மிக விரிவாகவும் தெளிவாகவும் நாம் எழுப்பியாக வேண்டிய தேவை இன்று உள்ளது. இம்மரபின் உள்ளேயுள்ள விஷயங்களைப் புரிந்துகொள்ள இது அவசியம்.

முதலில் இது குறித்து நமக்கிடையே உள்ள பிழையான புரிதல்கள் சிலவற்றைத் தெளிவுபடுத்திக்கொள்ள வேண்டும். பொதுவாக இந்து மெய்ஞானமரபு என்று கூறும்போது இந்து மதத்தையே நாம் குறிப்பிடுகிறோம். சிலர் பௌத்த மதத்தையும் சமண (ஜைன) மதத்தையும் சேர்த்துக்கொள்வார்கள்.

இந்துமதம் என்றால் என்ன? இப்போது நாம் இந்து மதம் என்று குறிப்பிடுவது உண்மையில் சைவம், வைணவம், சாக்தேயம், கௌமாரம், காணபத்யம், சௌரம் என ஆறு வழிபாட்டு முறைகளின் ஒட்டுமொத்தமான தொகுப்பு ஆகும். நமது பழைய வழக்கப்படி ஒரு மதம் என்பது ஒரு குறிப்பிட்ட இறைவனை வணங்கும் வழிபாட்டு மரபே.

இந்தப் பட்டியலில் சேர்க்கப்படாத ஏராளமான சிறு வழிபாட்டு முறைகளும் இந்துமதம் என்ற அமைப்புக்குள் காணப்படுகின்றன. பல்வேறு பிராந்திய வழிபாட்டு முறைகள் படிப்படியாக இந்து மதத்தில் சேர்வது இப்போதும் தொடர்ந்து நடக்கிறது. இந்தியா சுதந்திரம் பெற்ற பிறகு பழங்குடி மக்கள் மற்ற மக்களுடன் தொடர்புகொள்வது அதிகரித்தது.

அவர்களுடைய வழிபாட்டு முறைகள் இந்து மதத்தில் சேர்ந்தன. இது சமீப காலத்து உதாரணம்.

அதேபோல இந்து மதம் என்று பொதுவான அமைப்பில் இருந்து பல்வேறு புதிய வழிபாட்டு முறைகளும் தொடர்ந்து பிறந்து வளர்ந்து வருகின்றன. உதாரணமாக ஓஷோ போன்றவர்களின் புதுவகைத் தியான முறைகளைக் கூறலாம். இவர்களில் சிலர் தங்களை இந்து மதத்துடன் சேர்த்துப் பார்ப்பதை விரும்புவது இல்லை.

புத்தமதமும் சமணமதமும் அதிக மாற்றங்கள் இல்லாமல் இந்தியாவில் சிறிய அளவில் இருந்து வருகின்றன.

இந்த வழிபாட்டு முறைகளை இந்து மெய்ஞான மரபு என்று கூற முடியுமா? முடியாது. இவை மெய்ஞான மரபின் வெளிப்பாடு முறைகள் மட்டுமேயாகும். இவற்றுக்கு எல்லாம் பொதுவாக உள்ள ஞான ஓட்டத்தையே மெய்ஞான மரபு என்று கூறமுடியும்.

அந்தச் சிந்தனை ஓட்டத்தின் அடிப்படையிலேயே வேறு வழிபாட்டு முறைகள் இந்துமதத்துடன் இணைக்கப்படுகின்றன. அந்தச் சிந்தனை ஓட்டத்தில் இருந்துதான் புதிய வழிபாட்டு முறைகள் உருவாகி வருகின்றன.

அதாவது இப்படிக் கூறலாம். திருநெல்வேலி மாவட்டத்தில் உள்ள ஒரு குறிப்பிட்ட சாதியினரின் குலதெய்வமான இசக்கி அம்மன் இந்து மெய்ஞான மரபில் இணைந்து இந்து தெய்வமாக ஆகிறது. இயற்கையின் ஒழுங்கையும் அழகையும் தியானம் செய்தால் பிரபஞ்சத்தைப் பற்றிய மெய்ஞானம் உருவாகும் என்று ஜே. கிருஷ்ணமூர்த்தி சொல்கிறார். இந்த இரண்டு போக்குகளுக்கும் இடையேயான உறவு என்ன?

இசக்கி அம்மன் வழிபாடு இந்து மதத்தில் இணைகிறது. ஜே. கிருஷ்ணமூர்த்தியின் தியான முறை இந்து மதத்தில் இருந்து வளர்ந்து பிரிகிறது. இசக்கி அம்மன் வழிபாடு இந்து மதத்தில் உள்ள ஒரு சாராம்சமான பகுதியுடன் வந்து இணைகிறது. அந்தச் சாராம்சமான பகுதியிலிருந்துதான் ஜே. கிருஷ்ணமூர்த்தி உருவாகி வளர்ந்து வருகிறார்.

அது என்ன? இயற்கையில் உள்ள அழகினையும் ஒழுங்கையும்

கண்ட பழைய ரிஷிகள், இயற்கையைத் தாய் வடிவிலும் இளம் கன்னி வடிவிலும் உருவகித்துக் கொண்டார்கள். ராத்ரிதேவி, உஷைதேவி என்று இரவையும் காலையையும் கூட பெண் தெய்வங்களாகக் கண்டு வழிபட்டார்கள்.

இந்தத் தரிசனத்திலிருந்து சக்தி வழிபாடு உருவாகி வளர்ந்தது. கல்வி, செல்வம், வீரம் அனைத்துக்கும் பெண் தெய்வங்கள் உருவகம் செய்யப்பட்டன. புராதன தாய்த் தெய்வமான இசக்கி அம்மன் இந்த வரிசையில்தான் போய் இணைகிறது. அதாவது இயற்கையைப் பற்றிய ஆதி தரிசனத்தில் இசக்கி அம்மனும் ஒரு பகுதி ஆகிவிடுகிறது.

இவ்வாறு இணைந்த பிறகு இசக்கி அம்மனைப் பற்றிப் பாடப்படும் துதிகள் முழுக்க இயற்கையின் அழகு, கருணை ஆகியவற்றைப் பற்றிய வரிகளாக இருப்பதைக் காணலாம்.

இயற்கையைப் பற்றிய அந்த ஆதி தரிசனத்தில் இருந்தே ஜே. கிருஷ்ணமூர்த்தியும் பிறந்து வருகிறார். பழைய காலத்தில் அந்தத் தரிசனத்தை உருவமுள்ள ஒன்றாக மாற்றிக்கொள்ள முயன்றார்கள். அதனால்தான் பல்வேறு தெய்வ உருவங்களைக் கற்பிதம் செய்தார்கள். ஜே. கிருஷ்ணமூர்த்தி அந்த ஆதி தரிசனத்தை நேர்மாறாக உருவமற்ற தூய அனுபவமாக அடையச் சொல்கிறார். அதற்கு வழிகாட்டுகிறார்.

இயற்கையைப் பற்றிய இந்த ஆதி தரிசனத்தைப் போலவே பிரபஞ்ச உருவாக்கத்தைப் பற்றியும் பிரபஞ்சம் இயங்கும் முறை பற்றியும் ஏராளமான தரிசனங்கள் உள்ளன. இத்தகைய தரிசனங்களின் வெளிப்பாட்டு நிலையையே நாம் வழிபாட்டு முறைகள் என்கிறோம்.

அதாவது பிரபஞ்சத்தை ஓங்கார வடிவமாகப் பார்ப்பது ஒரு தரிசனம். அந்தத் தரிசனத்தையே பிள்ளையாரின் வடிவமாக மாற்றிக்கொண்டால் அது காணபத்யம் என்ற வழிபாட்டு முறை.

காளி, பள்ளி கொண்ட விஷ்ணு, அரங்கத்தில் ஆடும் நடராசர் என நாம் காணும் எல்லாக் கடவுள்களும் தரிசனங்களேயாகும் என்பதை விளக்கவேண்டியதில்லை. ஒரு தரிசனம் வளர்ந்து வளர்ந்து பல்வேறு வழிபாட்டு முறைகளை ஒன்றாக இணைத்துக்

கொள்வதும் சாதாரணமாக நடப்பதுதான்.

உதாரணமாக பிரபஞ்சம் என்பது பிரம்மாண்டமான சக்திப் பிரவாகம் என்பது ஒரு தரிசனம். இதிலிருந்து சக்தி வழிபாடு (சாக்தேய மதம்) பிறந்தது. பலநூறு அம்மன்கள் சக்தியின் வெவ்வேறு வடிவங்களாகக் கருதப்பட்டனர். இந்தியா முழுக்க உள்ள பல்லாயிரம் புராதனமான தாய்த் தெய்வங்கள், சக்தியின் பல்வேறு தோற்றங்களாக எப்படி ஒன்றாகத் தொகுக்கப்பட்டனர் என்பதனை டி.டி.கோசாம்பி என்கிற வரலாற்று ஆராய்ச்சியாளர் விரிவாக விளக்கிக் காட்டுகிறார்.[2]

அதாவது, சக்தி குறித்த தரிசனம் நார் போல. அம்மன்கள் மலர்கள் போல. சாக்தேய மரபு என்பது ஒரு மலர் மாலை.

இப்படிப்பட்ட தரிசனங்களை வரிசைப்படுத்திப் பார்த்தால் தான் இந்து மெய்ஞான மரபினை நாம் அறிய முடியும். மெய் ஞான மரபு என்பது தரிசனங்களின் வரிசையே ஆகும்.

இதுகுறித்துப் பேசும்போது உருவாகும் இன்னொரு பிழை யான புரிதலையும் இங்கு தெளிவுபடுத்திக்கொள்வது அவசியம். மெய்ஞான மரபு என்பதைப் பலர் நம்பிக்கைகளின் தொகுப்பாக உருவகித்து வைத்துள்ளனர். மதநம்பிக்கைகள், தத்துவ நம்பிக்கை கள், சடங்கு நம்பிக்கைகள். இவ்வாறு அந்நம்பிக்கைகள் பல வகைப்படுகின்றன.

இந்துமதம் குறித்தும் இந்த மெய்ஞான மரபு குறித்தும் பேசுகின்ற மேற்கத்தியத் தத்துவ அறிஞர்கள் சிலரும் இந்தக் கண்ணோட்டத்தை முன் வைத்துள்ளனர்.[3]

---

2 டி. டி. கோசாம்பி மார்க்ஸிய அடிப்படையில் வரலாற்றாய்வை மேற் கொண்ட இந்திய ஆய்வாளர். இவரது 'ஐதீகமும் உண்மையும்' *(Myth and Reality)* என்ற நூலின் மூன்றாவது அத்தியாயம் சக்தி வழிபாடு எப்படிப் பண்டைய தாய்த் தெய்வ வழிபாடுகளின் தொகுப்பாக உருவாகி வந்தது என்பதைக் குறித்துப் பேசுகிறது.

3 உதாரணமாக ருஷ்ய வரலாற்றாய்வாளர்களான கே.ஏ.அன்தோனவா, கே.எம்.போன்காரத் லெவின் ஆகியோரின் 'இந்தியாவின் வரலாறு' என்ற நூலில் தரப்பட்டுள்ள விளக்கம் இதுவே. மார்க்ஸிய வரலாற்றாய்வாள ரான கே. தாமோதரன் தன் 'இந்தியச் சிந்தனை' என்ற நூலிலும் இதே விளக்கத்தையே தருகிறார்.

இந்து மதம் என்பது மறுபிறவி, கர்மவினை போன்ற சில நம்பிக்கைகளைப் பொதுவாகக் கொண்ட ஒரு அமைப்பு என்று இவர்கள் கூறுகிறார்கள்.

அதேபோல ஆலய வழிபாடு, தீர்த்த யாத்திரை போன்ற சில சடங்கு முறைகளைப் பொதுவாகக் கொண்ட ஓர் அமைப்புதான் இந்துமதம் மற்றும் இந்து மெய்ஞான மரபு என்றும் சில அறிஞர்கள் கூறுகிறார்கள்.

பொதுவாக இவை மார்க்ஸிய மரபைச் சேர்ந்த வரலாற்றாய் வாளர்களின் பார்வைகள். இவை மேலோட்டமான பார்வைகள் மட்டுமே. நம்பிக்கைகளுக்கும் சடங்குகளுக்கும் ஆதாரமாக இருப்பது அடிப்படையான தரிசனமேயாகும். அத்தரிசனத்தை ஒட்டி வாழ்க்கையை அமைத்துக்கொள்ளும் பொருட்டுதான் நம்பிக்கைகளும் சடங்குகளும் உருவாகி வந்துள்ளன.

இறுதியாகக் குறிப்பிட்டுச் சொல்லவேண்டிய விஷயம், இந்துத் தத்துவ மரபுக்கும் இந்து மெய்ஞான மரபுக்கும் இடையே உள்ள வித்தியாசம். இந்துத் தத்துவ மரபுதான் இந்து மெய்ஞான மரபு என்று சில அறிஞர்கள் குறிப்பிடுகிறார்கள். [4]

சில கல்வி நிலையங்களில் அவ்வாறு கற்பிக்கப்படுவதும் உண்டு.

தத்துவம் என்பது என்ன? ஒரு சிந்தனைத் துறையில் உள்ள தர்க்கங்களின் ஒட்டு மொத்த தொகுப்பே தத்துவம் என்பது. அதாவது தர்க்கபூர்வமான விஷயங்கள் மட்டுமே தத்துவத்தின் எல்லைக்குள் வரமுடியும்.

இந்துத் தத்துவ மரபு எனும்போது இந்து மரபில் உள்ள பல்வேறு சிந்தனைப் போக்குகளை மட்டுமே கூறமுடியும். ஆனால் தரிசனம் என்பது சிந்தனையினால் உருவாக்கப்பட்டது அல்ல. தர்க்கபூர்வமாக முழுமையாக விளக்கிவிடக் கூடியதும்

---

4 இந்திய ஞான மரபை இந்தியத் தத்துவ மரபாக அணுகலாமா என்பது குறித்து மிக விரிவான அளவில் விவாதங்கள் இந்தியவியல் அறிஞர்கள் நடுவே நடந்துள்ளன. டாக்டர் குந்தர், க்ளேசன் ஏப் அகேகானந்த பாரதி ஆகியோர் இந்திய ஞானமரபினைத் தத்துவ மரபாக மட்டும் கொள்ள லாகாது என்று வாதிடுபவர்களில் முக்கியமானவர்கள்.

அல்ல. தர்க்கமானது ஓர் எல்லை வரை மட்டுமே போகமுடியும். தரிசனங்களில் தர்க்கத்துக்கு அப்பாற்பட்ட விஷயங்களே அதிகம்.

உதாரணமாக 'பிரபஞ்சமே ஒரு சக்திப் பிரவாகம்' என்ற ஆதி தரிசனம், தர்க்கபூர்வமாக ஒருவர் அடையப் பெற்ற ஒன்றாக இருக்க இயலுமா என்ன? தன்னைச் சுற்றி உள்ள ஒவ்வொரு பொருளையும் எடுத்துப் பகுப்பாய்வு செய்து வந்த இறுதி முடிவா இது? இல்லை. அது ஒரு மனத்திறப்பின் கணத்தில் அடைந்த ஒட்டு மொத்தமான அகப்பார்வை மட்டுமே.

அத்தரிசனத்தைப் பிறருக்கும் விளக்கும் பொருட்டு அதற்கு தர்க்கபூர்வமான ஓர் அடிப்படையை உருவாக்கிக்கொள்ளலாம். தர்க்கபூர்வமாக ஓர் எல்லைவரை விவாதிக்கலாம். ஆனால் ஒரு குறிப்பிட்ட இடத்தில் தர்க்கம் நின்றுவிட நேரும்.

ஆகவேதான் எல்லாத் தரிசனங்களும் தர்க்கம் மூலமும், கவித்துவம் மூலமும், பல்வேறு உவமை உருவகங்கள் மூலமும் விளக்கப்படுகின்றன. எல்லா வழிமுறைகளுமே அப்படி விளக்குவதற்குத் தேவையாக ஆகின்றன. சிந்தனை செய்தும், கற்பனை செய்தும், தியானம் செய்தும் அவற்றை அறிந்துகொள்ள வேண்டியுள்ளது.

ரிக்வேதகால ரிஷி முதல் வள்ளலார் வரையான இந்திய மெய்ஞானிகளுக்கும் சாக்ரட்டீஸ் முதல் ரஸ்ஸல் வரையிலான மேற்கத்தியத் தத்துவ ஞானிகளுக்கும் இடையேயுள்ள முக்கியமான வித்தியாசம் இதுதான். ஞானிகள் அடைந்தது மெய்ஞானம். தத்துவ ஞானிகள் அடைந்தது தத்துவ ஞானம். மெய்ஞானத்தில் தத்துவமும் அடக்கம். கூடவே அது உள்ளுணர்வினால் அறியப்பட வேண்டியதும்கூட.

ஆகவே மெய்ஞான மரபைத் தத்துவப் போக்குகள் மூலம் அறிந்துவிட முடியாது. தத்துவ மரபு தனியாகப் பயிலப்பட வேண்டியது அவசியமானதுதான். நமது சிந்தனைகளின் பாரம்பரியப் பின்புலம் என்ன என்று அறிவதற்கு அது இன்றியமையாதது. எந்தச் சிந்தனையும் பாரம்பரியத்திலிருந்து பிறவி கொள்வதேயாகும். எந்தச் சிந்தனையையும் அவற்றின் பாரம்பரியத்துடன் தொடர்புபடுத்தித்தான் யோசிக்கவேண்டும்.

ஆகவே கல்வி நிறுவனங்களில் இந்து / இந்திய தத்துவ மரபு கற்பிக்கப்படுவது மிக அவசியம்.

ஆனால் தத்துவ மரபு குறித்த கல்வி என்பது மெய்ஞான மரபு குறித்த கல்வி ஆகாது. இரண்டையும் ஒன்றாகக் காண்பதனால் தரிசனங்களையெல்லாம் வெறும் தத்துவ நிலைப்பாடுகளாகப் பார்க்கும் பிழை ஏற்படுகிறது. பெரும்பாலான இந்தியவியல் அறிஞர்கள் (Indologists) இப்பிழையைச் செய்தவர்கள்தான்.

தரிசனங்கள் என்பவை தத்துவ நிலைப்பாடுகளும் கூடத்தான். ஆகவே மெய்ஞான மரபு என்பதும் தத்துவ மரபு கூடத்தான். ஆனால் தத்துவத்திற்கு அப்பால் கற்பனையும் உள்ளுணர்வும் செல்லும் தூரம் வரை தரிசனங்கள் நீண்டு செல்கின்றன. மெய்ஞான மரபும் அப்படி நீண்டு செல்கிறது.

ஒரே வரியில் இப்படிக் கூறலாம். அறிவு என்பதற்கும் ஞானம் என்பதற்கும் இடையேயுள்ள வித்தியாசம்தான் அது.

தரிசனம் என்றால் என்ன?

இந்து மெய்ஞான மரபு என்பது இந்துத் தரிசனங்களின் வரிசையே. அவற்றை அறிவதற்கு முன்பாக தரிசனம் என்றால் என்ன என்று அறிந்தாகவேண்டிய அவசியம் உள்ளது.

'தரிசனம்' என்ற வார்த்தை சமஸ்கிருதத்திலே பலவாறாகப் பயன்படுத்தப்பட்டுள்ளது. ஆகவே அதற்கு பொருள்மயக்கம் அதிகம். சரியானபடி மொழிபெயர்த்தால் தரிசனம் என்பதற்குக் 'காட்சி' என்று மட்டும்தான் பொருள் வரும். அப்பொருளில்தான் அது சாதாரணமாகப் பயன்படுத்தப்படுகிறது.

பக்தி மரபில், இறைவனைக் காண்பதைத் தரிசனம் என்கிறார்கள். தன் அகத்தில் இறைவனைத் தரிசிப்பதையும் ஆலயத்திற்குப் போய் வணங்குவதையும் தரிசனம் என்றே கூறுகிறார்கள்.

மெய்ஞான மரபில் இச்சொல்லுக்கு இரு அர்த்தங்கள் உண்டு. அன்றாட வாழ்வில் நாம் புழங்கும்போது நமது தேவைக்கு ஏற்பவும், நமது இயல்புக்கு ஏற்பவும்தான் ஒவ்வொன்றும் நமக்குக் காட்சி தருகின்றன. இக்காட்சிகள் குறையுடையவை. முழுமை இல்லாதவை. அன்றாட வாழ்வின் தளத்திலிருந்து

விடுபட்டு நமது மனம் தன்னைத்தானே முழுமையாகக் காணும் நிலையில் இருப்பதை அகவிழிப்பு நிலை என்கிறோம். இதை ஒவ்வொரு மதமும் ஒவ்வொரு வகையில் விளக்குகின்றது என்பதை நாம் அறிவோம். அத்துடன் விளக்கத்துக்கு அப்பாற் பட்ட ஓர் ஆழ்நிலை இது என்பதையும் நாம் அறிவோம்.

இந்தச் சூழ்நிலையில் நாம் அனைத்தையும் ஒட்டுமொத்த மாகவும், முழுமையாகவும் பார்ப்பதையும் 'தரிசனம்' என்று மெய்ஞான மரபு குறிப்பிடுகிறது. அதாவது, தரிசனம் என்பது வேறு, பார்வை என்பது வேறு. தரிசனம் சாதாரணமாகப் பார்த்து அறிவது. பார்வை, அகவிழிப்பு நிலையில் பார்த்து அறிவது.

இவ்வாறு அகவிழிப்பு நிலையில் வாழ்க்கையையும் பிரபஞ்சத்தையும் ஒட்டுமொத்தமாகவும் முழுமையாகவும் பார்த்து அறிந்த விஷயங்களைத் தர்க்கபூர்வமாகக் கூற முனையும் போதுதான் தத்துவத் தரிசனங்கள் உருவாகின்றன. ஆகவே தத்துவ ரீதியாகப் பார்த்தால் தரிசனம் என்பது வாழ்க்கை மற்றும் பிரபஞ்சம் குறித்த ஒட்டுமொத்தமான ஒரு பார்வை ஆகும்.

இவ்வாறு மெய்ஞான மரபில் இருந்து பிறந்த தரிசனம் என்ற வார்த்தையானது பிற்பாடு தத்துவம் முதலிய அறிவுத்துறை களிலும் இலக்கியத்திலும் சிற்சில மாறுதல்களுடன் பயன்படுத்தப் படுவதைக் காணலாம். தரிசனம் என்ற வார்த்தைக்குச் சமானமான ஆங்கில வார்த்தை 'விஷன்' (Vision) என்பதாகும்.

தத்துவத்துறையின் ஒரு குறிப்பிட்ட வாழ்க்கைப் பார்வையை எல்லாத் துறைகளுக்கும் விரித்தெடுக்க முயன்றால் அதைத் தரிசனம் என்கிறார்கள். அந்த மூலதரிசனத்தை நடத்திய தத்துவ ஞானியே அந்த விரிவாக்கத்தை நடத்தவேண்டும் என்பது இல்லை. அவரது மாணவர்கள் செய்தால்கூடப் போதுமானது.

அதாவது, ஒரு கருத்து (idea) தர்க்கபூர்வமாக விவாதிக்கப்படும் போது சித்தாந்தம் அல்லது கொள்கை (theory) ஆகிவிடுகிறது. அதை வாழ்க்கையின் எல்லாத் தளங்களுக்கும் விரித்தெடுக்கும் போது அது தரிசனம் (vision) ஆக மாறுகிறது. பிராய்டியம் என்பது ஒரு கொள்கை மட்டுமே. மார்க்ஸியம் என்பது ஒரு தரிசனம். காரணம், மார்க்ஸியமானது அரசியல், பொருளாதாரம்,

ஒழுக்கவியல், இலக்கியம் என்று எல்லாத் தளங்களுக்கும் பொருத்திப் பார்க்கப்படுகிறது.

ஒரு குறிப்பிட்ட அறிவுத் துறைக்குள் உருவான ஒரு கருத்து. பிறகு சித்தாந்தமாக விரிவடைந்து அத்துறைக்கு அப்பால் உள்ள எல்லாவற்றையும் விளக்க முற்படுவதாக ஆகும்போது அதையும் தரிசனம் என்று கூறுகிறார்கள். ஐன்ஸ்டீனின் சார்பு நிலைக் (relativity) கொள்கை இவ்வாறு குறிப்பிடப்படவேண்டிய ஒரு தரிசனமாக ஆயிற்று.

இலக்கியத்திலே தரிசனம் என்பது சற்று வித்தியாசமான பொருளில் பயன்படுத்தப்படுகிறது. வாழ்க்கையின் ஒரு துறை யுடன்தான் ஓர் இலக்கியப் படைப்பு எப்போதும் நேரடியாகத் தொடர்புகொண்டுள்ளது. வாழ்க்கையின் ஒரு தருணத்தில் இருந்து கிடைத்த தூண்டுதலினாலேயே அது பிறக்கிறது.

அந்த இலக்கியப் படைப்பு மிகுந்த வீச்சுடன் ஆழமாக நகருமென்றால் ஒட்டு மொத்த வாழ்க்கையையும் தொட்டுக் காட்டக்கூடியதாக அது அமையும். இந்த ஆழமான முழுமை யையே இலக்கியத்திலே தரிசனம் என்று கூறுகிறார்கள். உதாரண மாக ஒரு கவிதை பிரிவின் துக்கத்தைப் பற்றிப் பேச முற்படுகிறது என்று வைத்துக்கொள்வோம். ஆழமாகப் போகும்போது அது மனித உறவினைப் பற்றிப் பேசுவதாக ஆகிவிடுகிறது. பிறகு வாழ்க்கையின் அர்த்தம் குறித்துப் பேசுவதாக ஆகிவிடுகிறது. இதுவே தரிசனம் என்பது.

இந்தத் தரிசனம் கவிதையிலே ஒரு மின்னல்போல ஒரு வரியில் அல்லது ஒரு உவமையில் வெளிப்பட்டுவிடுகிறது. 'யாதும் ஊரே' என்பது அப்படிப்பட்ட ஒரு தரிசனம். காப்பியத்திலும் நாவலிலும் அது அந்த ஆக்கத்தின் ஒட்டுமொத்தமாக வெளிப்படுகிறது.

இந்த அர்த்தங்கள் எல்லாம் ஒன்றுக்கொன்று தொடர்பு டையவை என்பதனை நாம் கவனிக்கலாம். தரிசனம் என்பது மன ஆழத்திலிருந்து பெறப்பட்ட ஒட்டுமொத்தமான பார்வை என்று பொதுவாக நாம் நிர்ணயிக்கலாம்.

இந்திய மெய்ஞான மரபிலே தரிசனங்களை எப்படி அணுகு கிறார்கள் என்பதைக் குறிப்பாகப் பார்க்கவேண்டியுள்ளது.

இரண்டு வகையான பார்வைகள் உள்ளன. இவை இரண்டுக்கும் இடையேயான குழப்பம் அறிஞர்கள் மத்தியிலே கூட எப்போதும் இருந்தபடியே உள்ளது.

மெய்ஞான மரபில், அகவிழிப்பு நிலையில் ஞானிகளினால் அடையப்பெற்ற எல்லா ஒட்டுமொத்தப் பார்வைகளும் தரிசனங்கள் என்றே கூறப்படுகின்றன. வள்ளலாரின் ஜோதி தரிசனம் சமீபகாலத்தைய உதாரணமாகும். நடராஜ நிருத்யம் ஒரு பெரும் தரிசனம் என்று ஆனந்த குமாரசாமி கூறியிருக்கிறார்.

ஆனால் வழிபாட்டு முறைகளாக மாறிவிட்ட தரிசனங்களை மதங்கள் என்று குறிப்பிடுவது மரபாக உள்ளது. சைவம், வைணவம், சாக்தேயம் முதலியவை மதங்களாகவே அறியப் படுகின்றன. மதங்களாக வளர்ச்சி அடையாத தரிசனங்களே இன்று தரிசனங்கள் என்று கூறப்படுகின்றன. மதம் என்பது ஒரு தரிசனமும் வழிபாட்டுமுறையும் இணைந்த ஒன்று.

இவ்வாறு மதமாக வளர்ச்சி அடையாத தரிசனங்களில் ஆறு தரிசனங்கள் காலத்தால் பழைமையானவையும் அடிப்படை யானவையுமாகும். சாங்கியம், யோகம், வைசேஷிகம், நியாயம், பூர்வ மீமாம்சம், உத்தர மீமாம்சம் என்பவை அவை. இவற்றையே மெய்ஞான மரபு குறித்த விவாதங்களில் பொது வாகத் தரிசனங்கள் என்று குறிப்பிடுவது வழக்கம்.

அதே சமயம் இன்னொரு பொருளும் 'தரிசனங்கள்' என்ற சொல்லுக்குத் தரப்படுகிறது. அத்வைதம், வசிஷ்டாத்வைதம், துவைதம் முதலிய ஞான வழிகளில் பிரபஞ்சத்தைப் பற்றிய மானுடனின் பார்வையானது எவ்வாறு படிப்படியாகப் பரிணாம மாற்றம் அடைகிறது என்று கூறப்படுகிறது. இந்த ஒவ்வொரு படிநிலையும் ஒவ்வொரு தரிசன நிலை என்று கூறப்படுகிறது.

இம்மாதிரியான 'தரிசன நிலைப்பாடு'கள் குறித்து பௌத்தமும் சமணமும் கூட பேசுகின்றன. இந்த நூலில் தரிசனங்கள் குறித்துப் பேசப்படும் எந்தப் பொருளுக்கும் இப்படிப்பட்ட அர்த்தம் இல்லை. இரண்டும் முற்றிலும் வேறுபட்டவையே. இந்தத் தளத்தில் தரிசனம் என்பது பெரும்பாலும் மாயக்காட்சி, பொய்த்தோற்றம் என்றே பொருள்படுகிறது.

உதாரணமாக கேரள மெய்ஞானியாகிய நாராயணகுரு தர்சன மாலா என்ற நூலை இயற்றியுள்ளார். இதில் அத்யாரோபத் தரிசனம், அபவாதத் தரிசனம், அசத்யத் தரிசனம், பானத் தரிசனம், கர்மத் தரிசனம், ஞானத் தரிசனம், பக்தித் தரிசனம், யோகத் தரிசனம், நிர்வாணம் என்று பத்துத் தரிசன நிலைகளைப் பற்றி அவர் விவாதிக்கிறார். இவை எதுவுமே வாழ்க்கையைப் பற்றிய கண்ணோட்டங்கள் அல்ல. நாம் பிரபஞ்சத்தைப் பார்க்கும் பத்துவிதமான தோற்ற நிலைகள் மட்டும்தான். உதாரணமாக அத்யாரோபம் என்றால் உண்மையில் இல்லாத குணங்களை நாம் பொருட்கள் மீது ஏற்றி அவற்றின் சாராம்சமாக அறிந்துகொள்வது ஆகும். உதாரணமாக நீர் குளுமையானது என்று ஏன் சொல்கிறோம்? நமது தசை குளுமையை உணர்வதனால்தான் இதையே அத்யாரோபத் தரிசனம் என்கிறார்.

இதைப்போல பௌத்த ஞான மார்க்கத்திலும், ஓர் உயிர் மெய்ஞானம் அடையும்போது எட்டுவகையான தரிசனங்கள் விலகும் என்றும் தர்மம் மட்டுமே எஞ்சும் என்றும் கூறப்பட்டுள்ளது. இவையும் நாம் பிரபஞ்சத்தை அறியும் பல்வேறு படி நிலையின் வகைகளே. நமது அறிதல்கள் எல்லாமே ஏதோ ஒரு வகையில் குறைபட்டவை என்பது பௌத்த மரபுக்கும் அத்வைத மரபுக்கும் பொதுவான நம்பிக்கை. அறிதலின் பூரண நிலையில் அறிபொருள், அறிவு, அறிபவன் என்ற பேதம் இல்லை என்கின்றன அவை.

இந்தத் தரிசன நிலைகளை தரிசனங்களுடன் குழப்பிக் கொள்ளலாகாது என்பதை இங்கு தெளிவாகக் கூறிவிட வேண்டியுள்ளது. இங்கு நாம் தரிசனம் என்று கூறுவது முழுமையானதும் ஒட்டுமொத்தமானதுமான வாழ்க்கை நோக்கையேயாகும். உள்ளுணர்வின் ஆழத்திலிருந்து பிறந்து தர்க்கத்தின் வழியாகத் தத்துவ நிலைப்பாடாக ஆனவை அவை.

தரிசனங்களில் மதங்களைப் பற்றி விரிவாகவே பேச வேண்டும். மதங்களில் உள்ள தரிசனம், தத்துவம், வழிபாட்டு முறைகள், சடங்குகள், குறியீடுகள் எல்லாமே ஒன்றோடொன்று பின்னிப் பிணைந்தவை. அவற்றையெல்லாம் கணக்கிலெடுத்துக் கொண்டுதான் அவற்றைப் பற்றிப் பேசமுடியும். உதாரணமாக

சைவ சித்தாந்தத்தை சைவ மரபின் பக்திப் பாடல்களிலிருந்தும், சைவக் கோயில் வழிபாட்டு மரபுகளிலிருந்தும், நம்பிக்கைகளில் இருந்தும் பிரித்துப் பார்த்தால் முழுமையாகப் புரிந்து கொள்ள முடியாது. ஆகவே அவை வேறு தளங்களில் பேசப்பட வேண்டியவை.

இங்கு பேசப்படுவது தரிசனங்களுக்கு எல்லாம் அடிப்படையாக அமைந்த ஆறு ஆதி தரிசனங்களைப் பற்றி மட்டுமே. இத் தரிசனங்களைப் பலவிதமாக வளர்த்து முழுமைப்படுத்திக் கொண்டுதான் பிறகு வந்த எல்லாத் தரிசனங்களும் உருவாகியுள்ளன. 'முனிவர்களில் நான் கபிலன்' என்று கிருஷ்ணன் கீதையில் குறிப்பிடுகிறான். சாங்கியம் குறித்துக் கீதையில் விரிவாகவே பேசவும்படுகிறது.

பௌத்த சமண மதங்களும், சைவ, வைணவ சித்தாந்தங்களும் எல்லாம் ஆறு ஆதிதரிசனங்களுக்குக் கடன்பட்டவையேயாகும். இந்த ஆதிதரிசனங்களைத் தெளிவுற அறியாமல் இந்து மெய்ஞான மரபின் உள்ளோட்டங்களைப் பெரும்பாலும் புரிந்துகொள்ள முடியாது. இன்று இந்தத் தரிசனங்கள் தங்கள் தூய நிலையில் எங்கும் பின்பற்றப்படுவதில்லை. இப்போது கிடைக்கும் சில மூலநூல்களில் இருந்தும் உரைகளில் இருந்தும் இவற்றைப் படிப்படியாக உருவாக்கி அறியவேண்டியுள்ளது.

ஆனால் பேரப்பிள்ளைகளின் மரபணுக்களில் (ஜீன்) வாழும் தாத்தா பாட்டிகளைப் போல இத்தரிசனங்கள் நமது மரபின் எல்லா சிந்தனைகளிலும் வாழ்கின்றன. இன்னும் சொல்லப் போனால் சமீபகாலத்தில் இந்து மெய்ஞான மரபில் உருவான புதிய போக்குகளில்கூட இவற்றின் பாதிப்பு உண்டு. தத்துவார்த்தமாகப் பார்த்தோமெனில் நமது சிந்தனைப் போக்குகளில் எல்லாம் இவற்றின் கூறுகளைக் கண்டடைய முடியும்.

தரிசனத்தின் அமைப்பு முறை

ஒரு தரிசனத்தின் பொதுவான அமைப்பு முறை எப்படிப்பட்டது? இந்து மரபின் ஆதி தரிசனங்கள் நன்கு வளர்ந்து மேம்பட்ட நிலையில் உள்ளன. பெரும்பாலான தரிசனங்களை நாம் மதங்களின் ஒரு பகுதி என்ற நிலையிலேயே காணமுடிகிறது.

வேறுபல தரிசனங்களைப் பல்வேறு துறைகளில் அவை பிரதி பலிப்பதை வைத்து ஊகித்து அறியவேண்டியுள்ளது. ஆகவே இந்து மரபின் ஆறு தரிசனங்கள் எப்படி உள்ளன என்பதை வைத்து இந்த நிர்ணயத்தினை நடத்துவதே உசிதமானது.

ஒரு தரிசனம் பெரும்பாலும் ஓர் ஆதி குருவின் மொழியி லிருந்து தொடங்குகிறது. உதாரணமாக சாங்கியத் தரிசனம் கபிலரின் கூற்றுகளிலிருந்தே தொடங்குகிறது. ஆகவே கபிலர் சாங்கிய குரு என்று அழைக்கப்படுகிறார். ஆனால் உண்மையில் அத்தரிசனம் அவரால் சூனியத்தில் இருந்து உருவாக்கப்பட்டது அல்ல. உலகத்தில் இதுகாறும் உருவான எந்த தரிசனமும் அப்படி ஒரு தனிநபரால் திடீரென்று கண்டடையப்பட்டது அல்ல என்று உறுதிபடக் கூறிவிட முடியும்.

தரிசனங்களின் விதைகளை நாம் நம் மொழியில் சாதாரண மாகவே காணமுடியும். நாட்டுப்புறப் பாடல்கள், பழமொழிகள், பழங்கதைகள் முதலியவற்றில் அவை புதைந்து கிடக்கும். அதேபோல புராதனமான சடங்குகள், தெய்வ வடிவங்கள் ஆகியவற்றிலும் அவை உறைந்திருக்கும். அவை மனித மனத்தி லிருந்து இயல்பாகவே உருவாகி மொழியிலும் கலையிலும் வெளிப்பட்டவை ஆகும்.

ஒரு விழிப்புற்ற மனம் அந்தத் தரிசனத்தைக் கண்டுபிடிக்கிறது அவ்வளவுதான். விதையை அந்த மனம் பெரிய மரமாக ஆக்கு கிறது. உதாரணமாக சாங்கியத் தரிசனத்தின் சாராம்சம் என்ன? நம் கண் முன் உள்ள எல்லாவற்றையும் அது இயற்கை (பிரகிருதி) என்று கூறி அடையாளப்படுத்துகிறது. இதற்கு மூன்று குணங்கள் உள்ளன என்கிறது. சத்துவகுணம், ரஜோகுணம், தமோகுணம். இந்த மூன்று குணங்களும் இயற்கையில் மாறி மாறி வருகின்றன. இந்த மாற்றங்களைத்தான் நாம் இயற்கையின் இயக்கமாகக் காண்கிறோம்.

இயற்கையில் இந்த மூன்று குணங்களும் சமநிலையில் இல்லை. மூன்று தட்டுகள் கொண்ட தராசு போன்றது இயற்கை. தட்டுகள் ஆடியபடியே உள்ளன. ஒவ்வொரு சமயம் ஒரு தட்டு மேலெழுகிறது. தொடர்ந்து இயற்கையில் இம்மூன்று குணங் களும் ஒன்றோடொன்று மோதியபடியே இருக்கின்றன.

இந்த மூன்று குணங்களும் முற்றிலும் சமநிலையில் இருந்த நிலை ஒன்று இருந்திருக்கவேண்டும். அப்போது இயற்கையில் இயக்கமே இருந்திருக்காது. சலனமே இல்லாமல் இயற்கை இருந்திருக்கவேண்டும். அதை முதல் இயற்கை (மூலபிரகிருதி) என்று சாங்கியம் வகுத்துக் கூறுகிறது. இயற்கையில் நிகழும் மாற்றங்களின் அடிப்படையிலேயே காலம் அறியப்படுகிறது. முதல் இயற்கையில் மாற்றங்கள் இல்லை. எனவே அதற்குக் காலமும் இல்லை.

பிறகு எப்போதோ ஒரு கணத்தில் முக்குணங்களின் சமநிலை குலைய நேரிட்டது. குலைந்த சமநிலையை மீட்பதற்காக மூன்று குணங்களும் மாறி மாறி மோதின. இதன் விளைவாகப் பல்வேறு இயற்கைப் பொருட்களும் உயிர்களும் உருவாயின. நாம் காணும் பிரபஞ்சம் உருவாயிற்று. மீண்டும் முக்குணங்களின் சமநிலை உருவாகும்போது நாம் காணும் இந்த இயற்கை தன் முதல் நிலைக்குத் திரும்பிவிடும். இதுதான் சாங்கியத் தரிசனத்தின் சாரம்.

சாங்கியத் தரிசனத்தை 'ஆதி இயற்கைவாதம்' என்று சுருக்கமாகக் கூறிவிடலாம். இதை கபிலர் எங்கிருந்து பெற்றிருக்கக் கூடும்? யோசித்துப் பார்த்தால் தெரியும். மனிதன் முதலில் வழிபட்ட தெய்வம் இயற்கைதான் என்று. பிரகிருதி என்ற சொல்லுக்கு மண் என்றும் பொருளுண்டு. மண்ணை வழிபடும் மரபுக்கு நாம் எண்ணிப் பார்க்க முடியாத அளவுக்குப் பழைமை உண்டு.

இன்றும் விவசாயச் சடங்குகளில் மண்ணின் சமநிலையைக் குலைப்பதற்காக விவசாயி மன்னிப்பு கோரும் சடங்குமுறைகள் பல உண்டு. மண் தன் பரிபூரண நிலையில் இருப்பதாகவும் மழை அதன் பரிபூரண நிலையைக் குலைத்துவிடுவதன் வழியாகவே உயிர்களும் வாழ்க்கையும் உருவாகிறது என்றும் பல பழங்குடி வழிபாட்டு முறைகளில் நம்பிக்கை உள்ளது. பருவ மாற்றங்கள் வழியாக மண் மீண்டும் தன்னுடைய ஆதி முழுமைக்குத் திரும்புகிறதாக நம்பப்படுகிறது.

ஆகவே புராதனமான நில வழிபாடு, இயற்கை வழிபாடு முதலிய கருத்துகளில் இருந்துதான் சாங்கியத் தரிசனத்தின்

விதை கிடைத்துள்ளது. பிரபஞ்ச இயக்கத்தையே விளக்கக்கூடிய ஒன்றாகச் சாங்கியம் அதை வளர்த்து எடுத்தது. இதுதான் கபிலரின் சாதனையாகும்.

இவ்வாறு ஓர் ஆதிகுருவால் முன் நடத்தப்படும் தரிசனம், உடனடியாக ஒரு தத்துவ அமைப்பினை உருவாக்கிக்கொள்கிறது. அந்த முதல்கட்ட தரிசனத்தை வாழ்க்கையின் எல்லாக் கட்டங்களுக்கும் எப்படிப் பொருத்திப் பார்ப்பது என்று முயற்சி செய்யும் போதுதான் தத்துவத்தின் அவசியம் ஏற்படுகிறது.

உதாரணமாக ஆதி இயற்கையின் பரிணாம நிலைகள்தான் இப்பிரபஞ்சத்தில் உள்ள அனைத்தும் என்று சாங்கியம் கூறி விடுகிறது. உடனே எண்ணற்ற கேள்விகள் எழுகின்றன. ஒரு தனி மனிதனின் மனத்தில் இந்த முக்குணங்கள் எப்படிச் செயல்படுகின்றன? முக்குணங்கள் எப்படிச் சமநிலை அடைகின்றன? இவ்வாறு பல வினாக்கள்! இவற்றுக்கெல்லாம் தர்க்கபூர்வமாக விடையளிக்க முற்படும்போது தத்துவ அமைப்பு உருவாகி வருகிறது. சாங்கியத்திற்கு அப்படி ஒரு விரிவான தத்துவ அமைப்பு உண்டு.

இப்படி ஒரு தத்துவ அமைப்பு உருவானதுமே அதைப் பல்வேறு அறிவுத் தளங்களுக்கு விரிவடையச் செய்யும் முயற்சிகள் தோன்றிவிடுகின்றன. பல்வேறு விதமான நூல்கள் அத்தத்துவ அடிப்படையில் உருவாக்கப்படுகின்றன. அத்தரிசனம் ஒவ்வொரு அறிவுத்துறைக்குள் நுழையும்போதும் சிறுசிறு மாறுதல்களைப் பெற்று வளர்ந்து பரவியபடியே உள்ளது.

உதாரணமாக சாங்கியத்தின் தத்துவ அடிப்படை இலக்கிய அழகியலில் பரவியபோது, முக்குணங்களின் அடிப்படையில் கதாபாத்திரங்களைப் பகுக்கும் முறை உருவாயிற்று. படைப்பின் இயல்புகளை அதனடிப்படையில் அளக்கத் தலைப்பட்டனர். பெருங்காவியங்களில் முக்குணங்களின் மோதல் நடக்கும், இறுதியில் அவை சமநிலையை அடைந்து சாந்தநிலை உருவாகும் என்று கூறப்பட்டது. இதன் அடுத்தபடியாகவே ஒன்பது மெய்ப்பாடுகள் (நவரசங்கள்) பற்றிய கொள்கைகள் பிறந்தன.

பண்டைய ரசவாதத்தைப் (ரசாயன அறிவியலை) பார்க்கை

யிலும் அதிகமாக அங்கு இந்த முக்குணங்களின் சமநிலை என்ற கருத்தின் பாதிப்பைக் காண்கிறோம். ஆயுர்வேத மரபில் உள்ள வாதம், பித்தம், கபம் என்ற மூன்று நாடிகளின் சமநிலை குறித்த கருத்தும் கூட இந்தத் தத்துவத்தின் ஒரு படிநிலைதான். சாங்கியத் தரிசனத்தின் செல்வாக்கு ஊடுருவாத இந்திய அறிவுத்துறை ஏதுமில்லை என்றே கூறிவிடலாம்.

இறுதியாக ஒரு முக்கியமான இயல்பினைக் குறிப்பிட்டுச் சொல்லவேண்டும். ஒரு தரிசனத்தின் தொடக்கத்தை எப்படி வகுத்துக் கூறிவிட முடியாதோ அப்படியே அதன் இறுதியையும் கூறிவிட முடியாது. அதாவது தரிசனங்களுக்கு அழிவே இல்லை. அதன் சாராம்சமான ஒரு பகுதி எப்போதும் மனிதச் சிந்தனையின் அம்சமாகவே இருக்கும்.

உதாரணமாக சாங்கியத் தரிசனத்தின் தத்துவ அடிப்படைகள் பல இன்று காலாவதியாகிவிட்டன. நம்மைச் சுற்றியுள்ள இயற்கைச் சலனத்தை சாங்கியம் கூறுவதுபோல அத்தனை எளிதாக வகுத்துவிட முடியாது என்று இன்று நாம் அறிவோம். ஆனால் பிரபஞ்ச உற்பத்தி குறித்த பெருவெடிப்புக் (Big Bang) கொள்கையையும் பிரபஞ்ச இயக்கம் குறித்த கட்டின்மை இயக்கச் சித்தாந்தத்தையும் (Chaos theory) பார்த்தால் சாங்கியத் தரிசனம் அவற்றில் இருப்பது தெரியும்.

பெருவெடிப்புக் கொள்கை, ஒரு கணத்தில் நடந்த ஒரு பெரு வெடிப்புக்கு முன் பிரபஞ்சத்தில் உள்ள பருப்பொருள் முழுக்க ஒரே பிண்டமாக இருந்தது என்கிறது. பெருவெடிப்புக்குப் பிறகு அது பற்பல விதமான பருப்பொருட்களாக வெடித்துச் சிதறிப் பிரபஞ்சமாக ஆயிற்று என்கிறது. முக்குணங்களின் சமநிலை குலையும் கணம் என்று சாங்கியம் கூறும் கருத்தை இது மிக நெருங்கி வருகிறது.

அதேபோல கட்டின்மை இயக்கச் சித்தாந்தம், பிரபஞ்சத்தின் எல்லா நிகழ்வுகளுக்கும் இடையே ஒரு சமநிலையைக் காணும் தேடல் இருப்பதாகச் சொல்கிறது. இயற்கையின் இயக்க விதி குறித்து சாங்கிய மரபு கூறுவதன் தொடர்ச்சி போலவே இது உள்ளது.

ஆகவே தரிசனத்தின் இயல்புகளைக் கீழ்க்கண்டவாறு தொகுத்துக் கூறலாம்.

1. மனிதச் சிந்தனையின் ஆரம்பம் முதலே ஏதோ ஒரு வகையில் தரிசனம் இருந்துகொண்டிருத்தல்.

2. ஒரு முதல் ஆசிரியரால் தெளிவாக அது வகுத்துக் கூறப்படுதல்.

3. ஒரு தத்துவ அமைப்பு உருவாகுதல்.

4. அத்தத்துவ அமைப்பு பிற அறிவுத் துறைகளுக்கும் பரவுதல்.

5. எல்லாக் காலத்திலும் அழியாது தொடரும் சில அடிப்படைக் கூறுகளை அது கொண்டிருத்தல்.

1. 2. தரிசனங்களின் பின்னணி

இந்து ஞானமரபுக்கு ஒரு எளிய வரைபடத்தினை உருவாக்கிக்கொண்டோமெனில் அதில் ஆறு தரிசனங்களையும் அடையாளப்படுத்தி அறிவது மிகவும் எளிதாக இருக்கும். பொதுவாக ஒரு சூழலின் சிந்தனைத் தளத்தில் செயல்படுபவர்கள் அச்சூழலின் சிந்தனை மரபு. வரலாற்று மரபு ஆகியவை குறித்து ஒரு மனவரைபடத்தினைக் கொண்டிருப்பது மிக அவசியம்.

இந்து ஞான மரபுக்கு தொன்மையான காலம் தொட்டு ஒரு பாடத்திட்டம் இருந்துள்ளது. புராதன நூல்களில் அந்த வைப்பு முறை மீண்டும் மீண்டும் குறிப்பிடப்படுகிறது. வேதங்கள், ஆறு தரினங்கள், ஆறு மதங்கள், மூன்று தத்துவங்கள் ஆகியவைதான் அந்த பாடத்திட்டம்.

வரலாற்று ரீதியாக நாம் இந்து ஞான மரபை வேறு வகையாக பகுத்துப் பார்க்கலாம். இது வேத காலம் முதல் இன்றுவரை உள்ள ஒட்டுமொத்த மரபை வகுத்துப் புரிந்து கொள்வதற்கு உதவும். இப்பிரிவினை சிந்தனைப் போக்குகளையும் அவை உருவான காலகட்டங்களையும் இணைத்து பார்க்கும்போது உருவானது.

இந்து ஞானமரபினை எட்டு காலகட்டங்களாகப் பிரிக்கலாம். (1) வேத காலகட்டம் (2) உபநிடத காலகட்டம் (3) தரிசன காலகட்டம் (4) அவைதிக மதங்களின் காலகட்டம் (5) பக்தி காலகட்டம் (6) பிற்கால வேதாந்தங்களின் காலகட்டம் (7) இந்து மறுமலர்ச்சிக் காலகட்டம் (8) இந்து நவீனப் போக்குகளின் காலகட்டம்.

இவற்றில், பல பழங்கால மரபுகளின் வரலாற்றுக் கால கட்டங்களைத் தெளிவாக அறுதியிட்டுக் கூற முடியாது. எனவே அவற்றைக் கால வரிசைப்படி முழுமையாக அடக்க முடியாது. சிந்தனையின் பரிணாம வளர்ச்சியின் அடிப்படையிலேயே அடுக்க முடியும். எனினும் இவ்வரிசை மூலம் நம் மரபு எப்படி வளர்ந்து வந்துள்ளது என்பதை அறியலாம்.

1. வேத காலகட்டம்

நாம் இன்று அறிய முடிகிற இந்து ஞானமரபின் தொடக்கப் புள்ளி வேதங்களேயாகும். இவற்றின் காலம் குறித்த விவாதங் களுக்கு எல்லையே இல்லை. முதற்கட்ட ஐரோப்பிய ஆய்வாளர் கள் இவற்றுக்கு அளித்த காலநிர்ணயம் தவறு என்றும், இவை மேலும் பழைய காலகட்டத்தைச் சேர்ந்தவை என்றும் இப்போது ஆய்வாளர்கள் கூறுகிறார்கள்.

வேதங்கள் தத்துவ நூல்கள் அல்ல. மதநூல்களும் அல்ல. அவற்றை புராதன பிரார்த்தனைப் பாடல்களின் தொகை என்று கூறுவதே பொருத்தமுடையது. அவற்றில் தத்துவச் சிந்தனையின் பல கூறுகள் உள்ளன. பிற்காலத்தில் இந்து மதமாக வளர்ந்து வந்த வழிபாட்டு முறைகளையும் அவற்றில் காணலாம். ஆயினும் அடிப்படையில் வேதங்கள் கவிதைகளேயாகும்.

வேதங்களின் மொழி மிகப் பழமையானது. பிற்காலத்தில் பல்வேறு வகையில் பயன்படுத்தப்படும் சொற்களின் வேர்ச் சொற்கள்தான் வேதமொழியில் உள்ளன. அதாவது, வேர்ச் சொற்களினாலான கவிதைகள் இவை. ஆகவே இவற்றுக்குப் பொருள் கூறுவதில் மிகப்பெரிய முரண்பாடுகள் ஆராய்ச்சியாளர் மத்தியில் காணப்படுகின்றன. திட்டமிட்டு கூறப்பட்ட பொய் யான பொருட்களும் இல்லாமலில்லை.

வேதப்பாடல்கள் பல நூற்றாண்டுகளாக சடங்குகளின்போதும் கொண்டாட்டங்களின் போதும் பாடப்பட்டவை. வெவ்வேறு கவிஞர்களால் இயற்றப்பட்டவை. பல காலம் வாய்மொழியில் வாழ்ந்தவை. பிறகு இவை தொகுக்கப்பட்டன. பிற்பாடும் இவை பெரும்பாலும் வாய்மொழி மரபு மூலமே பயிலப்பட்டன; பேணப்பட்டன. ஆகவே இவற்றுக்கு 'எழுதாக் கிளவி' என்று

பெயர் உண்டு. சமஸ்கிருதத்தில் 'சுருதி' (கேட்கப்படுவது) என்று இவை கூறப்படுகின்றன.

வேதங்களின் முக்கியமான சிறப்பியல்புகள் இரண்டு. ஒன்று: பல்லாயிரம் வருடங்களாகியும் கூட மாறுதலில்லாத தூய பிரதிகளாக இன்று கிடைப்பவை அவை மட்டுமே. இரண்டு: எழுத்துவடிவ பிரதிக்கு ஆதாரமாக உச்சரிப்புகளை எடுத்துக் கொள்ள முடியக் கூடிய படைப்புகளும் இவை மட்டுமே.

இந்த இரு இயல்புகளுமே, வேதம் எழுதாக் கிளவியாக தொடர்ந்து பேணப்பட்டதன் விளைவுகள் என்பதைக் காணலாம். ஒரு இலக்கியப் பிரதியைப் பேண அதை எழுத்தில் வடித்துப் போற்றவேண்டும் என்ற எண்ணம் உடைய நமக்கு இது வியப்பு தருகிறது. எழுதப்படாத காரணத்தாலேயே வேதத்தை உரிய உச்சரிப்புகளுடன் பயின்று பேணி வருவதற்குத் தனியான குலங்களும், குருபரம்பரைகளும் உருவாக்கப்பட்டன. எழுதப் படாத காரணத்தினால்தான் அவற்றின் உச்சரிப்பு முறைக்கு அந்த அளவுக்கு முக்கியத்துவம் தரப்பட்டது. எழுதப்பட்ட நூல்களில் ஏராளமான இடைச் செருகல்களும், எழுத்துத் திரிபுகளும் ஏற்பட்டபோது வேதம் இந்தியா முழுக்க தன் அசலான நிலை யிலேயே இன்றுவரை பேணப்படுகிறது.

வேதங்களில் உள்ள சொற்கள், மொழியின் ஆதிநிலையில் இருந்த வேர்ச்சொற்கள் என்பதைக் கண்டோம். வேதங்களின் உச்சரிப்பு முறை (குறிப்பாக ஏற்ற இறக்கங்கள்), கூடவே உள்ள சைகைகள் ஆகியவற்றுடன் தொடர்புபடுத்தி அவற்றின் பொருளை அறியும்போதுதான் தெளிவான சித்திரம் உருவாகும். வேதங்களை ஆராய்ந்த ஆரம்பகட்ட ஆய்வாளர்கள் நிகழ்த்திய பெரும் பிழைகள் பல இப்போது சுட்டிக்காட்டப்படுகின்றன. அவை 'எழுதப்பட்ட' வேதவரிகளை மட்டுமே அடிப்படை யாகக்கொண்டு வாசித்தமையின் விளைவுகளாகும்.

வேதவரிகளை ஒருசாரார் அப்படியே நேரடியான அர்த்தத்தில் எடுத்துக்கொண்டு பொருள் கூறுகிறார்கள். இன்னொரு சாரார் வேதங்களில் ஒவ்வொரு வரிக்கும் வலிந்து கவித்துவ அர்த்தம் கண்டுபிடித்துக் கூறுகிறார்கள். இரண்டு போக்குகளுமே அபாயகரமானவை. வேதங்களின் அடிப்படையான கவித்துவ

உணர்ச்சியை அளவுகோலாக வைத்து வேதங்களை மதிப்பிடு வதே சரியானதாக இருக்கும்.

கற்கள் நிரம்பிய நதி
ஓடிக் கொண்டிருக்கிறது
தோழர்களே
ஒன்றாக முன்னேறுங்கள்
தலை நிமிர்ந்து
இந்நதியைத் தாண்டிச் செல்லுங்கள்

என்ற வரியை கவித்துவமாகவே வாசிக்க முடியும். அந்த நதி சரஸ்வதியா கங்கையா என்று விவாதிப்பதிலோ, வேதகால மக்கள் நதியைக் கண்டு மிகவும் அஞ்சினர், அவர்களுக்கு நீந்தத் தெரிந்திருக்கவில்லை என்று ஆராய்ச்சி செய்வதிலோ எந்தப் பொருளுமில்லை. அதேபோல வெண்குதிரைகள் என்று ரிக் வேதம் குறிப்பிடுவது சூரிய ஒளியைத்தான் என்று அதீத குறியீட்டு அர்த்தம் கொடுப்பதும் தவறானதே.

வேதங்களின் கணிசமான பகுதி நேரடியான எளிய பிரார்த்தனைகளே. தங்களுக்குத் தேவையானவற்றை இறைச் சக்திகளிடம் கோரியும் தங்களுக்குப் பிரியமானவற்றை அந்தச் சக்திகளுக்குச் சமர்ப்பணம் செய்தும் பாடப்பட்டவை அவை.

தேவனே
எங்களுக்கு உடல்பலத்தை அருள்க
எங்கள் வளர்ப்பு மிருகங்களுக்கு
வலிமை அருள்க
எங்கள் குழந்தைகளுக்கும்
வாரிசுகளுக்கும்
உயிர்ச்சக்தி அருள்க
அவர்கள் நெடுநாள் வாழ்க
நீ எங்களுக்கு
வல்லமையை அருள்பவனல்லவா? (ரிக் III 53, 28)

இம்மாதிரியான பிரார்த்தனைகளே வேதத்தில் அதிகம் காணப்படுகின்றன.

அதே சமயம் இப்பிரார்த்தனைகளில் கவித்துவமான முறையில் பிரபஞ்சத் தரிசனத்தின் சாரமான பகுதிகளும் காணக் கிடைக்கின்றன. கவித்துவ மின்னல்களாக இவை தென்பட்டு மறைகின்றன என்று கார்பே எனும் வேத ஆய்வாளர் கூறுகிறார்.

உதாரணமாக,

> வருணன்
> காட்டில் மரக்கூட்டங்களைப் படைத்தான்
> வீடுகளுக்கு உயிர்த்துடிப்பும்
> பசுக்களுக்குப் பாலும்
> இதயங்களுக்கு ஞானமும் அளித்தான்
> நீருக்குள் அக்னியையும்
> வானில் சூரியனையும்
> மலைகளில் சோமரசத்தையும் வைத்தான். (ரிக் V 85, 2)

இவ்வரிகளில் குறிப்பிடத்தக்கது 'நீருக்குள் அக்னி' என்ற சொல்லாட்சியாகும். கண்ணுக்கும் மனத்துக்கும் தென்படும் காட்சிக்கு அப்பால், தருக்கப் புத்திக்குத் தட்டுப்படாத ஒரு உண்மை குடிகொள்கிறது என்ற ஞானம் இவ்வரிகளில் தென்படுகிறது. அதாவது, இது நேரடி வரி அல்ல, கவிதை.

ஒட்டுமொத்தமாக வேதங்களை எடுத்துப் பார்க்கும்போது கவித்துவமான மொழியில் வெளிப்படுத்தப்பட்ட ஞானத் தரிசனங்கள் மூன்று புள்ளிகளில் குவிவதைக் காணலாம். ஒன்று: நாம் கண்டு அறியும் எல்லாப் பொருட்களும் எல்லா விஷயங்களும் அடிப்படையில் ஒன்றே. அந்த ஒன்றின் தோற்றமே இவை எல்லாம். இரண்டு: நாம் கண்டு அறியும் ஒவ்வொன்றும் நம்முடைய அறிவின் இயல்புக்கு ஏற்ப நமக்குத் தென்படுபவையேயாகும். அதாவது, நாம் காண்பது நமது அறிவை மட்டுமே. மூன்று: நமக்கு வெளியே நம்மைச்சுற்றி எதையெல்லாம் தேடுகிறோமோ அவற்றையெல்லாம் நமக்குள் நாம் அறிய முடியும்.

ரிக்வேதத்தின் பத்தாம் மண்டலத்தை வேதஞானம் திரண்ட பகுதி என்று ஆய்வாளர்கள் குறித்திருக்கின்றனர். இப்பகுதியில் மேற்குறிப்பிட்ட தரிசனங்கள் தீவிரமாக முன்வைக்கப்படு கின்றன. அங்குள்ள 'சிருஷ்டி கீதம்' என்ற புகழ் பெற்ற பாடல், உலக ஞான மரபின் முதல் வெளிச்சம் என்று புகழப்படுகிறது. இந்த நிமிடம் வரை மானுட ஞானத்தேடலை முன்னால் செலுத்தி வரும் அடிப்படையான கேள்விகள் முழுக்க அந்தப் பாடலில் உள்ளன. இங்கு குறிப்பிடத்தக்க ஒரு விஷயம் உண்டு. இந்து ஞானமரபின் மையம் என்று கருதப்படும் இப்பாடலில்

வினாக்கள் மட்டுமே உள்ளன. விடைகள் இல்லை.

ரிக், யஜுர், சாமம், அதர்வம் என்று நான்கு பெரும் தொகுப்பு களாக வேதங்கள் உள்ளன. பத்து மண்டலங்களாகப் பிரிக்கப் பட்டுள்ள ரிக்வேதத்தில் 10,600 பதங்கள் கொண்ட 1,017 சூக்தங்கள் உள்ளன. வேதங்கள் நான்குக்கும் அன்னை ரிக் வேதமேயாகும். இதிலுள்ள சூக்தங்களை மற்ற வேதங்களில் மீண்டும் மீண்டும் காணலாம்.

ரிக்வேதத்தின் காலம் கி.மு. 1200க்கும் 1000த்துக்கும் இடையே என்று மாக்ஸ் முல்லர் கூறினார். பிற்கால ஆய்வாளர் கி.மு. 4500க்கு முன்பே ரிக்வேதம் உருவாகிவிட்டது என்கிறார். டாக்டர் ராதாகிருஷ்ணன் இவற்றின் காலகட்டத்தை கி.மு. பதினைந்தாம் நூற்றாண்டு என்கிறார். விவாதம் முன்னகரும்போது ராதா கிருஷ்ணனின் தரப்பே உறுதிப்பட்டு வருகிறது. இக்கால கட்டத்துக்கு முன்பு, நாகரீக அடையாளங்களே உருவாகியிராத மிகத் தொன்மை வாய்ந்த காலத்தில் எழுதப்பட்ட ரிக்வேத சூக்தங்களும் உண்டு.

யஜுர் வேதம் வேள்விச் சடங்குகளுக்காகத் தொகுக்கப்பட்ட பாடல்கள் அடங்கியது. இதில் 40 அத்தியாயங்களில் 1886 மந்திரங்கள் உள்ளன. இவற்றில் பாதிக்குமேல் ரிக்வேதத்திலும் உள்ள மந்திரங்கள்தான். சாமவேதம் 'உத்கீதத்துக்கு' (பாடுவதற்கு) உரியது எனப்படுகிறது. இதில் 32 அத்தியாயங்களில் 460 சூக்தங்கள் உள்ளன. இவற்றில் 75 தவிர மீதம் ரிக்வேத சூக்தங்கள் தான். அதர்வ வேதம் முற்றிலும் தனித்து நிற்கிறது. இதில் 20 காண்டங்களிலாக 131 மந்திரங்கள் உள்ளன. இது குறியீட்டுச் செயல்களுக்கான வேதம்.

அதர்வவேதம் பொதுவாக வைதிக மரபின் தவிர்க்க முடியாத பகுதியாகக் கருதப்படவில்லை. சாந்தோக்ய உபநிடதம், ஐதரேய பிராமணம், சதபத பிராமணம், மனுஸ்மிருதி முதலியவை அதர்வண வேதத்தை நிராகரித்து அதிகாரபூர்வ வேதங்கள் மூன்றே என்று குறிப்பிடுகின்றன. வேத மரபு பௌராணிக மரபாக மாறியபோது அதர்வவேதம் முழுமையாக நிராகரிக்கப்பட்டது. காரணம், அது தாந்த்ரீக விதிகளைப் பற்றியது என்பதே. கேரளம், ஒரிசா, வங்கம் முதலிய பகுதிகளில் உள்ள தாந்த்ரீக மதங்களே

அதைத் தங்கள் வேதமாகக் கருதின. இந்தியா முழுக்கத் தாந்த்ரீக மரபு வெறுத்து ஒதுக்கப்பட்ட காலம் ஒன்று இருந்தது.

புராணங்களின்படி, ரிஷிகளின் ரிஷியான வியாசர் வேதங் களைப் பிற ரிஷிகளுக்கு உபதேசம் செய்தார். ரிக்வேதம் பைல னுக்கும், யஜுர் வேதம் வைசம்பாயனனுக்கும், சாம வேதம் ஜைமினிக்கும், அதர்வவேதம் சுமந்துவிற்கு உபதேசிக்கப்பட்டன.

ஒவ்வொரு வேதத்துக்கும் அதற்குரிய பிராம்மணங்கள் உண்டு. அதையொட்டி உருவான ஆரண்யகங்கள் உண்டு. உபநிஷதங்களையும் வேதங்களின் கிளைகளாகக் கூறுவது மரபு. பிராம்மணங்கள், ஆரண்யகங்கள், உபநிஷதங்கள் ஆகியவற்றை, வேதங்களை விளங்கிக்கொள்ளவும், நடைமுறைக்கு ஏற்ப மறு தொகுப்பு செய்துகொள்ளவும் அக்கால மக்கள் செய்த முயற்சிகள் எனலாம்.

2. உபநிஷத காலகட்டம்

உபநிஷதம் (உபநிடதம்) என்றால் அருகே அமர்ந்து கொள்ளுதல் என்று அர்த்தம். இந்நூல்கள் பெரும்பாலும் குரு சிஷ்யனுக்குக் கூறியவையாகவோ குருசீட விவாதங்களாகவோ அமைந்திருப்பதே இவற்றுக்கு இப்பெயர் உருவாகக் காரணம் என்று ஊகிக்கலாம். நேரடியான தத்துவச் சிந்தனை, இந்திய ஞான மரபில் உபநிஷதங்களில்தான் தொடங்குகிறது. எனவே இந்து ஞான மரபின் எல்லாத் தத்துவ மரபுகளுக்கும் உபநிஷதங்களில் வேர்கள் உண்டு.

வேதங்களில் எழுப்பப்பட்ட அடிப்படைக் கேள்விகளும் கண்டடையப்பட்ட அடிப்படையான தரிசனங்களும் மேலும் விரிவாகவும் தருக்கபூர்வமாகவும் விவாதிக்கப்பட்டது உபநிட தங்களில்தான். அத்துடன் உபநிடதங்கள் வேத ஞானத்தை மறுதலித்தும் தாண்டியும் செல்கின்றன. இந்த முரண்பாட்டை நாம் தெளிவாகப் புரிந்துகொள்ளுதல் அவசியம்.

ஒரு சிந்தனை மரபோ ஞான மரபோ அடுத்த கட்டத்துக்கு எப்படிச் செல்கிறது? அம்மரபில் உள்ள சாராம்சமான சில கூறுகள் மேலும் விரிவாக வளர்த்தெடுக்கப்படுகின்றன. அம்மரபில் உள்ள சாரமற்ற பல கூறுகள் விமர்சித்து ஒதுக்கப்படுகின்றன. இரண்டும்

ஒரே சமயம் நிகழுகின்றன. வளர்ச்சி என்பது இதுவேயாகும்.

உபநிஷதங்களில் வேததரிசனங்கள் பல வளர்ச்சியடைந்து காணப்படுகின்றன. அதை வைத்து டாக்டர் ராதாகிருஷ்ணன் முதலிய ஆன்மிகப் பார்வை உடைய தத்துவ ஆய்வாளர்கள், வேதங்களின் தொடர்ச்சிதான் உபநிஷதங்கள் என்கிறார்கள். வேதங்களைக் கடுமையாக மறுக்கக்கூடிய, எள்ளி நகையாடக் கூடிய பல பகுதிகள் உபநிஷதங்களில் உள்ளன. அவற்றைச் சுட்டிக்காட்டி, தேவி பிரசாத் சட்டோபாத்யாய முதலிய உலகியல் பார்வை கொண்ட தத்துவ ஆய்வாளர்கள், உபநிஷத காலகட்டம் வேதங்களை மறுத்து எழுந்தது என்கிறார்கள்.

எது உண்மை? இரண்டுமே உண்மைதான். உபநிஷதங்கள் வேதங்களின் தத்துவார்த்தமான பார்வையையும், ஆதி தரிசனங் களையும் ஏற்று வளர்த்தெடுக்கின்றன.

எங்கும் எரியும்
தீ ஒன்றேதான்
எங்கும் ஒளிரும்
சூரியன் ஒன்றேதான்
இவற்றையெல்லாம் ஒளிரவைக்கும்
உஷஸ் ஒன்றுதான்
அந்த ஒன்றே இதெல்லாம். (ரிக் VI 58–2)

இதே தரிசனத்தை நாம் சாந்தோக்கிய உபநிஷதத்தில் விரிவாகப் பார்க்கிறோம். ஆருணியாகிய உத்தாலகன் தன் மகன் ஸ்வேதகேதுவுக்கு இதே தரிசனத்தை உதாரணங்கள் மூலம் விரிவாக விளக்கிக் கூறுவதே சாந்தோக்கிய உபநிஷதம்.

வானத்துக்கும் அப்பால்
மிக உன்னதத்தில் உள்ள
உலகங்களுக்கெல்லாம் அப்பால்
அனைத்துக்கும் அப்பால்
ஒளிரும் ஜோதிதான்
இங்குள்ள அனைவரிலும்
சுடர்கிறது (சாந்தோக்ய உபநிடதம் III 13–7)

என்கிறது உபநிடதம். வேத தரிசனம் இங்கு மேலும் கவித்துவ உக்கிரம் பெற்றுள்ளது.

அதே சமயம் வேதங்களில் உள்ள உலகியல் வேட்கையையும் வேள்விக்கர்மங்களின் சுயநலப் போக்கினையும் உபநிஷதங்கள்

கடுமையாகக் கண்டிக்கின்றன. (இவற்றை ஆதரிக்கும் உபநிஷ தங்களும் பல உண்டு.) ஸ்வசனவேத உபநிஷதம் 'அவதாரங்கள் இல்லை தெய்வங்கள் இல்லை; சொர்க்கம் இல்லை; நரகம் இல்லை' என்று கூறுவதை லோகாய தரிசனத்தின் முதல்கட்டச் சூத்திரங்களில் ஒன்றாக எம்.என். ராய் அவர்கள் தன் நூலில் குறிப்பிடுகிறார்.

சில உபநிடதங்களில் கடுமையான பிராமணக் கண்டனமும் காணப்படுகிறது. சாந்தோக்கிய உபநிடதம் பிராமணர்களை ஊளையிடும் நாய்களுக்கு உவமிக்கின்றது. உபநிடத மரபு வேதங் களின் சடங்கு சார்ந்த உலகியல் நோக்கைக் கண்டிக்கின்றது. தத்துவ ஆன்மிக அடிப்படைகளை வளர்த்தெடுக்கிறது.

பெரும்பாலான உபநிடதங்களுக்கு நாடகத் தன்மை கொண்ட ஒரு கதைச் சந்தர்ப்பம் இருக்கும். உதாரணமாக நசிகேதனின் தந்தை கோபத்தில் 'உன்னை எமனுக்கு தந்துவிடப் போகிறேன்' என்கிறான். தந்தை சொல்லை மெய்யாக்கும் பொருட்டு நசிகேதன் எமனை நாடி வந்து மூன்றுவரம் பெறுகிறான். அவ்வரத்தின்படி, எமன் நசிகேதனுக்குக் கூறிய உபதேசங்கள்தான் கடோபநிஷதம்.

இன்னொரு முக்கிய அம்சம், உபநிடதங்களில் உள்ள கூறுமுறை. இவை கவித்துவம் நிரம்பிய உருவக மொழியில்தான் பெரும்பாலும் உள்ளன. இவற்றை மதநூலாகவோ, தத்துவ நூலாகவோ பொருட்படுத்த மறுப்பவர்கள் கூட இவற்றின் கவித்துவம் குறித்துப் பெருமிதம் அடையாமலிருக்க முடியாது.

காலத்தால் மிகவும் பிந்தியது எனினும் பகவத்கீதை ஒரு உபநிடதமேயாகும். அதன் நாடகீய கதைச் சந்தர்ப்பம், கவிதை நடை ஆகியவை உபநிடதங்களை ஒத்துள்ளன. அத்துடன் வேதங்களின் சடங்கு சார்ந்த உலகியல் பார்வையைக் கீதை கடுமையாக நிராகரிக்கிறது. 'ஆகவே அர்ச்சுனா, முக்குணங்க ளுடன் வளர்ந்து நிற்கும் வேதங்கள் என்ற மரத்தை வேருடன் வெட்டி வீழ்த்துவாயாக' என்கிறது அது (கீதை). அதே சமயம் வேதங்களின் தத்துவ மெய்ப்பொருளை விரிவாக்கமும் செய்கிறது.

பல நூறு உபநிடதங்கள் உண்டு என்பது புராண நம்பிக்கை. ஒவ்வொரு வேதத்துக்கும் அதை ஒட்டி உருவான உபநிடதங்கள் உண்டு என்று மரபு கூறுகிறது. அதேசமயம் இன்று பார்க்கையில் உபநிடதங்களுக்கு அவற்றின் மூலவேதங்களுடன் உள்ள உறவு தற்செயலானது என்றே படுகிறது. உபநிடதங்களை அழியாமல் காக்கும் பொருட்டு செய்யப்பட்ட ஏற்பாடாக இது இருக்கலாம். ஒவ்வொரு வேதமும் குறிப்பிட்ட இன/குல மரபுக்கு என ஒதுக்கப்பட்டிருந்தது. உபநிடதங்களையும் அவர்கள் பயின்றாக வேண்டும் என்பதற்காக இந்தப் பிணைப்பு உருவாக்கப்பட்டிருக்கலாம்.

ரிக்வேதத்துக்கு 42 உபநிடதங்களும், யஜுர் வேதத்துக்கு 60 உபநிடதங்களும், சாம வேதத்துக்கு 90 உபநிடதங்களும், அதர்வண வேதத்துக்கு 52 உபநிடதங்களும் உண்டு என்று கோபிலரின் 'சாஸ்திரானுபவம்' என்ற இலக்கண நூல் குறிப்பிடுகிறது. மொத்தம் 244 உபநிஷதங்கள் இருந்தன. நூற்றிஎட்டு உபநிடதங்களின் பெயர்களை முக்திகோபநிஷத் பட்டியலிடுகிறது.

அதனால் முக்கியமான உபநிஷதங்கள் பதினெட்டுதான் என்ற கருத்து அறிஞர்களுக்கு இடையே பிரபலமாக உள்ளது. இவற்றில் சங்கரர் முதலிய முக்கியமான உரையாசிரியர்களால் உரை வகுக்கப்பட்டவை பன்னிரண்டுதான். அவை ஐதரேயம், கௌஷீதகம், தைத்ரியம், கடம், ஸ்வேதாஸ்வேதரம், பிரகர தாரண்யகம், ஈஸம், கேனம், சாந்தோக்யம், மாண்டூக்யம், முண்டகம், பிரஸ்னம் இவையே பலராலும் பொருட்படுத்தி விவாதிக்கப்படுகின்றன. பிற உபநிஷதங்களில் சில இடைக்காலத்துப் போலி சிருஷ்டிகள் என்று அறிஞர்கள் கண்டடைந்துள்ளனர்.

உபநிஷதங்களின் தத்துவத் தரப்பு என்ன? உபநிடதங்கள் பல வகைப்பட்டவை. இவை ஒற்றைப் பார்வை உடையவை அல்ல. இவை தத்துவார்த்தமான விவாதங்கள். ஆகவே இவற்றின் தேடல் பல்வேறு திசைகளுக்கும் விரிந்து பரவுகிறது. உரையாசிரியர்கள் இவற்றைப் பல கோணங்களில் விவாதித்துள்ளனர். ஆகவே உபநிஷதங்கள் கூறுவது இதுதான் என்று ஏதாவது ஒன்றை

வகுத்துக் கூறுவது தவறேயாகும். பிற்காலத் தரிசனங்களில் பல உபநிஷதங்களையே மூலநூல்களாகக் கொண்டுள்ளன.

மொத்தமாக சில சூத்திர வாக்கியங்களை உபநிஷதங்களின் தத்துவப் பார்வையின் அடையாளங்களாக வகுத்துக் கூறலாம். அவையாவன.

1.'நேதி நேதி நேதி' (இவையல்ல இவையல்ல இவையல்ல)

2.'பிரக்ஞானம் பிரஹ்ம.' (பிரக்ஞையே பிரம்மம்)

3.'தத்துவ மஸி' (அது நீயேதான்)

4.'அகம் பிரம்மாஸ்மி' (நானே பிரம்மம்)

5.'ஈஸாவாஸ்யம் இதம் சர்வம்' (இவற்றிலெல்லாம் இறைவன் உறைகிறான்)

இவற்றில் ஒரு பயணம் இருப்பதைக் கவனிக்கலாம். முதலில் கண்டு அறியும் அனைத்தையும், இவை உண்மை அல்ல என்று மறுக்கிறது நம் பிரக்ஞை. பிறகு நாம் அறிவதெல்லாம் நம் அறிவை மட்டுமே. நமது அறிவும் எல்லைக்கு அப்பால் உள்ள எதையுமே நாம் அறிவதில்லை என்று அறிகிறோம். பிரக்ஞையே முழுமுதல் கடவுள் என்று அறிகிறோம்.

இதன் தொடர்ச்சியாக அறிவதும் அறியப்படு பொருளும் அறிபவனும் வேறு வேறல்ல என்று உணர்கிறோம். அது நீயே என்ற பிரக்ஞை ஏற்படுகிறது. தொடர்ந்து நானே பிரம்மம். நானே பிரபஞ்சம் என்ற முழுமையுணர்வு. அதிலிருந்து மீண்டு வருகையில் நம்மைச்சுற்றி உள்ள ஒவ்வொன்றும் நாமும் பிரம்மமே என்ற பிரபஞ்சத் தரிசனம் ஏற்படுகிறது.

இந்த ஆப்தவாக்கியங்கள் (தியானத்திற்குரிய மூலச் சொற்றொடர்கள்) மிகமிக விரிவாக இந்து ஞானமரபில் விளக்கப்பட்டுள்ளன.

3. தரிசன காலகட்டம்

உபநிஷத காலகட்டத்தில் தருக்கப் பிரக்ஞை வலுவடைந்தது. ஞானத்தரிசனங்கள் விரிவாக விவாதிக்கப்பட வேண்டும் என்ற

எண்ணம் ஏற்பட்டது. இதன் விளைவே தரிசனங்களின் கால கட்டமாகும்.

4. அவைதிக மதங்களின் காலகட்டம்

இந்திய ஞானமரபினை வைதிகம், அவைதிகம் என்று இரு பெரும் பிரிவுகளாகப் பிரித்துவிடலாம். வேதங்களை மூல நூல்களாகக் கருதும் மரபு வைதிகம். அப்படிக் கருதாமல் வேதங்களை மறுக்கும் மரபு அவைதிகம்.

இந்த இருபாற் பிரிவினையே நிகழ்த்துவதில் பல சிக்கல்கள் உள்ளன என்பதை இங்கு குறிப்பிட்டுப் பேசவேண்டும். வேதங்கள் ஒற்றைப்படையான ஒரு தரப்பை முன் வைப்பவை அல்ல. பிற்காலத்தில் வளர்ந்து வந்த எல்லா ஞான மரபுகளின் மூலவிதைகளும் அவற்றுக்குள் உள்ளன. உதாரணமாக சார்வாக மரபு வேதங்களை மறுப்பது; புரோகித மரபுக்குப் பரம எதிரி; முழுமையான உலகியல் தன்மை உடையது. இம்மரபின் தொடக்கப் புள்ளியும் வேதங்களில்தான் உள்ளது. வேதரிஷிகளான 'பிரகஸ்பதி', 'அஜித கேசம்பளன்' முதலியோர் தான் இம்மரபின் ஆதிகுருநாதர்கள்.

ஆகவே இந்தியாவில் உள்ள எந்த ஒரு ஞானமரபினையும் முற்றிலும் வேதம் சாராதது என்று கூறிவிட முடியாது. அப்படி என்றால் வைதிகம், அவைதிகம் என்ற பிரிவினை எதனடிப்படையில் நடத்தப்படுகிறது?

பிற்காலத்தில் வேதங்களை அடிப்படையாகக்கொண்டு மதங்கள் உருவாயின. இவை வேதங்களை 'சுருதிகள்', 'அபௌரு ஷேயங்கள்' என்று வகுத்தன (கூறப்படுபவை, மனிதர்களால் எழுதப்படாதவை). வேதங்கள் நிரூபிக்கத் தேவையற்ற உண்மைகள், எனவே அவை தன்னளவிலேயே பிரமாணங்கள் (ஆதாரங்கள்) என்று இம்மதங்கள் கூறின.

இவ்வாறு வேதங்களை அடிப்படை நூல்களாகவும் ஆதாரக் கூற்றுகளாகவும் கருதும் மதங்களே வைதிக மதங்கள். அப்படி ஏற்க மறுத்து வேதங்களை விவாதத்துக்கு உரிய தத்துவத் தரிசன நூல்களாகக் காண்பவையே அவைதிக மதங்கள். பல அவைதிக மதங்கள் காலப்போக்கில் வைதிக மதங்களாக ஆயின.

வேதகாலம் முதலே காணப்படும் அவைதிக மதம் சார்வாக மதமாகும். உபநிஷதங்களிலும் இந்த மதத்தின் கணிசமான செல்வாக்கு காணப்படுகிறது. மகாபாரதத்தில் சார்வாக மதக் கருத்துகள் கூறப்படும் இடங்கள் உண்டு. மகாபாரதத்தில் பஞ்சசிகன் எனும் ரிஷி சார்வாக மதக் கருத்துகளை ஜனக ராஜனுக்கு உபதேசிக்கும் இடம் வருகிறது. ராமாயணத்தில் ஜாபாலிரிஷி ராமனுக்கு உலகாயதத் தர்மத்தை உபதேசிக்கிறார்.

சார்வாக மதம் நான்கு பருப்பொருட்களினால் ஆனதே இவ்வுலகம் என்று வாதிட்டது. அதற்கு அப்பால் ஏதுமில்லை. (நிலம், நீர், வாயு, நெருப்பு) இவை இணைந்து மனிதன் இயற்கை எல்லாம் பிறந்தன. இன்பத்தை அடைவதே வாழ்வின் இலக்கு. மரணத்துடன் வாழ்வு முடிந்து போகிறது. மண்ணில் வாழும் சிறந்த வாழ்வே மோட்சமாகும். இந்தக் கருத்துக்கு அக்காலத்தில் கணிசமான செல்வாக்கு இருந்திருக்கவேண்டும்.

சற்றுப் பிற்பட்ட காலத்தில் உருவான இன்னொரு முக்கிய மான அவைதிக மதம் ஆஜீவக மதம் ஆகும். இது மகலி கோசலன் என்ற ரிஷியால் உருவாக்கப்பட்டது. இப்பிரபஞ்சமானது ஒரு செயல்; பிறகு அதன் விளைவு என்ற வரிசையில் நகர்கிறது என்று வைதிக மரபு கூறியது. (இதை கர்ம சித்தாந்தம் என்பர்.) ஆஜீவகமரபு இதை மறுத்து நியதியின் படியே பிரபஞ்சம் நிகழ்கிறது என்று கூறியது (நியதி சித்தாந்தம்)

பிரபஞ்சத்தில் நிகழும் நிகழ்ச்சிகளுக்குக் காரணம் தேடுவது வீண். ஒவ்வொரு நிகழ்ச்சியும் ஒன்றுடன் ஒன்று பிணைந்துள்ளது. ஒவ்வொன்றும் அதன் இயங்குவிதிகளின் படி நிகழ்ந்தபடி உள்ளது. அதை நம் செயல்கள் மூலம் மாற்ற முடியாது என்று ஆஜீவகர்கள் வாதிட்டனர்.

பண்டைத் தமிழரின் ஊழ் குறித்த நம்பிக்கைகளைப் பார்க்கையில் இங்கு ஆஜீவக மரபு ஆழமாக வேரோடியிருந்தது என்று கொள்ள இடமுள்ளது. திருவள்ளுவர் ஒரு ஆஜீவகர் என்று பல குறள்களை மேற்கோள் காட்டி நிறுவ முடியும். மிகக் கச்சிதமாக ஆஜீவகச் சிந்தனையைக் கூறும் ஒரு பாடல் தமிழில் உள்ளது. அதற்கு இணையாக வடமொழியில் கூட கண்டடையப் படவில்லை. 'யாதும் ஊரே...' எனத் தொடங்கும் கணியன்

பூங்குன்றனின் புறநானூற்றுப்பாடல்தான் அது.

ஆஜீவக மதத்தின் தொடர்ச்சியே சமண மதம் என்று சிலர் கூறுவதுண்டு. இரு மதங்களுக்கும் இடையேயான உறவு அந்த அளவுக்கு நெருக்கமானது. அதேபோல் பௌத்த மதத்துக்கும் ஆஜீவக மதத்துடன் ஆழமான தொடர்பு உண்டு. அவைதிக மதங்களில் இவ்விரு மதங்களே முக்கியமானவை என்பதை நாம் அறிவோம். இந்திய ஞான மரபின் உச்சநிலைகள் சில இம்மதங்களில்தான் சாத்தியமாயின. இந்திய சிந்தனையையே இவை மாற்றி அமைத்தன.

சாக்கியக் குல முனிவரான கௌதம புத்தரால் உருவாக்கப் பட்ட புத்த மதம் பிரபஞ்சத்தைப் பருப்பொருட்களின் கூட்டியக்க மாக உருவகித்தது. வேத, உபநிஷத தத்துவங்களை மறுத்தது. பிரபஞ்சத்தில் உள்ள ஒவ்வொன்றும் அவற்றின் தர்மத்தின்படி இயங்குகின்றன என்றது. அந்த தர்மங்களின் ஒட்டுமொத்தமே பிரபஞ்சத்தின் சாரமாக உள்ள மகாதர்மம் என்று வகுத்தது. அத்தர்மத்துடன் இயைந்து வாழும் சிறந்த வாழ்க்கையைக் கற்பனை செய்ய அது முயன்றது.

வர்த்தமான மகாவீரரால் உருவாக்கப்பட்ட சமண மதமும் அடிப்படையில் பிரபஞ்சத்தைப் பருப்பொருட்களை வைத்தே விளக்கியது. ஒவ்வொன்றும் பருப்பொருட்களின் கூட்டு அமைப்பு தான். ஆனால் அத்துடன் ஆத்மா என்ற இன்னொன்றும் உள்ளது. ஆத்மாக்களுக்கும் பருப்பொருட்களுக்கும் இடையேயான உறவு மூலமே பிரபஞ்சக்காட்சி உருவாகிறது என்றது சமணமதம்.

பௌத்தம், சமணம் இரண்டுமே ஏறக்குறைய சமானமானவை. ஆனால் பௌத்தம் அடிப்படையில் எதற்கும் சாராம்சம் இல்லை என்று கூறியது ஆத்மாவை நிராகரித்தது. சமணம் சாராம்சத்தை, ஆத்மாவை ஏற்றுக்கொண்டது.

5. பக்திக் காலகட்டம்

அவைதிக மதங்களான பௌத்தமும் சமணமும் இந்தியா முழுக்கப் பரவின. அவற்றை எதிர்த்து வைதிக மதங்கள் பெரும் போராட்டத்தில் ஈடுபட்டன. அதன் விளைவாக அவை தங்கள் அமைப்பை மாற்றியமைத்துக் கொண்டன. இதன் விளைவாக

உருவானதே பக்தி காலகட்டமாகும்.

பௌத்த, சமண மதங்களுக்கு முன்பு வைதிக மதம் என்பது வேள்வி முதலிய சடங்குகளினாலானதாக இருந்தது. அது மன்னர்கள், வணிகர்கள் மற்றும் பிராமணர்கள் சம்பந்தப்பட்டதாக இருந்தது. அதற்கும் கீழே உள்ள மக்கள் தங்கள் குலமரபுக்கு உரிய தெய்வங்களைத் தங்கள் வழக்கப்படி வணங்கினர். அவர்களுக்கும் வைதிக மரபுக்கும் உறவே இருக்கவில்லை.

பௌத்த, சமண மதங்கள் முதலில் ஏழை, எளிய மக்களுக்கு இடையே ஊடுருவிச் சென்றன. புத்த பிட்சுக்களும் சமண முனிகளும் ஊருக்குள் தங்கக்கூடாது என்ற விதியே இருந்தது. ஆகவே அவர்கள் விலக்கப்பட்ட எளிய மக்களை அணுகினார்கள். அவர்கள் பள்ளிகள் அமைத்துக் கல்வி கற்பித்தனர். (தமிழில் பள்ளி என்ற வார்த்தையே சமணர்களின் வழிபாட்டு இடமான பள்ளி என்ற சொல்லில் இருந்து வந்ததுதான்.) மருத்துவத்தைப் பரவலாக மக்களுக்குக் கொண்டு சென்றனர். (தமிழில் சமண முனிகளே இலக்கண நூல்களையும் மருத்துவ நூல்களையும் நிறைய இயற்றினர் என்பது குறிப்பிடத்தக்கது.) விளைவாக அடித்தட்டு மக்களிடையே அவைதிக மரபுகள் செல்வாக்குப் பெற்றன.

மெல்ல இம்மரபுகளின் செல்வாக்கு அரசர்களையும் வணிகர்களையும் இழுத்துக்கொண்டது. பல நாடுகள் பௌத்த, சமண மதங்களால் முற்றிலும் கையகப்படுத்தப்பட்டன. இந்நிலையில் வைதிக மரபு விழித்தெழுந்து கொண்டு பெருவாரியான மக்களை உள்ளே இழுக்க முயன்றது. இதன் விளைவே பக்தி காலகட்டம்.

பக்தி காலகட்டத்தின் சிறப்பியல்புகள் என்ன? பக்தி கால கட்டத்தில் கலைகளும் புராணங்களும் வளர்ச்சி அடைந்தன என்பதைக் காணலாம். இவை பக்தி காலக்கட்டத்தின் இரு முக்கிய சிறப்பியல்புகளைக் காட்டுகின்றன. ஒன்று: வெகுஜன மயமாக்கப்பட்ட வழிபாடு. இரண்டு: பல்வேறு போக்குகள் ஒரு பொதுச் சரடில் கோர்க்கப்படுதல்.

பக்தி காலகட்டம் இறைவழிபாட்டை வெகுஜனமாக்கியது எப்படி? தத்துவம், வேள்வி என்ற இரு வழிமுறைகளிலிருந்தும்

விலகி பக்தி எனும் எளிய முறையை அது முன்வைத்தது. ஆலயங்கள் பெருமளவு கட்டப்பட்டு அங்கு அனைத்து மக்களும் கூட வழி செய்யப்பட்டது. மக்கள் ஏற்கெனவே தங்கள் கடவுள்களை வழிபட்டுக்கொண்டிருந்த முறைகளையே புதிய சடங்குகளாக முறைப்படுத்தியது. உணவுகளையும் ஆடைகளையும் படைத்தல், அலங்காரம் செய்தல் முதலியவை அவை.

அத்துடன் கலைகளும் கேளிக்கைகளும் வழிபாட்டுடன் இணைக்கப்பட்டன. ஆழமான அர்த்தங்கள் உடைய மந்திரங்களுக்கும் சூக்தங்களுக்கும் பதிலாக எளிய இசைப்பாடல்கள் உருவாயின. இதையொட்டியே பெரும் திருவிழாக்கள் உருவாகி வந்தன. திருவிழாக்கள் பெரும் சந்தைகளும் கூட என்பதை நாம் அறிவோம். தீர்த்தமாடுதல், விரதங்கள் என்று இம்மரபு வளர்ந்தது.

பல்வேறு இன, குல மக்கள் வழிபட்டு வந்த பல்வேறு கடவுள்களையும் ஒன்றாக இணைக்கும் பொருட்டு உருவானவையே புராணங்கள். இவை சடங்குகளுக்கும் நம்பிக்கைகளுக்கும் தத்துவார்த்தமான அர்த்தம் தந்து வைதிகமரபுடன் இணைத்தன. சிறு கடவுள்களை மையக் கடவுள்களுடன் தொடர்புபடுத்தி, கதைகளை உருவாக்கி இணைத்தன. இவ்வாறு சிறு மதங்கள் பெரிய மதங்களாக மாறின.

இந்த மத மரபு என்று நாம் இன்று காணும் பெரும்பாலான விஷயங்கள் பக்தி காலகட்டத்தில் உருவானவைதான். பல மூல நூல்களுக்கு உரைகள் எழுதப்பட்டன. இதிகாசங்களும் பகவத் கீதையும் பிராந்திய மொழிகளில் மொழிபெயர்க்கப்பட்டன. மலையாளத்தில் ராமாயணமும் மகாபாரதமும் துஞ்சத்து எழுத்தச்சனால் மொழிபெயர்க்கப்பட்ட பின்புதான் அம்மொழியின் இலக்கிய மரபே பிறந்தது. ஞானேஸ்வரி மராட்டிய மொழியில் கீதையை மொழிபெயர்த்த பிறகுதான் அம்மொழி இலக்கியம் பிறந்தது.

பக்தி காலகட்டமானது பல்வேறு கட்டங்களாக பற்பல நூற்றாண்டு காலம் தொடர்ந்து நிகழ்ந்த ஒன்றாகும். இந்து ஞான மரபு இக்காலகட்டம் மூலமே இந்தியா முழுக்கப் பரவியது. இந்து சிற்பக்கலை, இந்து இசை, இந்து இலக்கிய மரபு, இந்து

வாழ்க்கை முறை அனைத்தும் உருவாகி வந்தன.

இங்கு ஒரு விஷயத்தைத் தெளிவுபடுத்த வேண்டியுள்ளது. வரலாற்று ரீதியாக இந்து ஞான மரபினை அணுகுபவர்கள் பக்தி இயக்கம் என்று குறிப்பிடுவது அதன் இறுதிக் காலகட்டத்தையே. இக்காலகட்டத்தில் சிரமண சாதிகள் எனப்படும் உழைக்கும் சாதிகளைச் சேர்ந்த மக்கள் இந்து ஞானமரபுடன் நேரடியான தொடர்பினைப் பெற்றார்கள். அவர்களுள் இருந்து பல ஞான குருநாதர்கள் உருவாகி வந்தனர். கபீர், குருநானக், சைதன்யர், துகாராம், ஞானேஸ்வர் முதலியோர் அவர்கள்.

பக்தி மரபின் தொடக்ககாலகட்டத்தை முதல் இந்து மறுமலர்ச்சிக் காலகட்டம் என்று கூறுவது வழக்கம். இது குப்தர்களின் காலகட்டத்தில் தொடங்கியது என்பார்கள். பக்தி இயக்கம் வேறு பக்திகாலகட்டம் வேறு. பக்தி காலகட்டத்தின் முதிர்ச்சி நிலையே பக்தி இயக்கமாக ஆகியது. அது தென்னிந்தியா வில் உருவாகி வடக்கே பரவியது.

தத்துவார்த்தமாகப் பார்க்கும்போது பௌத்த, சமண மதங் களின் இறுதிக் காலகட்டத்தில் தோன்றிய இந்து எழுச்சி முதல், ராமானுஜர், பசவண்ணர் ஆகிய பிற்காலத்திய ஞானகுருக்களின் காலம் வரை உள்ள பெரும் காலகட்டத்தை ஒட்டுமொத்தமாக பக்தி காலகட்டம் என்று கூறுவதுதான் சரியாக இருக்கும். பிற்கால வேதாந்தங்களின் காலகட்டம் பக்தி காலகட்டத்திற்குள்ளே உள்ள ஒரு காலகட்டமேயாகும்.

6. பிற்கால வேதாந்தங்களின் காலகட்டம்

பௌத்த, சமண மதங்களின் வெகுஜனத்தன்மைக்கு எதிரான பேரியக்கமாகப் பக்தி காலகட்டம் உருவாயிற்று என்றோம். பௌத்த சமண மதங்களின் தத்துவார்த்தமான அறைகூவலுக்கு எதிராக உருவான வைதிகத் தத்துவ தரிசனங்கள்தான் பிற்கால வோதாந்தங்கள். இவை அத்வைதம், துவைதம், விசிஷ்டா த்வைதம் என்று மூன்று தனிப்போக்குகளாக உள்ளன.

வேதாந்தம் என்ற சொல்லுக்கு வேதத்தின் இறுதி என்று பொருள். வேதங்களின் விரிவாக்கமான உபநிஷதங்களே உண்மையில் வேதாந்தங்கள். அவை முற்காலக் கட்ட

வேதாந்தங்கள் எனலாம். இவை தருக்கபூர்வமானவை. வேதாந்தம் என்ற சொல் தருக்கம் என்ற பொருளில் அன்றாட வழக்கில் பயன்படுத்தப்படுகிறது.

பௌத்த, சமண மதங்கள் தருக்க முறையை பிரம்மாண்டமாக வளர்த்தெடுத்தன. குறிப்பாக பௌத்த மெய்ஞானம் நியாய மரபின் தருக்க முறைகளை மிகச் சிறப்பாகப் பயன்படுத்திக் கொண்டது. நாகார்ச்சுனர், அசங்கர், வசுபந்து, திக்நாகர், தர்மகீர்த்தி முதலிய முக்கியமான பௌத்த ஞானிகள் அனைவருமே நியாய இயலுக்கு உரை எழுதியுள்ளனர்.

ஆகவே வைதிக மரபும் வேறு வழியே இல்லாமல் நியாய யியலை கற்றுத் தேர்ச்சி அடைய நேரிட்டது. குறிப்பாக வேதாந்த ஞானியாகிய சங்கரர் நியாயயியலை மிகச் சிறப்பாக பயின்று பௌத்தர்களுக்கும் சமணர்களுக்கும் எதிராகப் பயன்படுத்தி அவர்களை வென்றார். நியாயத் தருக்க முறைகளைப் பயன்படுத்தி வேதங்களையும் உபநிஷதங்களையும் பிரம்ம சூத்திரம் முதலிய யோக நூல்களையும் சங்கரர் புதிதாக விளக்குகிறார். இவ்வாறு புதிய தருக்க முறைப்படி முன்வைக்கப்பட்ட வேதாந்தமே பிற்கால வேதாந்த மரபு ஆயிற்று.

சங்கரர் பௌத்தர்களின் தருக்க முறையை மிகவும் சார்ந்தி ருக்கிறார். அவரை அவரது எதிரிகள் பிரச்சன்ன பௌத்தன் (மாறுவேடமிட்ட பௌத்தன்) என்று பழித்தார்கள். அத்வைதத் துக்கும் திகநாகர் மற்றும் தர்மகீர்த்தியின் விஞ்ஞானவாதத் திற்கும் இடையேயான உறவு மிகவும் மெல்லியதேயாகும். விஞ்ஞானவாத பௌத்த மரபில் புத்தர் 'த்வைத கண்டகன்', 'அத்வைதன்' என்றெல்லாம் அழைக்கப்படுகிறார். (இருமையைக் கண்டிப்பவன், இருமையற்றவன்.)

விஞ்ஞானவாத பௌத்த மரபு, நாம் அறிவதெல்லாம் நமது அறிதலை மட்டுமே என்று கூறியது. உதாரணமாக தண்ணீரைப் பற்றி நாம் அறிவது என்ன? குளுமை, வடிவமற்றதன்மை, தாகம் தீர்க்கும் இயல்பு... இவையெல்லாம் நமது உடலின் இயல்பு, நமது தேவை ஆகியவற்றால் தீர்மானிக்கப்படுபவை. அதற்கு அப்பால் போவதற்கு நம்மால் முடிவதில்லை. ஆகவே நாம் பிரபஞ்சமாகக் கண்டுகொண்டிருப்பது நமது சுயத்தையும்

அகங்காரத்தையும் மட்டும்தான்.

நமது அகங்காரத்தைக் கடந்து சென்று நாம் பிரபஞ்சத்தை அறிய முற்பட்டால் நமது அறிதல்தான் அனைத்தும் இல்லாமல் ஆகின்றன. நாம் இல்லாமலாகிறோம். பிரபஞ்சம் மட்டுமே இருக்கிறது. நாம் அதில் துளியாக இருக்கிறோம். அறிதல், அறிபடுபொருள், அறிபவன் மூன்றும் ஒன்றாக ஆகிவிடுகிறது. இதுவே விஞ்ஞானவாதம். விஞ்ஞானம் என்றால் அறிதல் என்று பொருள்.

அத்வைதம் இதை விரிவுபடுத்துகிறது. ஜீவாத்மா தன் அகங்காரத்தால் தன்னைப் பிரித்தறிகிறது. பிரபஞ்சத்தைத் தன்னில் இருந்து வேறாகக் கண்டு தன் சுயத்தைக் கணக்கிடுகிறது. பரமாத்மாவை அறிய முற்படுகிறது. அகங்காரத்தை அது களையும்போது மாயை கலைந்துவிடுகிறது. அந்நிலையில், ஜீவாத்மா வேறு, பரமாத்மா வேறு அல்ல. அறிவதும் அறியப் படுவதும் அறிவும் எல்லாம் பரமாத்மாவேயாகும்.

இந்து மரபின் மெய்ஞானத்தை முழுக்க இவ்வாறு தத்துவார்த்தமாக மறுவிளக்கம் அளித்து சங்கரர் புதுப்பிறவி எடுக்கச் செய்தார். இதன் விளைவாகவே இந்து ஞான மரபு புத்துயிர் பெற்றது. வைதிக மரபு அவைதிக மரபினை வென்றது. சிலர் இன்று கூறுவதுபோல பௌத்த, சமண மதங்களை வைதிக மதம் வன்முறை மூலம் துரத்தியது என்பது சரியல்ல. எந்த மதத்தையும் வன்முறை மூலம் அழிக்க முடியாது என்பதையே வரலாறு காட்டுகிறது. ரோமசாம்ராஜ்யத்தால் கிறிஸ்தவத்தை அழிக்க முடியவில்லை. முகலாயர்களால் சின்னஞ்சிறு சீக்கிய மதத்தைக் கூட அழிக்க முடியவில்லை. பௌத்தமும் சமணமும் பக்தி மரபாலும் புது வேதாந்த மரபாலும் தோற்கடிக்கப்பட்டன என்பதே உண்மையாகும்.

அத்வைத மரபுக்கும் அன்றைய காலகட்டத்துக்கும் ஒரு முரண்பாடு இருந்தது. ஏற்கெனவே கூறப்பட்டதுபோல அது பக்திக் காலகட்டம். அத்வைத மரபு பக்திக்கு எதிரானது. அவித்யை என்று கூறப்படும் அறியாமையினை மெய்யறிவின் மூலம் வென்று இரண்டற்ற நிலையை அடைவது பற்றி மட்டுமே அது பேசுகிறது! அது முழுக்க முழுக்க அறிவார்ந்தது. ஞானமே

முக்திக்கு வழி என்று கூறுவது.

ஆகவே பக்தியை முக்திக்கு வழியாக முன்வைத்த அக்கால மெய்ஞானிகள் சிலர், அத்வைத தரிசனத்தைச் சற்று மாற்றி யமைக்க தலைப்பட்டனர். ஜீவாத்மாவும் பரமாத்மாவும் ஒன்றுதான் என்று கூறினால், ஜீவாத்மா பரமாத்மாவை வழிபட வேண்டிய தேவையே இல்லை. ஆகவே இரண்டும் வேறு வேறு என்றனர் அவர்கள்.

இவர்களில் மத்வாச்சாரியார் வகுத்த துவைதம், ஜீவாத்மா வேறு, பரமாத்மா வேறு என்றது. பரமாத்மா எந்தவித நிபந்தனை களுக்கும் வரையறைகளுக்கும் அப்பாற்பட்டது. எந்தவிதமான முறைகளும் இல்லாதது. ஜீவாத்மா உடலும் உயிருமாக மாறக்கூடியது. காமம் குரோதம் மோகம் போன்ற குறைகளுக்கு ஆட்படக்கூடியது. இவற்றை வெல்ல ஜீவாத்மா பரமாத்மாவை வழிபடவேண்டும் என்றார். இது துவைதம் (இருமைவாதம்) எனப்பட்டது.

பக்தி நெறியை முதன்மைப்படுத்தியவர் ராமானுஜர். பிரியமும் சேவையும் (பிரபத்தி)தான் மானுட விடுதலைக்கு வழி என்றார். ஆகவே அவரும் இருமைவாதத்தையே முன்வைத்தார். ஆனால் தன் குறைகளும் அடையாளங்களும் நீங்கப்பெற்ற ஜீவாத்மா இறுதியில் பரமாத்மாவுடன் இணைந்துவிடுகிறது என்றார். இதன் பெயர் விசிஷ்டாத்வைதம்.

7. இந்து மறுமலர்ச்சிக் காலகட்டம்

பதினெட்டாம் நூற்றாண்டு முதல் இந்தியா மீது வெளியே உள்ள நாகரிகங்களின் நேரடியான பாதிப்பு ஏற்பட ஆரம்பித்தது. பிரிட்டிஷ் ஆட்சியும் ஆங்கிலக் கல்வியும் இந்து மரபின் சிந்தனை களை உலகளாவிய தத்துவப் போக்குகளுடன் ஒப்பிட்டு ஆராய வேண்டிய நிர்ப்பந்தத்தை ஏற்படுத்தின.

அத்துடன் பதினாறாம் நூற்றாண்டு முதலே இந்தியா முழுக்க நிலையான அரசுகளோ, ஒழுங்கான நிர்வாக முறையோ இல்லாத அராஜக சூழல் நிலவி வந்தது. முகலாய ஆட்சியில் இந்து மரபு மீது தொடுக்கப்பட்ட தொடர்தாக்குதல்களின் காரணமாக இந்து மரபு தன்னை இறுக்கமான விதிகள் அடங்கிய, மாறாத

அமைப்பாக மாற்றிக்கொண்டிருந்தது. அந்த இறுக்கம் காரணமாக அது பலநூறு வருடம் மாறாமல் அப்படியே இருந்து வந்தது.

ஆகவே இந்து ஞான மரபினை காலத்திற்கு ஏற்பச் சீர்திருத்தி அமைக்கவேண்டும் என்ற தேவையை சில அறிஞர்கள் உணர்ந்தார்கள். இந்து ஞான மரபில் உள்ள தொன்மையான விஷயங்கள் பல காலப்போக்கில் முக்கியமிழந்து பின்னகர்ந்து விட்டிருந்தன. அவற்றை மீட்க வேண்டிய தேவையையும் சில அறிஞர்கள் உணர்ந்தார்கள்.

இந்து ஞானமரபு பக்தி மரபாக எளிமையாக்கப்பட்டு பல நூற்றாண்டுகள் ஆகிவிட்டிருந்தன. ஆகவே படிப்படியாக பக்திச் சடங்குகளும் நம்பிக்கைகளுமே இந்து மரபாக மாறிவிட்டன. தத்துவமும் ஞானமும் மறக்கப்பட்டன. ஆகவே தத்துவத்தையும் மெய்ஞானத்தையும் பக்திச் சடங்குகளுக்கு மேலாகத் தூக்கி நிறுத்தவேண்டிய தேவையும் ஏற்பட்டது.

பதினெட்டு பத்தொன்பதாம் நூற்றாண்டுகளில் இந்து ஞான மரபில் மறுமலர்ச்சியை உருவாக்கிய அறிஞர்களும் ஞானியரும் இம்மூன்று வகையைச் சேர்ந்தவர்கள். பண்டித ரமாபாய், ராஜாராம் மோகன்ராய் முதலியவர்கள் சீர்த்திருத்தவாதிகள். சுவாமி தயானந்த சரஸ்வதி முதலியோர் பழைமையின் சாரத்தை மீட்க முயன்றவர்கள். விவேகானந்தர், அரவிந்தர், நாராயணகுரு, வள்ளலார் முதலியோர் தத்துவார்த்தத்தையும் மெய்ஞானத்தையும் முதன்மைப்படுத்த முயன்றவர்கள்.

இது ஒரு பொதுவான வகைப்படுத்தல் மட்டுமேயாகும். இவர்கள் அனைவருமே மூட ஆசாரங்களைக் கடுமையாகக் கண்டித்தவர்கள்தான். பழைமையின் சாரத்தைப் புதுமையுடன் பிணைக்க முற்பட்டவர்கள்தான். இவர்கள் மூலம்தான் இந்து ஞானமரபு இன்று நாம் காணும் வடிவில் நமக்குக் கிடைத்தது.

இந்தக் காலகட்டத்திற்குச் சில குறிப்பிடத்தக்க முக்கியத் துவங்கள் உண்டு. அச்சு ஊடகம், நவீன தொடர்பு முறைகள், பொதுவான கல்வி முறை ஆகியவை உருவான பிறகு உருவான மறுமலர்ச்சி அலை இது. ஆகவே பல முக்கியமான வரவேற்கத்தக்க மாற்றங்கள் ஏற்பட்டன. ஒன்று, மூலநூல்கள்

அனைவருக்கும் படிக்கக் கிடைத்தன. மூல நூல்களைச் சார்ந்து விவாதிக்கும் போக்கு வலுப்பட்டது. இரண்டு, பல்வேறு மத மரபுகளும் தரிசன மரபுகளும் ஒன்றோடொன்று சகஜமாக உரையாட ஆரம்பித்தன. மூன்று, விவாதிக்கப்படும் கருத்துகள் சம்பந்தப்பட்ட அறிஞர்களுடன் நின்றுவிடாமல் மக்களிடையே பரவ வாய்ப்பு ஏற்பட்டது.

இந்த மாற்றங்களுக்கு ஆங்கில மொழியும் இந்தியவியல் *(Indology)* என்ற தனி அறிவுத்துறையும் ஆற்றிய பங்கு அதிகம் என்பதையும் இங்கு கூறியாகவேண்டும். சமஸ்கிருதம், பிராகிருதம், பாலி, திபெத்தியமொழி ஆகியவற்றில் இருந்த புராதன நூல்கள் தொடர்ந்து ஆங்கிலத்தில் மொழிபெயர்க்கப் பட்டு அச்சிடப்பட்டு அனைவருக்கும் கிடைத்தன. ஆங்கிலம் அன்று அனைவரும் கற்கும் மொழியாக இருந்தமையினால் மூலநூல்களை யார் வேண்டுமானாலும் பயிலலாம் என்ற நிலை ஏற்பட்டது. மேலும் இந்த மொழிபெயர்ப்புகள் பல்வேறு பாட பேதங்களுடன் ஒப்பிடப்பட்டுத் திருத்தப்பட்ட பதிப்புகளாக வெளிவந்தமை, இந்து மெய்ஞானமரபு அதன் உண்மை வடிவில் அனைவருக்கும் கிடைக்க வழிவகுத்தது.

இந்தியவியல் என்ற அறிவுத்துறையானது மானுடவியல், கலைச்சித்தாந்தம், வரலாறு, மெய்யியல் மற்றும் தத்துவம் ஆகியவற்றுடன் தொடர்புள்ள ஒன்று. இதைத் தொடங்கி வைத்தவர்கள் இந்தியாவுக்குக் கிறித்தவ மதத்தைப் பரப்ப வந்த பாதிரிமார்கள். ஹெர்மன், ஜி.யூ.போப், கால்டுவல் முதலிய மொழியறிஞர்களும் மாக்ஸ் முல்லர், க்ளேசன்ஏப் முதலிய தத்துவ அறிஞர்களும் மோனியர் விலியம்ஸ், மார்டிமர் வீலர் முதலிய வரலாற்றாய்வாளர்களும் சேர்ந்து உருவாக்கிய பண்டைய இந்தியாவின் சித்திரம்தான் நாம் இன்று அறிவது என்றால் தவறல்ல. இந்து மரபு இப்பாதிரிமார்களுக்கும் ஆய்வாளர்களுக்கும் பெரிதும் கடன்பட்டுள்ளது.

தங்களால் மதமாற்றம் செய்யப்படவிருக்கும் இந்தியர்களைப் பற்றி மேற்கத்திய இறையியலாளர்கள் முதலில் தெரிந்து கொள்வ தற்காகப் பாதிரிமார்களால் இந்தியவியல் உருவாக்கப்பட்டது. பிற்பாடு ஜெர்மனியில் ஆரிய இனவாதம் தலைதூக்கியபோது

ஆரியர்களின் பூர்வ சரித்திரத்தை அறிந்து கொள்ளும் ஆவல் உருவாயிற்று. இதன் விளைவாக ஜெர்மனிய அறிஞர்கள் இந்தியவியலுக்குள் நுழைந்தார்கள். இந்தியவியலுக்கு ஜெர்மனியர்களின் கொடை அளிப்பரியது.

அதே சமயம் இந்திய மெய் ஞானமரபின் உயிர்த்துடிப்பான பகுதியை, இன்றும் வாழும் மைய ஓட்டத்தை, இந்தியவியல் கண்டுகொள்ளவில்லை. இந்திய ஞானமரபைப் பண்டைய வரலாற்றின் அடிப்படையில் தொகுப்பதில்தான் அது ஆர்வம் காட்டியது. இந்திய மெய்ஞான மரபினைத் தத்துவ அடிப்படையில்தான் பெரும்பாலும் அணுகியது. அத்துடன் பல ஐரோப்பிய இந்தியவியலாளர்கள் இந்திய மெய்ஞான மரபின் முக்கியத்துவத்தைக் குறைத்துக்காட்ட முயன்றனர். சிலர் இந்திய ஞானமரபு என்பது ஆரிய, திராவிட இனப் போராட்டத்தின் தத்துவப் பதிவு மட்டுமே என்று கூறினார்கள். இம்மாதிரி பல திரிபுகள் அரசியல் காரணங்களுக்காகவும், மதமாற்ற நோக்கங்களுக்காகவும், வெள்ளைய இன உயர்வு மனப்பான்மை காரணமாகவும் இந்தியவியல் அறிஞர்களால் செய்யப்பட்டுள்ளன.

இந்திய மறுமலர்ச்சி நாயகர்களான மகாத்மா காந்தி, ஜவகர்லால் நேரு, டாக்டர் ராஜேந்திர பிரசாத் முதலியோர் இந்தியவியல் மூலம் இந்திய ஞானமரபினை அறிந்தவர்கள்தான். அதே சமயம் இந்தியவியலைப் பெரிதும் சார்ந்திருந்த சுவாமி விவேகானந்தர், அரவிந்தர், திலகர் முதலியோர் இந்தியவியலாளர் உருவாக்கிய திரிபுகளைக் கண்டறிந்து கண்டித்தும் உள்ளனர். இந்தியவியலின் பல பிழைகள் இன்று திருத்தப்பட்டுள்ளன. எனினும் இந்து மெய்ஞான மரபினை நாம் இன்று அறிவதற்குக் காரணம் இந்தியவியல்தான். அதற்கு அப்பேரறிஞர்களுக்கு நாம் கடமைப்பட்டுள்ளோம். இதை நாம் ஒரு போதும் மறுக்க முடியாது.

இங்கு ஒரு சிறு பிரச்சினை உள்ளது. இந்தியவியல் சார்ந்து இந்து ஞான மரபினை அறியும்போது இந்து மெய்ஞான மரபின் தனித்தன்மை சற்றுச் சிதைவுபடுகிறது. இந்தியவியல் என்பது இந்தியாவைப் பற்றிய அறிவுத்துறை ஆயினும் அது ஒரு

மேற்கத்திய அறிவுத்துறையே. மேற்கத்திய அறிதல் முறையின் (Epistemology) அடிப்படைகளையே அது தன் ஆதார விதிகளாகக் கொண்டுள்ளது. அதாவது அது ஐரோப்பியனின் கண்களால் இந்தியாவைப் பார்க்க முயல்கிறது.

இப்படிப் பார்க்கும்போது இந்தியவியல் இந்து மெய்ஞான மரபில் உள்ள தத்துவ அம்சத்துக்கு மட்டுமே முக்கியத்துவம் தருகிறது. உள்ளுணர்வு சார்ந்த அம்சங்களைப் பொருட்படுத்துவது இல்லை. பலவற்றை வெறும் சடங்குகளாகவே அது காண்கிறது. இந்தக் கோணத்தில் இந்தியராகிய நாமும் இந்து மெய்ஞான மரபினைப் பார்ப்போமாகில் பல சூட்சுமமான விஷயங்களை இழந்துவிட நேரும். நமது மரபினை நாம் நமது பாரம்பரிய மனநிலைகள், உணர்வுகள் ஆகியவற்றுடன் தொடர்புபடுத்தித் தான் படித்தறிய வேண்டும். தகவல்களை முழுமையாகப் பெறுவதற்கு மட்டும்தான் நாம் இந்தியவியலைப் பயன்படுத்திக் கொள்ள வேண்டும்.

இந்து ஞானமரபின் மறுமலர்ச்சியிலிருந்துதான் இந்திய தேசிய எழுச்சி உருவாயிற்று. காந்தி, நேரு முதலிய எத்தனையோ தலைவர்கள் உருவாகி வந்தனர். பாரதியார், தாகூர் பிரேம்சந்த் போன்ற இலக்கியவாதிகள் உருவாகி வந்தனர். சி.வி.ராமன், ஜெகதீஷ் சந்திரபோஸ் முதலிய விஞ்ஞானிகளும் டாக்டர் ராதாகிருஷ்ணன் போன்ற தத்துவ மேதைகளும் உருவாகி வந்தனர். இந்தியா சுதந்திர நாடாக மாறியதும் இந்த அலையின் விளைவினால்தான்.

8. இந்து நவீனப் போக்குகளின் காலகட்டம்

நவீனத் தகவல் தொடர்பு முறைகள், கல்வி ஆகியவற்றின் மூலம் உலகமே ஒரே அறிவுத்தளமாக மாறிவிட்ட காலமே நவீனக் காலகட்டம் ஆகும். விஞ்ஞானம் மனித அறிவின் அடிப்படையாக ஆயிற்று. மனித வாழ்க்கையின் நோக்கம் இன்பமான இக உலகவாழ்வே என்று கூறப்பட்டது. இந்தக் காலகட்டத்தின் தேவையை ஒட்டி இந்து மெய்ஞானமரபின் பல அம்சங்கள் புதுவடிவம் கொண்டு பிறந்து வந்தன. இதை நவீனக் காலகட்டம் என்று கூறலாம்.

உதாரணமாக ஓஷோ (ரஜனீஷ்) உலக ஞான மரபினை முழுமையாகக் கற்றுத் தேர்ந்தவர். சடங்குகளையும் வழிபாடுகளையும் மத நிறுவனங்களையும் நிராகரித்தவர். அவர் நவீன மனிதனின் பிரச்சினைகளை எதிர்கொள்ளும் பொருட்டு ஒரு சில வழிமுறைகளை உருவாக்கினார். கூர்ந்து பார்த்தோமென்றால் நாம் ஓஷோவை தாந்த்ரீக மரபின் தொடர்ச்சி என்று காணமுடியும். அதேபோல ஜே. கிருஷ்ணமூர்த்தி கூறுவது பதஞ்சலி கூறும் யோக மரபின் புதுவடிவையே என்றும் அறியலாம்.

இவ்வாறு பல்வேறு புதிய போக்குகள் உருவாகி வளர்ந்தபடியே உள்ளன. இதற்குக் காரணம் இந்து மெய்ஞானமரபு என்பது ஒரு மதநிறுவனம் அல்ல. திட்டவட்டமான கொள்கைகள் இதற்கு இல்லை. திட்டவட்டமான தத்துவமும் இல்லை. வாழ்வின் அர்த்தத்தைத் தேடி ஆயிரம் ஆயிரம் வருடங்களாக மனிதமனம் செய்த பெரும் பயணங்களின் தொகுப்புதான் இந்து ஞானமரபு. எந்தப் பயணத்தையும் இன்று நாம் புதிதாக மேலும் தொடர முடியும். எல்லா நதிகளும் கடலையே சென்று சேர்கின்றது என்று இதைப்பற்றி சாந்தோக்ய உபநிஷதம் கூறுகிறது.

1. 3. தரிசனங்களைப் பற்றிய சில அடிப்படைப் புரிதல்கள்

தரிசனங்களைப் பற்றி ஆராயப் புகுவதற்கு முன்பு சில அடிப்படைத் தெளிவுகளை நாம் அடைந்தாக வேண்டும். இந்திய ஞானமரபு குறித்து நம் அனைவருக்கும் உள்ள ஒரு பொதுவான புரிதல், இது ஓர் ஆன்மிக மரபு என்பதாகும். இந்த எண்ணத்தை நவீன இந்தியச் சிந்தனையில் ஆழமாக நிறுவியவர் டாக்டர் ராதாகிருஷ்ணன். இந்தியாவின் அடிப்படையான சிந்தனைகள் எல்லாமே ஆன்மிகமானவை என்றும் இந்த ஆன்மிக அடிப்படையே இந்தியாவின் உள்ளார்ந்த வலிமைக்குக் காரணம் என்றும் டாக்டர் ராதாகிருஷ்ணன் தன் இந்தியத் தத்துவ ஞானம் என்ற நூலில் *(Vol. pp. 24-25)* கூறுகிறார்.

ஆன்மிகம், பௌதிகம் என்பதை முதலில் தெளிவுபடுத்திக் கொள்வோம். புலன்களால் அறியப்படக்கூடிய பொருட்களினால் ஆனதுதான் இந்த பிரபஞ்சமும் இங்குள்ள வாழ்க்கையும் என்று நம்புவது பௌதிக வாதம். வாழ்வின் சாராம்சத்தை அறியவும் இந்தப் பொருள்களையே ஆராய வேண்டுமென அது கூறுகிறது. மாறாக இந்தப் பொருள் மய உலகம் அதற்கு அப்பால் உள்ள ஏதோ ஒரு சக்தியின் வெளிப்பாடு மட்டுமே என்று நம்புவதே ஆன்மிகவாதம். ஆன்மா என்றால் சாரம். ஆன்மிகம் என்றால் சாராம்சத்தை அடிப்படையாகக் காணும் பார்வை. மனிதனின் சாரம் ஆத்மா. பிரபஞ்சத்தின் சாரம் பரமாத்மா. வெளியே தெரிவது பொய் அல்லது மனமயக்கம் என நம்புகிறவர்கள் ஆன்மிகவாதிகள்.

இந்திய ஞான மரபில் எந்தக் காலத்திலும் ஆன்மிகவாதம்

தனித்த பெரும் சக்தியாக நின்றது இல்லை என்பதை நாம் திட்டவட்டமாகப் புரிந்துகொள்ள வேண்டும். ஆன்மிகவாதம் மேலோங்கிய காலகட்டங்கள்தான் அதிகம் என்பதை மறுப்பதற்கில்லை. அதேபோல பல பௌதிகவாத மரபுகளும் மெல்ல மெல்ல ஆன்மிகவாதமாக மாறின என்பதும் உண்மையே. எனினும் பௌதிகவாதச் சிந்தனை ஒருபோதும் இல்லாமலிருந்ததில்லை.

ஆகவே டாக்டர் ராதாகிருஷ்ணன் கூறுவது சரியல்ல என்று கூறவேண்டியுள்ளது. இந்திய ஞானமரபில் உள்ள பௌதிகவாதப் போக்குகளைத் தெளிவாக அடையாளம் கண்டு ஆதாரத்துடன் தொகுத்தளித்த பிற்காலத்திய தத்துவ ஆய்வாளர்கள் டாக்டர் ராதாகிருஷ்ணனின் கூற்றைப் பொய்யாக்கிவிட்டனர். எம்.என். ராய் (பொருள் முதல்வாதம்), தேவி பிரசாத் சட்டோபாத்யாய (இந்தியச் சிந்தனையில் நிலைத்திருப்பவையும் அழிந்தவையும்), கே. தாமோதரன் (இந்தியச் சிந்தனை) முதலிய தத்துவ அறிஞர்கள் இவர்களில் முக்கியமானவர்கள்.

இந்திய மெய்ஞான மரபில் எப்போதுமே உயிர்த்துடிப்பான இயக்கம் இருந்து வந்ததற்குக் காரணம் ஆன்மிகவாதமும் பௌதிகவாதமும் எப்போதும் இருந்து வந்ததுதான். இடைக் காலத்தில் பௌதிகவாத மரபு சற்று மங்கலடைந்தபோது சிந்தனையில் பெரும் தேக்கம் ஏற்பட்டு ஆன்மிக மரபு வெற்றுச் சடங்குகளாக மாறிச் சீரழிந்தது என்பது ஓர் வரலாற்று உண்மை.

ஆன்மிகவாதமும் பௌதிகவாதமும் தொடர்ந்து விவாதித்துத் தங்கள் தரப்புகளை முழுமைப்படுத்திக்கொண்டே இருந்தன. பௌதிகவாத மரபின் பல சிறந்த அம்சங்களை ஆன்மிக மரபு தனக்குரியதாக ஆக்கிக்கொண்டது. இதற்குச் சிறந்த உதாரணம் பகவத்கீதை. 'முனிவரில் நான் கபிலன்' என்று கிருஷ்ணன் கூறுகிறான். பௌதிகவாத மரபின் முதல் மெய்ஞானிகளில் ஒருவர்தான் கபிலர். சாங்கியம், யோகம் முதலிய மரபுகளைக் கீதை தனக்குரிய முறையில் பயன்படுத்திக் கொண்டிருப்பதைக் காணலாம்.

அதேபோல பௌதிகவாதமும் ஆன்மிகவாதத்தின் சிறந்த பகுதிகளை உள்வாங்கிக் கொண்டது. உதாரணமாக ஆரம்பகால

பௌத்த மரபு எளிமையான பௌதிகவாத அடிப்படையைத்தான் முன்வைத்தது. முக்கியமான வினாக்களில் மௌனம் சாதித்தது. (இதை புத்தரின் பொன்னான மௌனம் என்பதுண்டு.) பிற் காலத்தில் மகாயான பௌத்த மரபு வேதாந்த மரபுடன் விரிவாக விவாதித்தது. வேதாந்த மரபின் மாயாவாதத்தை உள்வாங்கிய படிதான் பௌத்த ஞானமரபின் மிகச் சிறந்த தத்துவ நிலையான சூனியவாதத்தையும் அதன் நீட்சியான விஞ்ஞானவாதத்தையும் அது உருவாக்கியது.

பௌதிகவாத மரபும் ஆன்மிகவாத மரபும் சிவசக்திபோல. முரண்பட்டும் தழுவியும் அவர்கள் ஆடும் நடனமே சிந்தனை எனப்படும். இந்திய ஞானமரபு சிந்தனைக்குப் பதிலாக நம்பிக்கை யினையும் விசுவாசத்தையும் ஒருபோதும் முன்வைத்தது இல்லை. நம் மரபு ஒருபோதும் ஒற்றைப்படையான ஓட்டமாக இருந்தது இல்லை. எப்போதும் இது பன்முகத்தன்மை உடையதேயாகும். நம் மரபின் பலமே இதுதான்.

புராதனமான தரிசனங்கள் என்னென்ன? சார்வாகம், சாங்கியம், யோகம், வைசேஷிகம், நியாயம், பூர்வமீமாம்சம், உத்தர மீமாம்சம் அல்லது 'வேதாந்தம்', பௌத்தம், சமணம் என்று அறிஞர்கள் கூறுவார்கள். சார்வாகத் தரிசனம் முழுமையானதல்ல. அது வளரவுமில்லை. பௌத்தமும் சமணமும் தனி மதங்களாக வளர்ந்தன. ஆகவே எஞ்சுவது ஆறு தரிசனங்கள்தான். மேற் குறிப்பிட்ட தரிசனங்களில் பூர்வமீமாம்சம், உத்தர மீமாம்சம் தவிர பிற அனைத்துமே பௌதிகவாத அடிப்படை உடையவை என்பதைக் கூர்ந்து பார்க்கவேண்டும். அதே சமயம் இந்திய மெய் ஞான மரபில் ஒரு சிலவற்றைத் தவிர பிறவற்றை பௌதிகவாதம் என்றோ ஆன்மிகவாதம் என்றோ முழுமையாக வகுத்துவிட முடியாது என்பதையும் கணக்கில் கொண்டாக வேண்டும்.

உதாரணமாக சார்வாகத் தரிசனம் பிரபஞ்சம் நான்கு அடிப்படைப் பொருட்களான நிலம், நீர், காற்று, நெருப்பு ஆகியவற்றினால் உருவாக்கப்பட்டதே என்றது. முக்குணங் களும் சமநிலையில் இருந்த பருப்பொருளான மூலப்பிரகிருதியி லிருந்தே பிரபஞ்சம் பிறந்தது என்கிறது சாங்கியம். சாங்கியத் தரிசனத்தை அடிப்படையில் ஏற்றது யோகம். பிரபஞ்சம்

என்பது பல்வேறு நுண் அணுக்களின் கூட்டு மூலம் பிறந்தது என்கிறது வைசேஷிகம். அதை ஏற்றது நியாயம். பிரபஞ்சம் பருப்பொருட்களினாலானது, அவை தொடர்ந்து மாறியபடியே உள்ளன. அதில் கடவுளுக்கோ ஆத்மாவுக்கோ இடமில்லை என்றது பௌத்தம். பிரபஞ்சம் காலத்திற்கு அப்பால் நிரந்தரமாக நின்றுகொண்டிருக்கும் ஒரு பருமை வடிவம் என்றது சமணம். இவை பௌதிகவாத அடிப்படை உடைய சிந்தனைகள்.

அதேசமயம் பிற்பாடு சாங்கியத் தரிசனம் புருஷன் என்ற கருத்துருவத்தை உருவகம் செய்துகொண்டது. அவனுடைய பார்வையினாலேயே இயற்கையின் குணமாறுதல்கள் அறியப் படுகின்றன என்றது. சித்த விருத்தியை நிறுத்தி அதிதூய நிலையில் நம் பிரக்ஞையை வைத்திருந்தால் மட்டுமே நம்மால் பிரபஞ்ச உண்மையை அறிய முடியும் என்றது யோகம். நுண்ணணுக்களின் தனித்தன்மைகள் தன்மாத்திரைகள் என்றும் அவற்றை உணர்பவனே அவற்றின் இயல்பினைத் தீர்மானிக் கின்றான் என்றும் கூறியது வைசேஷிகம். நாம் அறிய விரும்பும் பொருளைத் தருக்கபூர்வமாக வகுத்து அறிவதன் மூலமே அப்பொருளுக்கு அர்த்தம் உண்டாகிறது என்றது நியாயம். யோகாசார பௌத்த மரபு நாம் அறிவது எல்லாம் நம்முடைய மனத் தோற்றங்களையே என்றும் நாம் அறியும் விதத்தில் ஒருபோதும் இயற்கை இருப்பதில்லை என்றும் கூறியது. நம் அறிதலுக்கு அப்பாற்பட்டவற்றை சூனியம் என்றது. சமணத் தத்துவம் பிரபஞ்சம் எப்படி நிரந்தரமாக இருந்துகொண்டே இருக்கிறதோ அப்படித்தான் ஆத்மாவும் இருந்துகொண்டே இருக்கிறது என்றது!

ஆக இவை பௌதிக வாத அடிப்படையில் தொடங்கி மெல்ல ஆன்மிகவாதத்தையும் இணைத்துக்கொண்டிருப்பதைக் காணலாம். இதைப் போலவே ஆன்மிகவாதச் சிந்தனைகளையும் ஆராய்ந்து பார்க்கலாம். பிரபஞ்சம் என்பது மந்திரவடிவமானது. பருமையான பிரபஞ்சம் மந்திரத்தின் வெளிப்பாடு மட்டும்தான் என்று நம்பியது பூர்வமீமாம்சம். உரியமுறையில் மந்திரங்களை ஓதுவதன் மூலம் பிரபஞ்சத்தை மாற்றிவிடலாம் என்றது அது. காணும் பிரபஞ்சம் பொய்யானது, பிரம்மமே மெய்யானது என்று கூறியது வேதாந்தம்.

ஆனால் பருப்பிரபஞ்சத்திற்கு அப்பால் அதை மீறிய ஒரு பெரும் சக்தி இருப்பதைப் பூர்வமீமாம்சம் ஏற்கவில்லை. இன்ன மந்திரம் செய்தால் இன்ன விளைவு என்ற காரியகாரண வாதத்தை அது உருவாக்கியது. மிகவும் உலகியல் தன்மை உடையதாக அது இருந்தது. நியாய மரபின் தருக்கங்களையும் யோக முறை களையும் கடைப்பிடித்துப் பிரம்மத்தை நாம் அறிய முடியும் என்று வேதாந்த மரபு கூறியது. இவ்வாறு பௌதிக மரபுகளை ஆன்மிக மரபு ஏற்றுக்கொண்டது.

இந்தக் குழப்பம் நமது ஞானமரபில் எப்போதுமே உண்டு. டாக்டர் ராதாகிருஷ்ணன், ஹிரியண்ணா, தாஸ்குப்தா முதலிய தத்துவ அறிஞர்கள் சார்வாகம் தவிர மீதி அனைத்துச் சிந்தனை களையுமே ஆன்மிக மரபில் அடக்குகிறார்கள். இதை நடராஜ குரு முதலிய ஆன்மிகவாதிகள் கூட ஏற்பதில்லை. நம் ஞானமரபுகள் உறைந்து நிற்பவை அல்ல. அவை சலன வடிவம் உடையவை. அவற்றை உறைய வைத்துப் புரிந்துகொள்ள முடியாது. எனவே இயந்திரத்தனமாக ஆன்மிகவாதம், பௌதிகவாதம் என்ற பிரிவினையை நாம் செய்யக் கூடாது என்பது மட்டுமே நமக்குத் தெளிவாகத் தெரியவேண்டும்.

இதைத் தொடர்ந்து இன்று உருவாக்கப்பட்டு வரும் ஒரு முக்கியமான குழப்பத்தையும் தெளிவுபடுத்தியாகவேண்டும். இந்து ஞானமரபு குறித்து ஆராய்ந்த இடதுசாரி ஆய்வாளர்கள் மிக இயந்திரத்தனமாக ஆன்மிகவாதம், பௌதிகவாதம் என்று ஞானமரபுகளைப் பிரித்து வகுத்தனர். (இதை அவர்கள் கருத்து முதல்வாதம் பொருள்முதல்வாதம் என்கின்றனர்.) கருத்து முதல் வாத மரபு இந்திய தேசத்தின் வளர்ச்சிக்குத் தடையாகவும் பிற்போக்காளர்களுக்கு ஆயுதமாகவும் விளங்கியது என்கிறார்கள். கருத்து முதல்வாத மரபு மூடநம்பிக்கைகளை வளர்த்தது என்கிறார்கள். பௌதிகவாத மரபு அல்லது பொருள் முதல் வாத மரபுதான் சிந்தனைத் துறையில் ஏழை மக்களின் குரலை ஒலிக்க வைத்தது என்று வாதிடுகிறார்கள். ஆகவே அது முற்போக்கானது, மூடநம்பிக்கைக்கு எதிரானது என்று கூறிவருகிறார்கள். இதைப் பெரும்பாலோர் நம்பியும் வருகிறார்கள்.

இது உண்மை அல்ல. இந்தியா நீண்டகாலம் உறைந்த

நிலையில் இருந்தபிறகு பதினெட்டாம் நூற்றாண்டில் விழித் தெழுந்த காலகட்டத்தை மட்டும் பார்ப்போம். இக்கால கட்டத்தில் எண்ணற்ற ஞானிகளும் அறிஞர்களும் இந்தியா முழுக்கப் பிறந்தார்கள். மூடநம்பிக்கைக்கு எதிராகவும், வெறும் சடங்குகளுக்கு எதிராகவும் போராடினார்கள். புதிய யுகத்தினை நோக்கி இளைஞர்களை அறைகூவி அழைத்தார்கள். புதுயுகத்தின் விடிவெள்ளியான இந்த ஞானிகளில் மிகப் பெரும்பாலானவர்கள் அத்வைத மரபினை ஏற்றுக் கொண்டவர்கள் என்பதைக் காணலாம். ராமகிருஷ்ணர், விவேகானந்தர், அரவிந்தர், பாரதி என்று உதாரணங்கள் பல காட்டலாம்.

அதேபோன்று உயர்சாதியினர் தாழ்ந்த சாதியினரைச் சுரண்டும் பொருட்டு அத்வைத வேதாந்தத்தைப் பரப்பினர் என்று கூறப்படுகிறது. இது உண்மையா? மறுமலர்ச்சிக் கால கட்டத்து ஞானிகளான ஸ்ரீநாராயணகுரு, சுவாமி சகஜானந்தர், அய்யா வைகுண்டர் ஆகியோர் தாழ்த்தப்பட்ட, மிகவும் பிற்படுத்தப் பட்ட சாதியைச் சேர்ந்தவர்கள். இவர்களும் அத்வைதிகளேயாவர்.

அத்வைதமரபு தூய அறிவையே பிரம்மம் என்று முன் வைத்தது. உலகியல் சார்ந்த எல்லாவற்றையும் அது மாயை யாகவே கண்டது. எல்லா சாஸ்திரங்களும் மரபுகளும் மனிதனின் அகங்காரத்தின் விளைவுகளே என்றது. ஆகவேதான் நாராயண குருவினைப் போன்றவர்களின் கையில் அது வலுவான ஆயுதமாக விளங்கியது. நேர்மாறாக பௌதிகவாத மரபு உலகியல் இன்பங்களை முன்னிறுத்தியது. சுயநலத்தைப் போதித்தது. ஆகவேதான் இந்த ஞானியரில் பெரும்பாலானவர்கள் பௌதிக வாத மரபினை ஏற்கவில்லை. விதிவிலக்கானவர் ஜோதிராவ் பூலே மட்டும்தான்.

அத்வைதம் உள்ளிட்ட ஆன்மிக மரபு மூடநம்பிக்கைகளாகவும், வெற்றுச் சடங்குகளாகவும் சீரழிந்திருந்ததும் உண்மையே. ஆனால் பௌதிகவாத மரபும் அதைப்போலவே சீரழிந்து மூட நம்பிக்கைகளின் களமாகவே இருந்தது. ரசவாதம், ஹடயோகம் தொடர்பான பலவிதமான மூடநம்பிக்கைகள் அதில் இருந்தன என்பதை யாரும் மறுக்க முடியாது. ஆகவே இங்கும் நாம் ஒரு சமநிலையான பார்வையையே மேற்கொள்ள வேண்டியுள்ளது.

பௌதிகவாதமும் ஆன்மிகவாதமும் அவை எப்படிப் பயன்படுத்தப்படுகின்றன என்பதன் மூலமே சமூகத்திற்குப் பங்காற்றுகின்றன. இரு மரபுகளிலுமே மேலான மானுட வாழ்வுக்கு அவசியமான பார்வைகள் பெருமளவில் உள்ளன. மனிதவாழ்வை இருளிலும் பழைமையிலும் கட்டிப் போடும் தர்க்கங்களாக அவற்றைச் சிலர் மாற்றுவதும் சாத்தியம்தான்.

இறுதியாக இன்னொரு தெளிவினையும் நாம் அடைந்தாக வேண்டியுள்ளது. இந்துத் தரிசன மரபு குறித்துப் பேசும் சில அறிஞர்கள், குறிப்பாக தேவி பிரசாத் சட்டோபாத்யாய முதலியோர் சாங்கியம், யோகம், நியாயம், வைசேஷிகம், சார்வாகம் முதலிய ஆதி பௌதிகவாதத் தரிசனங்கள் இந்தியாவின் புராதனமான பழங்குடி வாழ்விலிருந்து முளைத்தவை என்று கூறுகிறார்கள். அதே சமயம் ஆன்மிகவாத தரிசனங்களில் பூர்வமீமாம்சையும் வேதாந்தமும் வேதமரபிலிருந்து முளைத்தவை என்கிறார்கள். இந்தத் திட்டம் எங்கே போகிறது என்பது தெளிவு. படிப்படியாக இந்தியாவின் ஆன்மிகவாதம் முழுக்க வைதிக மரபிலும், ஆரியர்கள் மீதும் சுமத்தப்படும். பௌதிகவாதம் முழுக்க ஆரியரல்லாத (அல்லது திராவிட) பழங்குடி மக்களுக்கு உரியனவாக மாற்றிக் காட்டப்படும். இந்து ஞானமரபில் ஆன்மிகவாதம் பௌதிகவாதத்தைத் தோற்கடித்து ஒடுக்கியது என்பதே தேவிபிரசாத் சட்டோபாத்யாய முதலியோர் விடாது கூறிவரும் கருத்து. இது மிக அபாயகரமான திரிபு ஆகும். இக்கருத்தினை மார்க்ஸிய அறிஞரான கே. தாமோதரன் கூட ஏற்றுக்கொள்ளவில்லை ('இந்தியச் சிந்தனை' அத்தியாயம் 6) என்பதைக் காணலாம்.

புராதனமான இயற்கை வழிபாடு மற்றும் நில வழிபாடு களுடன் சாங்கிய ஞானமரபுக்கு உறவு உண்டு என்பது உண்மையே. இந்நூலில் ஏற்கெனவே கூறப்பட்டதுபோல எல்லாத் தரிசனங்களுக்கும் இங்ஙனம் மிகத் தொன்மைக்காலம் முதல் ஒரு தொடர்ச்சி கண்டிப்பாக இருக்கும். அதே போன்ற தொடர்பு ஆன்மிகவாதத் தரிசனங்களுக்கும் உண்டு. யாகம் பலி முதலிய சடங்குகளுக்கு நம்முடைய பழங்குடி மரபில் மிக வெளிப்படையான முன்னுதாரணம் உள்ளது நாமறிந்ததே.

இன்றும்கூட பழங்குடியினர் ஏதோ ஒரு வகையில் ஆகுதி செய்யும் சடங்குகளைச் செய்துதான் வருகிறார்கள்.

இதை நிறுவ இன்னுமொரு வழி உண்டு. இன்றும் இந்திய நிலப்பரப்பில் எஞ்சும் பழங்குடி மரபுகளைக் கூர்ந்து பார்த்தால் ஒன்று தெரியும். அவற்றில் பௌதிக வாத அடிப்படையுள்ள வழிபாட்டு மரபுகள் மிகமிகக் குறைவேயாகும். பெரும்பாலான வழிபாட்டு மரபுகள் ஆன்மிகவாத அடிப்படை உடையவையே. அதர்வண வேதத்துக்குப் பழங்குடி மரபில் உள்ள தொடர்பு வேறு எந்த வழிபாட்டு முறைக்கும், தரிசன முறைக்கும் இல்லை என்பதே உண்மை.

தரிசனங்களின் பெரும்பகுதி விரிவான தருக்க முறைகள் உருவான பிறகு வளர்ந்து வந்ததேயாகும். இவற்றின் முதல் குருநாதர்கள் அனைவருமே பேரறிஞர்கள். அதாவது, இயல்பாகப் பழங்குடி மரபிலிருந்து ஆன்மிக வாதமே உருவாகி வரும். கல்வி மூலம் உருவாகும் தருக்க ஞானமே பௌதிகவாதத்தை உருவாக்குகிறது.

இங்கு இன்னொரு விஷயமும் கவனிக்கப்பட வேண்டும். ஐதீகங்களின்படி தரிசனங்களின் மூலகுருக்களாகக் கூறப்படு பவர்கள் அனைவருமே பிராமணர்கள்தான். சார்வாக ரிஷியான பிருஹஸ்பதி தவிர, சார்வாகத் தரிசனம் தவிர பிற அனைத்துக்கும் வேதங்கள் ஏதோ ஒருவகையில் பிரமாண நூல்கள்தான் (ஆதார நூல்கள்). சார்வாக மரபின் தத்துவங்களின் மூலவிதைகள் கூட வேதங்களில் உள்ளன.

ஆகவே இப்படித் தொகுத்துக் கூறலாம். பல்வேறு வழிபாட்டு முறைகளும், ஆதி அகத்தரிசனங்களும் ஒன்றோடொன்று கலந்து உரையாடி வளர்ந்தவையே தரிசனங்கள். அவை இந்திய ஞானமரபு எனும் மரத்தின் கனிகள். வேரிலிருந்து வரும் சாரமே பழங்களின் சாறு ஆகிறது. ஆனால் எந்த வேரின் சாரம் எந்தப் பழத்தின் சாறாக மாறியது என்று ஆராய்வது பயனற்ற வேலை மட்டுமேயாகும்.

பகுதி 2

2. 1. ஆறு தரிசனங்கள்

ஆதித் தரிசனங்கள் ஆறு. அவற்றை அடிப்படையாகக் கொண்டே இந்திய மெய்ஞானமரபின் அடிப்படைகள் அனைத்தும் உருவாகியுள்ளன. இந்த ஆறு தரிசனங்களின் சாயல் சிறிதேனும் இல்லாத எந்த மதமும் தத்துவமும் இந்து மெய்ஞான மரபில் பிறப்பாடு உருவானதில்லை.

தரிசனங்களின் ஒட்டுமொத்தமான பங்களிப்பு என்ன? வேதங்களில் கவித்துவவீச்சுடன் கூறப்பட்ட அகவெளிச்சங்களை திட்டவட்டமான தத்துவ விவாதத் தளத்துக்குக் கொண்டு வந்தவை தரிசனங்களே. இதன்மூலம் அருவமான *(abstract)* விஷயங்களைப் புறவயமாக விவாதிக்கும் தருக்க உபகரணங்களை அவை உருவாக்கி அளித்தன.

பல்வேறுவிதமான ஞானத்தேடல்கள் நடக்கும் ஒரு பொதுப் பரப்புதான் இந்து மெய்ஞானம் என்பது. ஒன்றுக்கொன்று முற்றிலும் மாறுபட்ட ஞானவழிகள் உண்டு. முழுக்க முழுக்க தர்க்கம் சார்ந்தவை உண்டு. வழிபாடுகள் மற்றும் சடங்குகளை மட்டும் சார்ந்து இயங்குபவை உண்டு. முழுக்க முழுக்க அறிவார்ந்த தளத்தில் இயங்குபவை உண்டு.

இந்த ஒவ்வொரு ஞானமார்க்கமும் பிறிதுடன் உரையாட வேண்டியுள்ளது. அந்த உரையாடல் மூலம்தான் ஒவ்வொரு தரப்பும் தன்னை முழுமை செய்துகொள்ள முடியும். அவ்விவாதத்துக்கு எல்லாத் தரப்புக்கும் பொதுவான ஒரு இடம் அவசியம் தேவை.

இந்தப் பொது இடத்தில் நான்கு விஷயங்கள் அனைவருக்கும் பொதுவாக வரையறுக்கப்பட்டிருக்க வேண்டும். அவை முறையே

பேசுபொருள், பேசும் விதம், அடிப்படையான சொற்கள் மற்றும் பேசுவதன் நோக்கம்.

எதைப் பற்றிப் பேசவேண்டும் என்பது முதன்மையான பொது வரையறையாகும். பிரபஞ்சத்தின் பிறப்பு, முடிவு, வாழ்வின் இயங்கு முறை, வாழ்வின் நோக்கம் முதலியவையே பேசு பொருட்கள் என்று பொதுவாக வரையறுக்கப்பட்டிருப்பதை இப்போது நாம் காணலாம். மாறுபட்ட தரப்புகள் கூடி விவாதிக்கும் போது அனைத்திலும் பொதுவாக உள்ள இவ்வம்சங்களே விவாதிக்கப்பட்டன.

பொதுவான ஒரு விவாதத்தில் கருத்துக்களை எந்த வரிசையில் முன் வைப்பது, எப்படி ஒரு கருத்தை நிறுவுவது, எப்படி அதை மறுப்பது என்பதும் தெளிவாக இருக்கவேண்டும்.

பொது விவாதத்திற்குப் பொதுவான சொல்லாட்சி மிக அவசியமாகும். ஒவ்வொரு தரிசனமும் கலைச் சொற்களைச் சற்று வித்தியாசமாகவே வரையறுத்துக்கொள்கிறது. 'பிரகிருதி' என்றால் சாங்கிய மரபில் உள்ள பொருளல்ல வேதாந்த மரபில். சாங்கியம் அதைப் பருப்பொருளின் தொகை என்று உருவகிக்கிறது. வேதாந்தம் இயற்கையை ஒரு நிகழ்வாக (அல்லது நிகழ்வுகளின் தொடராக) அறிமுகம் செய்கிறது. ஆயினும் எல்லாத் தரப்பும் ஒரே சொற்களையே பயன்படுத்துகின்றன. பஞ்சபூதங்கள், பிரகிருதி, புருஷன், தன்மாத்திரைகள் என்று தரிசன விவாதங்களுக்கு என்றே தனிக் கலைச் சொற்கள் உள்ளன. சமீபகாலம் வரை நம் தத்துவ விவாதத்தில் அவையே பயன்படுத்தப்பட்டன.

விவாதம் எதன் பொருட்டு என்ற தெளிவு விவாதத்துக்கு அவசியம். மெய்மையை அதன் பலமுகங்களுடன் அறிவதே விவாதத்தின் இலக்கு எனும் தெளிவும், எல்லா ஞானத் தேடலுக்கும் நோக்கம், முக்தி அல்லது மோட்சம் (விடுதலை) தான் என்ற பொதுப்புரிதலும் அன்றைய தத்துவத் தரப்புகளிடம் பொதுவாக இருந்தன. எது விடுதலை என்பதில்தான் அவை வேறுபட்டன.

இந்த நான்கு பொது அடிப்படைகளையும் உருவாக்கி அளித்தவை தரிசனங்களே என்றால் அது மிகையல்ல. விவாதத்திற்கான அனைத்துக் கலைச் சொற்களும் ஆறு தரிசனங்களால்தான் முதலில்

வடிவமைக்கப்பட்டன. அடிப்படையான வினாக்களைத் திட்ட வட்டமாக வகுத்துப் புறவயமாக முன்வைத்தவை அவைதான். தத்துவ விவாதத்திற்கான எல்லாத் தர்க்க முறைகளும் இங்கு தரிசனங்களுக்கு இடையேயான விவாதம் மூலமே உருவாகி வந்தன.

இவ்வாறு பார்த்தால் இந்து ஞானமரபு இன்றுள்ள விரிந்த வடிவுக்கு வந்து சேர முதல் காரணமாக அமைந்தவை தரிசனங்களேயாகும். தரிசனங்களை ஐயம் திரிபறக் கற்ற பிறகே ஒருவர் வேதங்களைப் புரிந்துகொள்ள முடியும் என்று பண்டைய மரபு வலியுறுத்தியது. பிற்கால வேதாந்த மரபுகள் கூட ஆறு தரிசனங்களையும் கற்க வேண்டியதன் அவசியத்தைப் பெரிதும் வலியுறுத்தியுள்ளன.

ஆறு தரிசனங்களும் ஒன்றையொன்று மறுப்பவை அல்ல. ஒன்றையொன்று நிரப்புபவை என்ற கருத்தும் உண்டு. அந்தப் பார்வையும் மிக முக்கியமானதேயாகும். காரணம், அவை ஒன்றுடன் ஒன்று மிக விரிவான விவாதத்தில் ஈடுபட்டிருந்தன. ஒன்று விட்டிருந்த இடத்தைப் பிறிதொன்று நிரப்ப முயன்றது.

மேற்கத்தியத் தத்துவ மரபின் அடிப்படையில் இந்திய மெய்ஞான மரபினை வகுத்தறிய முற்படும் நடராஜகுரு, ஆறு தரிசனங்களும் அறிவியக்கத்தின் ஆறு கோணங்களை, ஆறு வழிமுறைகளை அடையாளம் காட்டுபவை என்று கூறுகிறார்.

ஆறு தரிசனங்களையும் மூன்று தரப்புகளாகத் தொகுத்துப் பார்க்கும் பார்வையும் நம் தத்துவ மரபில் உண்டு. சாங்கியத்தில் யோகம் அடக்கம். வைசேஷிகத்தில் நியாயம் அடக்கம். வேதாந்தம் என்ற பொது வட்டத்திற்குள் இரு மீமாம்சை மரபுகளும் அடங்கும். ஆக சாங்கியம், வைசேஷிகம், வேதாந்தம் என்று மூன்று தரப்புகள்!

தெளிவாகப் புரிந்துகொள்ள இன்னும் ஒரு மன வரைபடத்தினைத் தயாரிக்கலாம். வேதாந்தம் வைதிக மரபுக்கு நெருக்கமானது; ஆன்மிகச் சாரம் உடையது. நேர் எதிர் எல்லையில் சாங்கியம் உள்ளது. இது லோகாயத மரபுக்கு நெருக்கமானது; பௌதிகவாதச் சாரம் உடையது. வைசேஷிகம் நடுவே உள்ளது.

ஒன்றை நாம் கவனிக்கவேண்டும். ஆறு தரிசனங்களும் மிக

நீண்ட விவாதத்தில் ஈடுபட்டிருந்தவை. எனவே எந்தத் தரிசனத் திலும் பிற அனைத்துத் தரிசனங்களிலும் சாராம்சமான பகுதிகளின் சாயல் அடங்கியிருக்கும். எப்படி சாங்கியத்தில் வேதாந்தத்தின் அம்சம் உள்ளதோ அப்படி வேதாந்தத்தில் சாங்கியத்தின் அம்சமும் அடங்கியுள்ளது.

தரிசனங்களைப் புரிந்துகொள்ளும்போது தடையாக அமையக் கூடிய ஒரு விஷயத்தினை இங்கு எடுத்துக் கூறியாக வேண்டும். கணிசமான அறிஞர்களுக்கு இவ்விடறல் நேர்ந்துள்ளது. ஒவ்வொரு தரிசனமும் ஒரு விவாத நிலையில் அதாவது, மறு தரப்பினை எதிர் கொள்ளும் நிலையில் அல்லது ஏற்கும் நிலையில் தான் உள்ளது.

மூல இயற்கை எனும் பருப்பொருள் பற்றி சாங்கியம் கூறுவது, வேதாந்தத்தின் மூல பரம்பொருள் வாதத்தின் எதிர்வினையாகவே. பரமபுருஷன் எனப் பிரம்மத்தை வேதாந்தம் வகுப்பது, சாங்கிய மரபுக்குள் உள்ள புருஷ தத்துவத்தின் எதிர்வினையாகவே. இவற்றைப் பிரித்து, வகுத்துப் புரிந்துகொள்வது பலவித சிக்கல்களையே உருவாக்கும். தரிசனங்கள் தனித்துச் செயல்பட முடியாதபடி பிணைந்துவிட்டவை.

சிறப்பான உவமை ஒன்று உண்டு. ஸ்ரீ நாராயண குரு இதைக் கூறியதாகக் கூறப்படுகிறது. வேதாந்தம் ஒரு தரிசனம் என்றால் தரிசனங்கள் மொத்தம் ஐந்து. இவை ஐந்து விரல்களுக்குச் சமம். சாங்கியம் கட்டை விரல். யோகம் சிறுவிரல், வேதாந்தம் சுட்டுவிரல், வைசேஷிகம் நடுவிரல். நியாயம் அதற்கடுத்த விரல்.

கட்டை விரல் தனித்து செயல்படமுடியும். அது பிற விரல் களுடன் எல்லாம் தனித்தனியாகவும் மொத்தமாகவும் இணைந்து செயல்படுவதும் கூட. அதன் மறுஇணைதான் சிறுவிரல். ஒன்றை, முத்திரையைக்காட்டும், சுட்டிக்காட்டப்பயன்படுத்தப்படும் சுட்டுவிரலே வேதாந்தமாகும். அது சாங்கியத்துடன் இணைந்து செயல்படும். வைசேஷிகமும் நியாயமும் ஒன்றுதான். ஒன்றின் சலனம் மற்றதின் சலனமாக ஆகும் அளவு பின்னிப்பிணைந்தவை அவை. கட்டைவிரலும் சுட்டுவிரலும் இணையும்போது பிரம்ம ஞானமே கைப்பிடிக்குள் அடங்குகிறது. இதுவே சின்முத்திரை.

2. 2. ஆதி இயற்கை வாதம்: சாங்கியம்

ஆறு தரிசனங்களில் முதன்மையானதாகவும் காலத்தால் முற்பட்டதாகவும் கருதப்படுவது சாங்கியமேயாகும். சாங்கியத்திற்குத் தமிழில் 'ஆதிஇயற்கைவாதம்' என்று சாராம்சப்படுத்திப் பெயர் சூட்டலாம். சாங்கியத்தின் முதன்மையான மையக் கருத்து, முக்குணங்களும் பரிபூரணச் சமநிலையில் இருக்கும் ஆதி இயற்கையைப் பற்றிய அதன் கணிப்புதான். புராதன இந்தியாவில் சாங்கியம் அறிஞர்கள் மத்தியில் மிகுந்த புகழ் பெற்றிருந்தது என்பதற்கு ஆதாரங்கள் உள்ளன.

'சங்கிய' என்ற சமஸ்கிருதச் சொல்லில் இருந்து சாங்கியம் என்ற சொல்லாட்சி உருவாயிற்று என்று கூறப்படுகிறது. எண்ணிக்கை, தருக்க ஞானம், பயன்பாடு சார்ந்த பொருள் ஆகிய பொருளில் பயன்படுத்தப்படும் சொல்தான் சங்கிய என்பது. தருக்கத்தை அடிப்படையான மெய்ஞான மார்க்கமாகக் கொண்டிருந்தமையால் சாங்கியம் இப்பெயர் பெற்றது போலும். சாங்கியம் என்ற சொல் தமிழில் வட்டார வழக்கில் குலச்சடங்கு என்ற பொருளில் பயன்படுத்தப்படுகிறது.

சாங்கியத் தரிசனத்தின் ஆதி குரு கபிலர். ஆனால் கபிலர் என்ற பெயர் முழுமையானதல்ல. அது அடையாளப் பெயராக பரவலாகப் புழக்கத்திலிருந்திருக்கலாம். சங்ககால மரபிலேயே தொல்கபிலர், கபிலர் என்று இரு கவிஞர்களைப் பற்றிய தகவல்கள் உள்ளன. கபிலர் குறித்துச் சில புராண நம்பிக்கைகள் தவிர தெளிவான சரித்திரம் ஏதும் இப்போது கிடைப்பது இல்லை. ரிச்சர்ட் கார்பே என்ற வரலாற்றாசிரியர் கபிலனின்

நினைவாகவே கபிலவாஸ்து என்ற பெயர் அந்நகருக்குச் சூட்டப் பட்டது என்கிறார். புத்த மதத்துக்குச் சாங்கிய மதத்திடம் உள்ள நெருங்கிய உறவுக்கும் இது விளக்கம் தருகிறது. ஆனால் கபிலன் வசித்த இடம் என்ற பொருள் வரும் கபில வாஸ்துவுக்கு கபிலனுடன் உறவுண்டு என்று காட்டும் வேறு ஆதாரம் ஏதும் இல்லை.

கபிலர் பிராமணப் புரோகிதர்களால் கல்லால் அடித்துக் கொல்லப்பட்டார் என்ற ஐதீக கதையைச் சில பிற்கால நூல்களில் காண்கிறோம். இதற்கு உரிய ஆதாரம் ஏதும் தரப்படவில்லை. ஆனால் அடிப்படையில் சாங்கிய மதத்துக்கு வைதிக புரோகித மதத்துடன் முழுமையான எதிர்ப்பு காணப்படுகிறது. வெகு காலம் சாங்கிய மதம் புரோகித மதத்துக்கு எதிரான பெரும் சக்தியாக விளங்கியிருக்கக்கூடும். சாங்கியத்தை சார்வாகமத்தின் ஒரு தர்க்கபூர்வமான வளர்ச்சி நிலையாகக் காண்பதிலும் தவறில்லை.

சாங்கியத்தின் காலமும் மூலமும்

பௌத்தம், சமணம் ஆகிய பெரிய மதங்கள் உருவாவ தற்கு வெகுகாலத்துக்கு முன்பே சாங்கியம் வளர்ந்து வலுப்பெற்றி ருந்தது என்று கூற ஆதாரமுள்ளது. அஸ்வகோஷனின் புத்தசரிதம் என்ற நூலில் புத்தருக்குக் காலத்தால் முந்திய பல சாங்கிய அறிஞர்களைப் பற்றிய குறிப்புகள் உள்ளன. உபநிஷதங்களில் முக்கியமானவையும் காலத்தால் பிந்தையவையுமான ஈசம், கடம், பிரகதாரண்யகம், மாண்டூக்யம் முதலியவற்றுக்கு முன்னரே சாங்கியத் தரிசனம் வலுப்பெற்றிருந்தது என்பதை கார்பே, ஸிம்மர் முதலிய தத்துவ ஆய்வாளர்கள் விளக்கியுள்ளனர். ஆரம்பகால உபநிடதங்களும் சாங்கியமும் ஏறத்தாழ ஒரே கால கட்டத்தில் வளர்ந்து வந்தவையாக இருக்கலாம். அதாவது, வேதங்களிலிருந்து தத்துவ ஞானம் கிளைத்து வந்த கால கட்டத்தைச் சேர்ந்ததாகும் சாங்கியம்.

இந்தியாவிலுள்ள ஆரியரல்லாத புராதனப் பழங்குடியினரின் வழிபாடுகளில் இருந்து சாங்கியம் முளைத்தது என்று கருதுபவர் களில் மூவர் முக்கியமானவர்கள். சாங்கியத் தரிசனமானது

எழுத்து வடிவில் பதிவு செய்யப்பட்ட தத்துவ வரலாற்றுக்கும் முந்தைய காலகட்டத்தைச் சேர்ந்தது, திட்டவட்டமான தருக்கப் புத்தியை நம்பி இயற்கையை ஆராயப் புகுந்த பழங்குடி மரபில் இருந்து முளைத்தது என்கிறார் ரிச்சர்ட் கார்பே. *(Richard Garbe: Ancient Indian Philosophy)*

இதே கருத்தை மேலும் குறிப்பாகக் கூறுகிறார் ஹென்ரிக் ஸிம்மர். இந்திய வைதிக, பிராமண, புரோகித மரபுக்கு வெளியே இருந்த பழங்குடியினரின் சிந்தனையிலிருந்து சாங்கியம் பிறந்தது என்கிறார் அவர். *(Heinrich Zimmer: Philosopies of India)* இதே கருத்தை மேலும் விளக்கும் தேவிபிரசாத் சட்டோபாத்யாயா *(Debi Prasad Chattobadhyaya : Lokayata)* தன் ஆய்வில் சாங்கிய மரபு இயற்கை வழிபாடு, தாய்வழிபாடு ஆகியவற்றின் தத்துவரீதியான நீட்சி என்கிறார். சக்தி வழிபாடு தத்துவ ரீதியாகச் சாங்கியத்துக்கு முன்னோடி என்கிறார்.

கே. தாமோதரன் இதை மறுக்கிறார். இத்தகைய தத்துவார்த்த மான சிந்தனைகள் உருவாவதற்கு அதற்குரிய சமூக அமைப்பு தேவை. அதாவது உபரி உற்பத்தி, உழைப்புப் பாகுபாடு, சிந்திக்கும் தனிக்கூட்டம் ஆகியவை உருவாகியிருக்க வேண்டும். அவை பழங்குடிச் சமூக அமைப்பில் இருந்ததில்லை.

ஆகவே இப்படிக் கூறலாம். பண்டைய வழிபாட்டு மரபிலிருந்து ஒரு பொறி கிளம்பி, தத்துவச் சிந்தனை மூலம் வளர்ந்து சாங்கியம் ஆயிற்று. ஆனால் சாங்கியம் முற்றிலும் வேதமரபுக்கு எதிரானது என்பது சரியல்ல. ரிச்சர்ட் கார்பே சாங்கியம் வேத மரபுடன் விவாதித்து வளர்ந்தது என்று கூறுவது உண்மையே. ஆனால் சாங்கிய ஞானமரபுக்கு இந்து ஞானத்தில் மிக முக்கியமான பங்கு கண்டிப்பாக இருந்தது.

உதாரணமாக, மகாபாரதம் சாந்திபர்வத்தில் சாங்கியமும் யோகமும் பிற வேதங்களில் இருந்து முற்றிலும் வேறுபடக்கூடிய தனித்த சனாதன தர்மங்களாகும் என்று கூறப்படுகிறது. ஓர் இடத்தில், வாழ்க்கை இயற்கையின் விளையாட்டு, இயற்கையை அறிந்தால் துயரில்லை என்று ஸௌனகன் எனும் அமைச்சன் தருமனுக்குக் கூறுகிறான். மேலும் பல உபதேசங்களில் சாங்கியத் தரிசனக் கருத்துகள் கூறப்படுகின்றன. கீதையில்

சாங்கியத் தரிசனம் மிக முக்கியமாகப் பேசப்படுகிறது. சாங்கியத் தரிசனத்தைப் பயில வேண்டியதன் தேவை குறித்து அர்த்தசாஸ்திரம் வலியுறுத்திக் கூறுகிறது. சரக சம்ஹிதையில் முற்றிலும் வேதத்துக்கு எதிரான பௌதிக வாதச் சிந்தனையாக இது குறிப்பிடப்படுகிறது. ஆனால் இயற்கையின் பல்வேறு சலனங்களை அறிய சாங்கியம் கற்கப்படவேண்டும் என்று வலியுறுத்துகிறது அது.

சாங்கியத் தரிசனம் குறித்த மிகப் புராதனமான நூல்கள் எவையும் இப்போது கிடைப்பதில்லை. கபிலனின் மூலநூல் என்று கூறப்பட்ட சாங்கிய பிரவசன சூத்ரம் உண்மையில் மிகவும் பின்னால் 14ஆம் நூற்றாண்டில் இயற்றப்பட்டது என்று நிரூபிக்கப்பட்டுள்ளது. நமக்கு கிடைக்கும் மிகப்பழைய நூல் ஈஸ்வர கிருஷ்ண சூரி எழுதிய சாங்கிய காரிகை. அது கி.பி. இரண்டாம் நூற்றாண்டில் எழுதப்பட்டது. எட்டாம் நூற்றாண்டில் கௌடபாதர் சாங்கிய காரிகைக்கு ஓர் உரை எழுதினார். ஒன்பதாம் நூற்றாண்டில் வாசஸ்பதிமிஸ்ரர் சாங்கியத் தத்துவ கௌமுதி என்று ஓர் உரையை எழுதியுள்ளார். பிற்பாடு சில எளிய ஆய்வுரைகள் வந்துள்ளன.

மிகப் பிற்காலத்தில் பெரிதும் மாறுதலுக்கு உள்ளான சாங்கியத் தரிசனம் வைதிகமரபின் ஒரு பகுதி என்றே சிலரால் விளக்கப் பட்டது. ஆறு தரிசனங்களையும் வேதங்களின் உபஅங்கங்கள் என்று மதுசூதன சரஸ்வதி போன்றவர்கள் குறிப்பிடுகிறார்கள். பிரம்ம உபநிஷத் (இது மிகப் பிற்காலத்தையது) ஆறு தரிசனங் களும் ஒன்றே என்று கூறுகின்றது. பல நிறப்பசுக்கள் ஒரே நிறப் பாலை அளிப்பது போல என்று அது கூறுகிறது.

சாங்கியத்தின் தத்துவ மையம்

சாங்கியத்தின் தரிசனத்தின் தத்துவ மையம் என்பது அது முன்வைக்கும் விடுதலைக்கான வழியேயாகும். சாங்கிய காரிகையில் உள்ள முதல் சுலோகமே மானுட துக்கத்தைத் தீர்ப்பதே சிந்தனையின் நோக்கம் என்று கூறுகிறது. துக்கமில்லாத வாழ்வே விடுதலை. துக்கம் அறியாமையிலிருந்து உருவாகிறது. ஆகவே அறிவே விடுதலை தருவது என்கிறது சாங்கியம்.

அத்யாத்மீகம், ஆதி பௌதிகம், ஆதி தெய்விகம் எனும் மூவகைத் துயரங்களுக்கு இரையாகக் கூடியவன் மனிதன். அகத்துயரம், புறத்துயரம், இயற்கை நியதி தரும் துயரம் என்று இம்மூன்றையும் தமிழ்ப்படுத்தலாம். மனக்குழப்பங்கள், காமம், குரோதம், மோகம் போன்ற தீங்குதரும் இச்சைகள், நோய்கள் முதலியவை அகத்துயரங்கள். சமூக அமைப்பு மூலமோ இயற்கைப் பொருட்களின் மூலமோ விளையும் துயரங்கள் புறத்துயரங்கள். இயற்கை விதிகள், பிரபஞ்ச இயக்கம் முதலிய, மனிதனுக்கு முற்றிலும் அப்பாற்பட்ட காரணங்களிலிருந்து வரும் துயரம் இயற்கைத் துயரம்.

இம்மூன்று துயரங்களையும் மனிதன் எதிர்கொண்டே ஆக வேண்டும். இவற்றைத் தடுக்க அவனால் முடியாது. ஆனால் இவற்றை அவன் காரண காரிய ரீதியாகப் புரிந்துகொண்டான் என்றால் அவனுக்கு அச்சமோ பதற்றமோ பரிதவிப்போ ஏற்படுவ தில்லை. இவை தரும் துயரங்களிலிருந்து அவன் தன்னை விடுவித்துக்கொள்ளமுடியும். சாங்கியம் தரும் அடிப்படைப் புரிதல் அவ்விடுதலைக்கு உதவும். அதைச் சாங்கிய மரபு 'வியக்த அவியக்த விஞ்ஞானம்' என்கிறது. இதைத் 'தெரிந்தது தெரியாதது குறித்த அறிவு' என்று விளக்கலாம். நமக்குத் தெரிவது இயற்கை. தெரியாதது மூல இயற்கை. மூல இயற்கை இயற்கையாக மாறி இயங்கும் விதமே நாம் அறிய வேண்டியது.

சத்காரியவாதம் பருப்பொருளே உண்மை

இயற்கையின் நிகழ்வுகளைப் பற்றிய சாங்கியத்தின் புரிதலில் மிக முக்கியமானது சத்காரிய வாதமாகும். எல்லாச் சித்தாந்தமும் ஒரு காரிய காரணத் தொடர்பை விளக்கியாகவேண்டும். அதாவது ஒவ்வொரு சித்தாந்தமும் எதிர்கொள்ளும் முதல் கேள்வியே 'இது எங்கிருந்து வந்தது? எங்கு செல்கிறது?' என்பதே. 'இதம்' (இது) என்ற இந்தச் சுட்டுப்பொருள் தத்துவச் சிந்தனையில் மிக முக்கியமானது. இந்தக் கூழாங்கல்லை அப்படி விளக்கிவிட்டால் அதன்படி மொத்தப் பிரபஞ்சத்தையும் விளக்கிவிடலாம். இந்த முதல் கேள்விக்கு விடையாக ஒரு தத்துவம் உருவாக்கும் விளக்கமே காரிய காரண வாதம் ஆகும்.

காரியம் என்றால் விளைவு. காரணம் என்றால் அதற்குரிய மூலம் அல்லது காரணம். பால் காரியம், பசு காரணம். மோர் காரியமாக இருந்தால் பால் அதன் காரணம். வெண்ணெய் காரியமாக இருந்தால் மோர் அதன் காரணம். இவ்வாறு காரிய காரண உறவினால் ஆன ஒரு பெரும் தொடர் நிகழ்வுதான் நாம் காணும் பிரபஞ்சம்.

சரி, இப்படிப் பின்னால் சென்று இறுதியில் பார்த்தால் வரக்கூடிய அந்த ஆதிக் காரணம் யாது? அந்த மூலக்காரணம் ஒரு பருப்பொருள் என்று நம்புபவர்களை பௌதிகவாதிகள் என்றும் அது ஒரு அறியமுடியாத வல்லமையே என்று நம்புபவர்களை ஆன்மிகவாதிகள் என்றும் கூறலாம். அந்த மூலகாரணம் ஆதி இயற்கை என்னும் பருப்பொருள் என்கிறது சாங்கியம் என்பதை நாம் அறிவோம்.

ஆதி இயற்கை எப்படி நாம் காணும் இயற்கையாக ஆயிற்று என்று விளக்கும் பொருட்டு சாங்கியத் தரிசனம் உருவாக்கிய தருக்க ரீதியான காரண காரியவாதமே சத்காரியவாதம் ஆகும். இதன் சிறப்பம்சம் என்ன? ஒரு காரணம் காரியமாக மாறும்போது அது இல்லாமல் ஆவதில்லை. காரியத்தில் அது உள்ளுறைந்துள்ளது. அதேபோல காரியமாக மாறாத காரணத்தில்கூட காரியம் உள்ளுறைந்துள்ளது.

பாலில் இருந்து மோர் உருவாகிறது. ஆகவே மோரில் பால் உறைந்துள்ளது. பாலை மோராக ஆக்க முடியும். அந்தச் சாத்தியம் பாலில் உறைந்துள்ளது. ஆகவே பாலில் மோர் மறைந்து உறைகிறது. ஆகவே காரணமும் பருப்பொருள்தான். காரியமும் பருப்பொருள்தான். இரண்டுமே உண்மை. இதுவே சத்காரிய வாதத்தின் அடிப்படையாகும்.

நாம் இப்போது காண்பது முக்குணங்களால் இயக்கப்படும் இயற்கையை. இதில் மூல இயற்கை மறைந்துள்ளது. இந்த இயற்கை இதன் எல்லாச் சாத்தியங்களுடனும் மூல இயற்கையில் மறைந்து கிடந்தது. சத்காரிய வாதத்தின் அடிப்படை, இருப்பதில் இருந்தே புதிதாக ஒன்று உருவாக முடியும், இல்லாததில் இருந்து எதுவும் உருவாக முடியாது என்பதாகும்.

நம்மிடம் மோர் மட்டும் உள்ளது. பாலை நாம் கண்டதில்லை. என்றால் பாலைப் பற்றி எப்படி அறிய முயல்வோம். மோரின் இயல்புகளிலிருந்துதானே பாலை ஊகித்தறிவோம்? மோர் திரவமானது. ஆகவே பாலும் திரவமே. மோரில் நெய் உள்ளது. ஆகவே பாலிலும் அது இருந்திருக்க வேண்டும் இப்படி. இதைப்போல நம் அறிவுக்குச் சிக்கும் இந்த இயற்கையை அடிப்படையாகக்கொண்டுதான் இதன் மூலகாரணமான ஆதி இயற்கையை அறியமுடியும். இது பருப்பொருள். ஆகவே அதுவும் பருப்பொருள்.

அனைத்திற்கும் காரணம் உண்டு என்றால் அந்த ஆதி இயற்கையின் காரணம் என்ன? அதை சாங்கியம் இப்படி விளக்குகிறது. 'அமூலம் மூலம்' (வேருக்கு வேர் இல்லை). அந்த மூலப்பிரகிருதியில் முக்குணச்சமநிலை குலைந்து செயலூக்கம் பிறந்ததன் விளைவாகவே காரிய காரண உறவு பிறந்தது. காலமில்லாத வெறுமையில் உள்ள மூலப்பிரகிருதி காரிய காரண உறவு என்ற விளக்கத்துக்கு அப்பாற்பட்டது.

இந்த மூல இயற்கை எப்படிப்பட்டது என்று சாங்கிய காரிகை விளக்குகிறது. அனைத்துக்கும் ஆதியான அதைப் 'பிரதானம்' என்கிறது சாங்கியம் (முதன்மையானது). நம்மால் அறிய முடியாததும் எந்த குண விசேஷங்களும் இல்லாததுமான ஆதி இயற்கையை சாங்கியம் அவியக்தம் (அறியமுடியாதது, வடிவற்றது) என்கிறது. நம்மால் குணங்களையே அறிய முடியும். குணங்கள் இல்லாத ஆதி இயற்கை நமது புலன்களின் அறிதலுக்கு முற்றிலும் அப்பாற்பட்டது. அதாவது, கண்ணுக்குத் தென்படும் வடிவமோ, தொட்டறியும் திடமோ, ருசியோ, மணமோ, ஒலியோ இல்லாத ஒன்று அது.

இந்த மூல இயற்கையிலிருந்து உருவான இயற்கை, குண மயமானது எனவே நம்மால் புலன்களால் அறியப்படுவது (வியக்தம்), காரண காரிய உறவு மூலம் ஒன்று இன்னொன்றாக மாறியபடியே இருப்பது. எனவே நிலையற்றது (அநித்யம்); ஒன்றையொன்று சார்ந்து இயங்குவது.

நிரந்தரமானதும், எதையும் சாராததும் ஆன மூல இயற்கை அறிய முடியாததாக இருப்பது. அது இல்லாமல் இருப்பதனா

லல்ல. அது நுட்பமாக இருப்பதனால்தான். அது நாம் அறியும் இயற்கையிலேயே சூட்சுமமாக உறைகிறது. நாம் காணும் இயற்கையிலிருந்தே அதை நம் நுண்ணுணர்வு மூலம் ஊகித்தறிய முடியும். ஆனால் நம்மால் எந்நிலையிலும் அதை ஓர் அனுமானமாக (ஊகமாக) மட்டுமே அறியமுடியும் என்று விளக்குகிறது சாங்கிய காரிகை.

சத்காரியவாதமும் வேதாந்தமும்

சத்காரிய வாதத்தைச் சாங்கிய அறிஞர்கள் எப்படிப் பயன்படுத்தினார்கள் என்று அறிய அவர்கள் எப்படித் தங்கள் முக்கிய எதிர்த்தரப்பான வேதாந்தத்தை எதிர்கொண்டனர் என்று பார்ப்பது உதவிகரமானதாகும்.

பிரம்மம் மட்டுமே 'சத்' அல்லது 'இருப்பு உடையது' என்கிறது வேதாந்தம். பிரபஞ்சம் 'அசத்' அதாவது 'இருப்பு அற்றது' (அல்லது மாயத்தோற்றம் அல்லது மனமயக்க நிலை); சத்வடிவமான பிரம்மத்திலிருந்தே அசத் வடிவமான பிரபஞ்சத் தோற்றம் உருவாயிற்று என்று அது கூறியது.

சாங்கியர்கள் இதை ஐந்து முனைகளில் எதிர்த்தார்கள்.

1. இல்லாததற்கு, அதாவது அசத்திற்குக் காரணம் தேட வேண்டிய அவசியமே இல்லை. இருப்பதற்குத்தான் நாம் காரணம் தேட வேண்டும். நம்மைச் சுற்றி இருக்கும் ஒவ்வொன்றுக்கும் காரணம் உள்ளது. ஆகவே இது இல்லாமை அல்ல, இருப்பேயாகும். அதாவது, இந்தப் பிரபஞ்சம் உண்மையில் உள்ளது என்பதற்கு, இதற்குக் காரணம் தேடவேண்டும் என்பதே சான்றாகும் (சத் காரணாத்).

2. ஒரு பொருள் அதன் அடிப்படை இயல்புகள் உள்ள இன்னொரு பொருளையே உருவாக்க முடியும். ஒரு காரணத்தின் இயல்புகளை அடிப்படையாகக் கொண்டே அதன் காரியத்தின் இயல்புகள் பிறக்கின்றன. நாம் காணும் இயற்கைக்கு என்ன இயல்புகள் உண்டோ அவ்வியல்புகளிலிருந்து முற்றிலும் மாறுபட்டதாக நாம் காணாத இதன் காரணம் இருக்க நியாயமில்லை (உபதான காரணாத்).

3. ஒவ்வொன்றுக்கும் அதற்குரிய இடம், நிலை ஆகியவை உள்ளன. ஒரு மரம் இரண்டு இடத்தில் நிற்க இயலாது. எல்லா இடத்திலும் இருப்பதாக ஏதும் இருக்க முடியாது. ஒரு விஷயம் எல்லா இடத்திலும் இருக்க முடியாத நிலைக்கு 'சர்வ சம்பவ அபாவம்' என்று சாங்கியம் பெயர் சூட்டியது. பூமியில் உள்ள எல்லாப் பொருட்களுக்கும் இவ்வியல்பு உள்ளது. ஆகவே இது இருப்பது. இதே இயல்புதான் இதன் மூலகாரணத்திற்கும் இருக்கும் *(சர்வசம்பவ அபாவாத்)*.

4. ஒவ்வொன்றுக்கும் அதற்குரிய சக்தி உண்டு. ஒன்று ஒரு குறிப்பிட்ட செயலைச் செய்யும் பிறிதொன்றினைச் செய்ய முடியாது. பால் மோர் ஆகும். நீர் மோர் ஆகாது. எல்லா விளைவு களையும் சாத்தியமாக்கக்கூடிய சக்தி எந்தப் பொருளுக்கும் இல்லை. இவ்வியல்பு பூமியல் உள்ள எல்லாவற்றுக்கும் உள்ளது. இவ்வியல்பே இதன் மூலகாரணத்திற்கும் இருக்கும் *(சக்தியஸ்ய சக்திய காரணாத்)*.

5. ஒரு பொருள் இன்னொன்றுக்குக் காரணமாகக் கூடிய இயல்பினை எப்போதும் கொண்டிருக்கிறது. மோர் வெண்ணெ யாகும். வெண்ணெய் நெய்யாகும். நெய் சுடராகும். இவ்வாறு இங்குள்ள எல்லாப் பொருட்களும் பிறிதொன்றுக்குக் காரணங் களாக ஆகக் கூடியவையே. ஆகவே இவற்றுக்குக் காரணங்களாக இருந்தவையும் இதே போன்ற பொருட்களே *(காரண பவாத்)*.

இந்த ஐந்து தருக்க அடிப்படைகளை வைத்து, இந்தப் பிரபஞ்சம் மாயை அல்ல உண்மை என்று வாதிட்டனர். சாங்கியர் பிரபஞ்சத்திற்குக் காரணம் உள்ளது. இதன் இயல்புகள் இதன் காரணத்தின் இயல்பிலிருந்து வந்தவை, இங்குள்ள ஒவ்வொன்று க்கும் திட்டவட்டமான இருப்புநிலை உள்ளது. இங்குள்ள ஒவ்வொன்றுக்கும் வரையறைக்குட்பட்ட வல்லமையே உள்ளது, இங்குள்ள ஒவ்வொன்றும் இன்னொன்றாக மாறியபடி உள்ளன. இந்த ஐந்து காரணங்களும் இந்தப் பருப்பிரபஞ்சம் உண்மையே என்பதற்குச் சான்றுகள். இதன் மூலம் இப்பிரபஞ்சம் (காரியம்) ஒரு உண்மையிருப்பே (சத்) என்று வாதிட்டமையால் இவ்வாதமும் சத்காரியவாதம் எனப்பட்டது.

இயற்கையின் பரிணாம வளர்ச்சி

சாங்கியத் தரிசனம் கூறுவதன்படி ஆதி இயற்கை படிப்படியாக பரிணாமம் அடைந்து நாம் காணும் இயற்கையாகத் தோற்றம் அளித்தது. இருபத்து நான்கு தத்துவங்கள் தங்களுக்குள் இணைந்தும் பிரிந்தும் காரியகாரண உறவினை உருவாக்குவதன் மூலமேயாகும். 'பால் மோராவது போல இயல்பாக' இந்தப் பரிணாமம் நடைபெற்றது என்று சாங்கியம் கூறுகிறது.

இங்கு பொது வாசகர்களுக்கு ஒரு விளக்கம் தரவேண்டியுள்ளது. தத்துவம் என்று இங்கு குறிப்பிடப்படுவது தத்துவம் (Philosophy) என்று சாதாரணமாக அறியப்படும் பொருளில் அல்ல. தத் என்றால் 'அவ்வாறு' என்று சமஸ்கிருத அர்த்தம். தத்வம் என்றால் 'அவ்வாறு காணப்படுதல்' என்று பொருள். ஆகவே இங்கு தத்துவம் என்பது கருதுகோள்கள் (Phenomina) என்றே பொருள்படுகிறது.

முதல் தத்துவம் அவியக்தமாக உள்ள மூலப்பிரகிருதிதான். மூலப்பிரகிருதியில் இருந்து முதலில் உண்டானது பரிசுத்தமான பிரக்ஞை ஆகிய மகத் ஆகும். 'மகத்' என்பதை இவ்வாறு புரிந்துகொள்ளலாம். அறிவு, உணர்ச்சிகள், உள்ளுணர்வு ஆகிய அனைத்தையும் உள்ளடக்கியதுதான் பிரக்ஞை. இத்தகைய பிரக்ஞைகளின் ஒட்டுமொத்தப் பிரபஞ்ச வடிவம் பிரபஞ்சப் பிரக்ஞை. அதில் பிரபஞ்சத்தில் உள்ள எல்லாப் பிரக்ஞையும் உள்ளடங்கியுள்ளது. அந்தப் பிரபஞ்சப் பிரக்ஞை ஒரு காடு என்று வைத்துக்கொள்வோம். அந்தக் காடு உருவாகக் காரணமாக அமைந்த முதல் விதைதான் மகத்.

அதாவது குணரூபங்களே இல்லாத ஆதி இயற்கையில் முதல் விழிப்பு ஏற்படுவது அதில் பிரக்ஞையின் துளி உருவாகும் போதுதான். பிரக்ஞை உருவான உடனே அகங்காரம் உண்டாகிறது. இது மூன்றாவது தத்துவம். அகங்காரம் என்றால் கர்வம் என்பது நடைமுறைப் பொருள். தத்துவ விவாதங்களில் அப்படி அல்ல. அஹம் என்றால் சுயம். அஹங்காரம் என்றால் சுய பிரக்ஞை அல்லது தன்னுணர்வு. அதாவது நான் இருக்கிறேன், நான் அறிகிறேன் என்ற மனநிலை.

தன்னுணர்வு உருவானதும் அதன் வெளிப்பாடுகளாகப் பிற தத்துவங்கள் பிறந்தன. அவை ஷோடச கணங்கள் எனப் படுகின்றன. (பதினாறு தத்துவங்களின் தொகை.) அவை படிப்படியாக உருவாகின்றன. முதலில் உருவாவது ஒலி, தொடுகை, நிறம், சுவை, மணம் எனும் ஐந்து குணங்கள். இவை ஐந்து தன்மாத்திரைகள் எனப்படுகின்றன. இந்த ஐந்து தன்மாத்திரைகளில் இருந்து ஐந்து புலன்கள் உருவாகி வந்தன. இவை ஞான இந்திரியங்கள் (அறிவுப் புலன்கள்) எனப்பட்டன. கண், காது, நாக்கு, மூக்கு, சருமம் என அவை ஐந்து. இவற்றைச் செயல்படுத்தும் பொருட்டு ஐந்து கர்ம இந்திரியங்கள் உருவாயின. அவை வார்த்தை, கை, கால் என்று கூறப்பட்டன. மொத்தம் பதினாறு.

இந்தப் பதினாறு அறிதல் மூலங்களின் விளைவாகவே ஐந்து பருப்பொருட்கள் அடையாளம் காணப்பட்டன. இந்த ஐந்து பருப்பொருட்களின் எல்லாத் தனித்தன்மைகளும் இவ்வாறு உணரப்படுவதன் மூலம் உருவாகி வருபவையேயாகும். நிலம், நீர், வானம், நெருப்பு, காற்று என அவை ஐந்து. இவ்வாறு பஞ்ச பூதங்கள் உருவான பிறகு அவற்றின் மூலம் பெறும் அனுபவங் களைக் கோர்த்து அறியவும் மதிப்பிடவும் கூடிய மனம் உருவாகிறது. இது இருபத்தி நான்காவது தத்துவம்.

இந்த இருபத்திநான்கு தத்துவங்களின் செயல்பாடு மூலமே நாம் காணும் இயற்கையாக ஆதி இயற்கை மாறித் தெரிகிறது சாங்கியம். புல், புழு, சூரியன், காற்று, மனிதர்கள், காமம், குரோதம், மோகம் எல்லாமே இந்த இருபத்து நான்கு தத்துவங்களின் விளைவுதான்.

சாங்கியத் தரிசனத்தைப் புரிந்துகொள்வதில் இடறல் ஏற்படக்கூடிய இடம் இது. அது குணபேதங்கள் இல்லாத பருப் பொருளையே முதலில் ஆதி இயற்கை என்கிறது. முக்குணங் களின் சமன் குலைந்ததும் உருவாகும் 'மகத்' என்பது ஒரு கருத்து நிலை அல்லது ஓர் இயல்பு! அதாவது, பருப்பொருள் திடீரென்று கருத்து வடிவமாக, பிரக்ஞை வடிவமாக மாறுகிறது.

தத்துவ விவாதத்தில் எப்போதுமுள்ள பிரச்சினை உயிரற்ற ஜடப்பொருட்களில் இருந்து உயிரும் பிரக்ஞையும் எப்படி

உருவாயின என்பதுதான். இதை மேற்குறிப்பிட்ட விதத்தில் சாங்கியம் எதிர்கொண்டது. இந்தப் புள்ளிக்குப் பிறகு சாங்கியத்தின் தருக்கம் கருத்து முதல்வாதத்தை நோக்கி (அதாவது தலைகீழாகத்) திரும்பியிருப்பதைக் காணலாம். மகத் என்ற பிரக்ஞைவிதையில் இருந்து தன்னுணர்வு உருவாகிறது. இதுவும் ஒரு கருத்து வடிவமே. அதிலிருந்து அனுபவங்கள். அனுபவத்திலிருந்து புலன்கள். புலன்களிலிருந்து உறுப்புகள். இவற்றின் விளைவாக ஐந்து பரு வடிவங்கள் உருவாயினவாம். அதாவது பஞ்சபூதங்கள் என்பவை நம் ஐந்து புலன்களின் விளைவாக வெளியே தெரிபவை மட்டுமே!

சாங்கியத்தில் உள்ள இந்த இடறலை அதன் எதிர்த்தரப்பினர் விரிவாகப் பயன்படுத்திக்கொண்டார்கள். இதை நாம் 'விஷ்ணுபுரம்' என்ற நாவலில் மிகுந்த ஜடத்தில் அந்த இச்சை (will) எப்படிக் குடியேறிற்று, அது எங்கிருந்து வந்தது, அதன் இலக்கு (motive) என்ன என்று வேதாந்த மரபு கேட்டது. இதன் விடையாகவே சாங்கியம் 'புருஷன்' என்ற 25வது தத்துவத்தை உருவாக்கிக்கொண்டது.

சாங்கியம் குறிப்பிடும் இவ்விஷயம் குத்துமதிப்பாக யோசிக்கிறவர்களுக்குச் சற்று குழப்பமாக இருக்கும். ஒலித்தல் என்ற குணத்திலிருந்து ஒலி உருவாயிற்று. ஒலியில் இருந்து காது உருவாயிற்று. காதும் மனமும் இணைந்து சொல் பிறந்தது. மொழி வளர்ந்தது என்கிறது சாங்கியம். இக்குழப்பம், நிதரிசனத்தை ஒரே அடிப்படையாகக் கொள்வதன் மூலம் உருவாவதேயாகும். தத்துவார்த்தமாகப் பார்த்தால் ஞானம் தொடங்கிய காலம் முதலே இந்தத் தரப்பு இருந்து வந்துள்ளதைக் காணமுடியும்.

இதற்கு பௌதிகரீதியான (விஞ்ஞான) விளக்கம் தேவை என்பவர்கள் இப்படி யோசித்துப் பார்க்கலாம். காட்சி என்பது என்ன? வடிவங்களும் வண்ணங்களும் கூடி உருவாவது. வண்ணங்களைப் பற்றியே பேசுவோம். வண்ணங்கள் என்றால் என்ன? ஒளியின் அலைவு விகிதத்தில் ஏற்படும் நுண்மையான மாற்றங்களையே நாம் நிறம் என்று காண்கிறோம்.

இப்பிரபஞ்சத்தில் ஒளி முதலில் உருவாயிற்று. அதில் பல அலைவு வரிசைகள் இருந்தன. இவ்வியல்பினை நிறம்

என்ற குணம் எனலாம். இதிலிருந்து நிறம் என்ற அமைப்பு உருவாயிற்று. அதற்கு எத்தனையோ காலம் கழித்துப் பூமியில் உயிர்கள் உருவானபோது அவற்றுக்குக் கண்கள் உருவாயின. ஆதி உயிரினங்களுக்கு ஒளியின் அழுத்தங்களை மட்டுமே அறியமுடியும். பிறகு ஒளியில் பல்வேறு இயல்புகளுக்கு ஏற்பக் கண்கள் பரிணாம வளர்ச்சி அடைந்தன. படிப்படியாகவே ஒளியின் அலைவு விகிதங்களைப் பார்க்கும் திறன் உடைய மனிதக் கண்கள் பரிணமித்து வந்தன. அக்கண்கள் மூலம் நாம் பார்ப்பதே நிறம் என்று நாம் குறிப்பிடுவது.

உண்மையில் நாம் நிறத்தை அறிந்த பிறகுதான் அதற்கு நிறம் என்று பெயரிட்டு அறிந்தோம். நாம் காண்பவற்றை நிறம் மூலம் அடையாளப்படுத்திக் கொண்டோம். நிறங்களைக் கொண்டு கற்பனை மூலம் புதிய புதிய உலகங்களை உருவாக்கிப் பார்த்தோம். இன்று நாமறியும் உலகமே நிறங்களால் அடையாளப் படுத்தப்பட்டது. நிறங்களாலானது நமது கற்பனை. ஒளியே நிறங்களை உருவாக்குகிறது. கண்களை நிறங்கள் உருவாக்கின. நிறம் என்ற கருத்தைக் கண் உருவாக்கியது. ஆகவே நிறம் என்ற கருத்துதான் நிறம் என்ற விஷயமாயிற்று; ஒளியே கண்களை உருவாக்கியது என்றும் கூறலாம்.

சாங்கியத் தரிசனம் கூறுவது சரி என்று நிறுவும் பொருட்டு இது கூறப்படவில்லை. அதற்கு இந்நூல் முயலப் போவதில்லை. தரப்புகளை முன்வைப்பதே இதன் இலக்கு. இங்கு கவனிக்கப் படவேண்டிய ஒரு விஷயம் குறித்து அழுத்திக் கூறும் பொருட்டுதான் இதை விளக்க நேர்ந்தது. அதாவது, தத்துவ ரீதியான சிந்தனை என்பது நாம் அன்றாடம் கண்டு கேட்டு அறிந்து யோசிக்கும் கோணத்தில் செய்யப்படும் ஒன்று அல்ல. தத்துவச் சிந்தனை என்பது தர்க்கம் சார்ந்தது. தர்க்கம் எல்லாக் கோணத்திலும் விரிய வேண்டியுள்ளது.

தத்துவச் சிந்தனையில் ஈடுபடும்போது தர்க்கத்தின் எல்லா சாத்தியக் கூறுகளையும் நாம் பரிசீலித்தாக வேண்டும். அதில் நிதரிசனம் ஒரு தரப்பு மட்டும்தான். நிதரிசனமல்லாத தரப்புகளும் பல அதில் உண்டு. ஆகவே ஒரு தத்துவச் சிந்தனைத் தரப்பினைக் கேட்ட உடனே அது அபத்தம் என்று தள்ளிவிடக் கூடாது. அது

ஒருபோதும் தத்துவ மாணவனின் வேலை அல்ல.

முக்குணங்களின் அலகிலா விளையாட்டு

ஆதி இயற்கை முக்குணங்களின் சமநிலையை மீட்க முயன்று அதன்மூலம் பிரபஞ்சம் பிறக்கிறது என்று சாங்கியம் கூறுகிறது என்பது முன்பே விளக்கப்பட்டது. சத்துவம், தமஸ், ரஜஸ் என்ற மூன்று குணங்களைப் பற்றியும் சாங்கிய காரிகை மிக விரிவாகவே பேசுகிறது.

சத்துவகுணம் சுககரமானது. அழகும் ஒளியும் உடையது. ஞானம், சிரத்தை, செயலூக்கம் முதலிய இயல்புகள் கொண்டது. நல்ல விளைவுகளை உண்டுபண்ணுவது. மேற்கத்தியத் தத்துவ உருவகத்தைப் பயன்படுத்திக் கூறினால் இது நேர்நிலை இயக்கம் (Positive Movement) எனலாம்.

தமோகுணம் (தமஸ் என்றால் இருள் என்று பொருள்) இருள், சலனமின்மை, அறியாமை ஆகிய குணங்களைக் கொண்டது. அதாவது அனைத்து வகையிலும் இது எதிர்நிலை இயக்கம் (Negative Movement).

ரஜோகுணம் இவ்விரு இயக்கங்களுக்கும் நடுவே உள்ள தீவிரமான செயலூக்க நிலையாகும். துயரவிளைவுகளையும் நல்ல விளைவுகளையும் உண்டுபண்ணக் கூடியது. இதை நாம் நடுநிலை இயக்கம் (Neutral Movement) என்று கூறலாம்.

ஒவ்வொரு பொருளிலும் முக்குணங்களும் போர்புரியும் நிலையில் உள்ளன. தமோகுணம் பிற இரு குணங்களுக்கும் தடையாக மாறும் இயல்பு கொண்டது. ஆணும் பெண்ணும் போல எதிர் எதிர்க் குணங்கள் புணர்ந்து புதிதாகப் பிறந்து முன்னகர்கின்றன என்பது சாங்கிய மரபின் உருவகம்.

இங்கே இயல்பாக நம் நினைவுக்கு வருவது மேற்கத்திய மரபில் உள்ள முரண்பாட்டியக்கம் (dialectics) என்ற கருதுகோள்தான். மேற்கத்தியச் சிந்தனையில் அடிப்படையாக உள்ள உருவகம் இது. எல்லாவிதமான இயக்கங்களும் எதிரும் புதிருமான சக்திகளின் மோதல் மூலம்தான் உருவாகின்றன என்று அவர்கள் கூறுகிறார்கள். நமது சிந்தனை மரபிலும்

இந்த இரட்டை முரண் இயக்கம் பற்றிப் பேசப்பட்டுள்ளது. நம்முடையது மூன்று சக்திகளினாலான முரண்பாட்டியக்கம், அவ்வளவுதான்!

ஆயினும் நம்முடைய இயக்கக் கொள்கைகள் இம்மூன்று போக்குகளின் முரண்பாடு மூலம்தான் உருவகிக்கப்படுகின்றன. எங்கெல்லாம் இயக்கம் இருக்கிறதோ அங்கெல்லாம் இந்த முக்குணங்களின் முரண்பாடு குறித்துப் பேசப்பட்டிருப்பதைக் காணலாம். இந்த முக்குணக்கொள்கை பிறகு எல்லா இடத்திலும் விரிவாக எடுத்தாளப்பட்டது.

உதாரணமாக சாதிகளைப் பற்றிப் பேசுமிடத்தில் பிராமணன் சத்வகுணமும் சூத்திரன் தமோகுணமும் க்ஷத்ரியன் ரஜோகுணமும் உடையவனாகக் கூறப்படுகிறான். ரசாயனம் இவ்வாறு எல்லா உலோகங்களையும் மூன்றாகப் பிரித்து விடுகிறது. ஆயுர்வேதம் வாதம், பித்தம், கபம் என்று பிரிப்பதும் இதனடிப்படையிலேயே.

சாங்கியத்தின் மீதான தாக்குதலுக்குப் பிற தரப்பினர் தொடுத்த முதல் வினா "என்ன காரணத்தால் ஒரு குறிப்பிட்ட புள்ளியில் ஆதி இயற்கையின் முக்குணம் சமநிலையை இழந்தது?" என்பதாகும். "எப்போது எப்படி அது மீண்டும் சமநிலையை அடையும்?" என்பது இன்னொரு வினா. "இரண்டுக்கும் நோக்கம் என்ன?" என்பது மூன்றாவது வினா.

இவ்வினாக்களுக்கு 'அறிய முடியாமை'யையே சாங்கியர் விடையாகக் கூறுகிறார்கள். முக்குணச் சமநிலை குலைந்தது இயல்பாக, சகஜமாக நடந்த ஒன்று என்கிறார்கள். அப்படிச் சமநிலை இழந்து இயக்க வடிவம் கொள்வது மூல இயற்கையின் பொருண்மைக் குணத்தின் விளைவாகவே கூட இருக்கலாம். அதன் முடிவும் அப்படி இயல்பாக நடக்கலாம். இயற்கைக்கு வெளியே இருந்து எந்தச் சக்தியும் அதை இயக்கவில்லை. இயற்கைக்கு எந்த நோக்கமும் இல்லை.

சாங்கியத்தை விமரிசிப்பவர்கள் சாங்கியம் சார்வாக மதத்தின் 'தற்செயல்வாதம்' நோக்கிப் போய்ச் சரணடைந்துவிட்டது என்றார்கள். பிரபஞ்சம் தோன்றியதற்குக் காரணம் இல்லை என்றால், இலக்கு இல்லை என்றால், பிரபஞ்சத்தின் எந்த

நிகழ்வுக்கும் காரணம் இல்லைதான். மொத்த வாழ்க்கைக்கும் காரணமும் நோக்கமும் இல்லைதான். எல்லாமே வெறும் தற்செயல் விளையாட்டுதான். அதைக்கூற தர்க்கமோ தத்துவமோ தேவை இல்லை என்றார்கள். புருஷன் என்ற தத்துவத்தை உருவாக்கி இதை மறுத்தார்கள் சாங்கியர்கள்.

புருஷன் பரிபூர்ண சாட்சி

புருஷன் என்று சாங்கிய மரபு கூறுவதை இப்படிப் புரிந்து கொள்ளலாம். பிரபஞ்சத்தை அறிவது யார்? நான்! நான்கள் கூடினால் நாம். நான் என்றால் 'அறியும் மனம்' இல்லையா? பிரபஞ்சத்தில் உள்ள அத்தனை அறியும் மனங்களையும் ஒன்றாகச் சேர்த்தால் வரும் ஒற்றை மனம் எதுவோ அதுவே புருஷன். இதைப் 'பிரபஞ்ச மனம்' என்று கூறலாம்.

புருஷன் பிறப்பும் இறப்பும் இல்லாதவன். எல்லா இடத்திலும் இருப்பவன். வடிவம் இல்லாதவன். ஆதி இயற்கையைப் போலவே அவனும் முழுமுதல் பொருள் போன்றவன். ஆதி இயற்கையும் ஆதி புருஷனும்தான் முதலில் இருந்தார்கள். இயற்கையின் எல்லா மாற்றங்களும் இந்தப் புருஷனின் பார்வையில்தான் நிகழ்கின்றன. இயற்கையின் இயல்புகள் எல்லாமே புருஷனின் இயல்புடன் ஒப்பீட்டளவில் உருவாவதே. அதாவது சத்வகுணம் என்றால் அது புருஷனில் சத்வ விளைவு களை உருவாக்குவது என்று பொருள்.

அதே சமயம் புருஷன் எந்த விதத்திலும் இயற்கையுடன் ஊடாடுவதில்லை. அவன் ஒரு பரிபூரண மௌனசாட்சி மட்டுமே. இயற்கையின் எந்தச் செயலும் புருஷனில் விளைவுகள் எதையும் உருவாக்குவதில்லை. ஒவ்வொரு மனிதனும் புருஷனின் அம்சம் உடையவனே.

புருஷதத்துவம் சாங்கிய மரபில் ஏன் உருவாயிற்று என்று ஏற்கெனவே கோடிகாட்டப்பட்டது. இயற்கையில் குணங்கள் உருவாயின என்று கூறப்பட்ட உடனேயே அக்குணங்கள் எதன் அடிப்படையில் தீர்மானிக்கப்பட்டன என்ற கேள்வி எழுந்து விடுகிறது. உதாரணமாக 'வெப்பம்' என்றால் அதை உணர ஓர் உடல் தேவை. ஒளி என்றால் அதை உணர ஒரு விழி தேவை.

எவராலுமே உணரப்படாத, அறியப்படாத ஒன்று இருப்பதும் இல்லாததும் சமம்தானே! இதன் விடையாக சாங்கியர் புருஷன் என்ற பார்வையாளனை உருவகித்துக்கொண்டனர்.

இரண்டாவதாக மனிதனுக்குள் உள்ள மனம், அதில் உள்ள ஞானம், ஞானத்தில் உள்ளடங்கியுள்ள தேடல், இதெல்லாம் எங்கிருந்து வந்தன என்ற கேள்வி முக்கியமாகக் கூறப்பட்டது. ஜடத்தில் முக்குணச் சமன் குலைந்தமையினால் இயக்கம் ஏற்பட்டது சரி. ஜடத்தைக் குணரீதியாக அறிந்து மதிப்பிடும் பிரக்ஞையும் ஆவலும் ஜடத்தில் எப்படிக் குடியேறின? இதற்கு விடையாகவும் புருஷ தத்துவம் கூறப்பட்டது. ஜடத்தை அறிவதே புருஷனின் வேலை. அவனுடைய இருத்தலுக்கு அர்த்தமே இதுதான்.

படிப்படியாகப் புருஷ தத்துவம் ஆத்ம தத்துவத்துடன் இணைந்தது. சதீஸ சந்திர சட்டர்ஜி, நீரேந்திர நாத மோகன் தத் போன்ற வங்கச் சிந்தனையாளர்கள் சாங்கியத் தரிசனத்தைத் துவைதவாத மரபு சார்ந்த யதார்த்தச் சிந்தனை என்று வகுத்துக் கூறும்போது, ஆத்ம தத்துவமே பின்பு சாங்கிய மரபில் புருஷ தத்துவமாகப் புதுவடிவம் பெற்றது என்று வாதிடுகிறார்கள். ஆத்மாவும் புருஷனும் ஒன்றுதான் என்று கூறப்பட்டது. இந்தப் பார்வையின் அடிப்படையில்தான் டாக்டர் ராதாகிருஷ்ணனைப் போன்ற அறிஞர்கள் சாங்கியத் தரிசனமும் ஆன்மிகவாதத் தரிசனமே என்று வாதிடுகிறார்கள்.

சாங்கியம் கூறும் புருஷன் வேதாந்தம் கூறும் ஆத்மனின் பெரும்பாலான இயல்புகளை அப்படியே பிரதிபலிக்கிறான் என்பது உண்மையே. உதாரணமாக இயற்கையில் நிகழும் பரிணாம மாற்றங்களின் நோக்கம் என்ன என்ற கேள்விக்கு புருஷனின் முக்தியே என்று சாங்கிய காரிகை பதில் கூறுகிறது! (சா. காரிகை58)

சாங்கியத் தரிசனத்தின் அடிப்படைக் கோப்பில் புருஷ தத்துவத்துக்கு இடமில்லை என்றும் அது பிற்பாடு சேர்க்கப் பட்டது என்றும் கருத இடமுள்ளது. வேதாந்த மரபின் ஒரு பகுதியாகச் சாங்கியத்தையும் சேர்க்க நடந்த முயற்சியின் விளைவாகவே புருஷதத்துவம் உருவாக்கப்பட்டது என்கிறார்

ஷெர்பாட்ஸ்கி *(Steherbatsky, Buddist Lagic Vol.I, 47-78).*

இதற்கு உதாரணமாக புருஷதத்துவம் சாங்கிய மரபின் பிற அடிப்படைகளுடன் மோதுவதைச் சுட்டிக்காட்டலாம். உதாரண மாக பருப்பிரபஞ்சத்திலிருந்து மகத் பிறக்கிறது. அதிலிருந்து தன்மாத்திரைகள். பிறகு புலன்கள், பிறகு மனம். இங்கே புருஷன் எங்கே வருகிறான்? மனம் வேறு புருஷன் வேறா?

அதேபோல சாங்கிய காரிகையே கூட தனக்குள் முரண்படு கிறது. புருஷன் வெறும் சாட்சியே என ஒரு இடத்தில் கூறுகிறது. பிறிதொரு இடத்தில் புருஷனும் இயற்கையும் முடவனும் குருடனும் போல இணைந்து இயங்கும் இரு சக்திகள், ஒன்றில்லையேல் பிறிதில்லை என்கிறது.

ஆனால் இறுதிவரை சாங்கியம் இறைவன், பிரம்மம் முதலிய கருத்துகளை ஏற்றுக்கொள்ளவேயில்லை. மிகப் பிற்கால நூலான சாங்கிய பிரவசன சூத்திரம் 'கடவுளின் இருப்பை நிரூபிக்க முடியாது' என்கிறது. 'செயல்களின் விளைவுகளை நாம் அனுபவிப்பது கடவுளின் விருப்பப்படியல்ல. செயலின் இன்றியமையாத நியதிகளின்படி மட்டுமே' என்று கூறுகிறது அது. *(சாங்கிய பிரவசன சூத்திரம் 1, 93-95.)* அதாவது இயற்கை தன் விதிகளின்படி பரிணாமம் அடைகிறதே ஒழிய இறையருளால் அல்ல என்கிறது.

ஆனால் சாங்கியம் கூறும் புருஷனின் குணங்கள் பெரும் பாலும் இறைவனின் குணங்களுடன் ஒத்துப் போகின்றன. புருஷ சித்தாந்தத்திலிருந்து இறை சித்தாந்தத்துக்கு ஒரு அடி தூரம்தான். ஏற்கெனவே சமூகம், பிரபஞ்சம் முதலியவற்றை மாபெரும் மானுட வடிவமாகப் பார்க்கும் பார்வை (விராட புருஷன்) வழக்கத்தில் இருந்தது. இந்த அணுகுமுறைகள் எல்லாமே இறைச் சித்தாந்தத்தில் சென்று முடிந்தன. நமது எல்லாக் கடவுள்களுக்கும் 'பரமபுருஷன்' என்ற அடைமொழி உண்டு. விஷ்ணு 'புருஷோத்தமன்' என்று கூறப்படுகிறார். இந்தச் சிறு இடைவெளியைத் தர்க்கம் மூலம் தூர்த்து வேதாந்தம் சாங்கியத்தை விழுங்கிக்கொண்டது.

வேதாந்தத்தின் அறைகூவல்

பிற்கால வேதாந்தம், குறிப்பாக, சங்கரரின் அத்வைத தரிசன மரபு சாங்கியத்தை மிகக் கடுமையாக மறுத்து தருக்க பூர்வமாக நிராகரிக்கிறது. இன்றைய சூழலில் இந்திய மரபு குறித்துப் பயிலும் ஒருவர் சங்கரர் கூறிய எதிர்க்கருத்துகளை அறிந்த பிறகுதான் சாங்கியமரபு குறித்து அறியப்புகுவார்.

சாங்கியத்தில் 'புருஷன்' குறித்துக் கூறும் இடங்களைச் சங்கரர் பொருட்படுத்தவில்லை. அடிப்படையில் பருப்பொருளே இருந்தது என்ற வாதத்தை மீண்டும் மீண்டும் தன் 'பிரம்ம சூத்திர பாஷ்யத்தில்' தாக்குகிறார். இன்றைய விஞ்ஞானம் வரை தொடரக்கூடிய ஒரு ஆழமான புதிர், மனிதனிலும் பிரபஞ்சத்தின் பிறவற்றிலும் உள்ள சிருஷ்டி சக்தியாகும். இதை 'உயிர்' என்கிறோம். இது தன் வளர்ச்சிக்குப் பருப்பொருட்களை யெல்லாம் பயன்படுத்திக்கொள்கிறது. தன் வாழ்க்கைக்காகப் பருப்பொருட்களை இது பல்வேறு விதமாக உருவாக்குகிறது. இந்த வல்லமையை வெறும் பருப்பொருட்களின் கூட்டு என்று கூறி விளக்கிவிட முடியாது.

ஒரு மரம் பிரம்மாண்டமாக வளர்ந்து பரவி நிற்கிறது. இது என்ன என்ற வினாவுக்கு இது இன்னின்ன வேதிப்பொருட்கள், இன்னின்ன மூலகங்கள் கலந்து உருவான ஒன்று என்று கூறி விடலாம். நார்ப்பொருள், பச்சையம், அமிலங்கள், கரியமில வாயு, மாவுச்சத்து இவற்றைத் தனித்தனியாகப் பிரித்தும் காட்டி விடலாம். ஆனால் அந்த மரம் என்பது அவை மட்டும்தானா? அப்பொருட்களைப் பட்டியலிட்டால் மரத்தை விளக்கி விட முடியுமா?

அந்த மரத்தில் உயிர் உள்ளது. அந்த உயிரின் துடிப்புதான் அதை விதையின் உறையை உடைத்து வெளிவரச் செய்தது. மண்ணில் உள்ள ரசங்களை உண்டு வளரச் செய்தது. அந்த அடிப்படை யான இச்சையே (*will*) மரத்தை அந்த வடிவத்தை அடைய வைத்தது. ஒளியைத் தேடி அதன் கிளைகள் பரவவும் நீரைத்தேடி அதன் வேர்கள் பரவவும் அதுவே காரணம். அம்மரத்தில் உள்ள வடுக்கள், அதன் இலைகளின் வடிவம் அனைத்துமே உயிர் வாழும் பொருட்டு அந்த இச்சை எடுத்துக்கொண்ட கடுமையான

முயற்சியின் மூலம் உருவாகி வந்தவைதான். அந்த மரம் என்பது அந்த இச்சை பருப்பொருளில் பிரதிபலித்ததன் விளைவுதான்.

இதையே பிரபஞ்சம் குறித்தும் கூற முடியும். அந்தப் பிரபஞ்ச உயிரையே வேதாந்த மரபு 'பிரம்மம்' என்கிறது. சாந்தோக்ய உபநிடதத்தில் ஆருணியாகிய உத்தாலகன் தன் மகன் ஸ்வேத கேதுவுக்குப் பிரம்மாண்டமான ஆலமரத்தைக் காட்டி அதன் சிறுவிதைக்குள் உறங்கும் உயிரே பிரம்மம் என்று கூறுகிறார்.

இந்த இச்சையைச் சாங்கிய மரபு விளக்கவில்லை. சங்கரர் அதைச் சுட்டிக்காட்டுகிறார். கல்லுக்கும் மண்ணுக்கும் தன்னைத் தானே உருவாக்கிக்கொள்ளும் படைப்பூக்கம் இல்லை. "ஒருபக்கம் பலவிதமான விளைவுகளை உருவாக்கக் கூடியவையும் தொடர்ந்து உருமாறுபவையுமான புறவுலகம். மறுபக்கம் பற்பல உருவங்களையுடையவையும் தங்களைத் தாங்களே அறிபவையுமான உயிர்ப் பிரபஞ்சம். இவை முழுக்க வெறும் பருப்பொருளிலிருந்து எப்படிப் பிறந்து வரமுடியும்? மண்ணும் கல்லும் தங்களைத் தாங்களே வனைந்து கொள்ளுவதில்லை. அவற்றைக் குயவன்தான் உருவாக்குகிறான். அதனைப் போல ஆதிஜடத்தை வனையும் ஒரு பிரக்ஞை, ஒரு சிருஷ்டி சக்தி தேவையாகிறது" என்று சங்கரர் பிரம்மசூத்திர பாஷ்யத்தில் (அத்.2) வாதிடுகிறார்.

பிரபஞ்சத்தில் உள்ள சிருஷ்டிகரத்துக்கு வேதாந்தம் கூறும் விடை எந்த அளவுக்குச் சரி என்பது வேறு விஷயம். ஆனால் சாங்கியம் குறித்து அது முன்வைக்கும் வினா மிகமிக அர்த்தம் நிரம்பியது என்றுதான் கூறவேண்டும். ஒரு மதமாக சாங்கியம் வளராது போனமைக்குக் காரணமும் இதுவே. 'இந்த உயிர் எங்கிருந்து வந்தது, எங்கு போகிறது?' என்ற வினா மனிதப் பிரக்ஞையின் அடிப்படையாக அமைவது. குழந்தை பிறக்கும் போதும் முதியவர் இறக்கும்போதும் தொடர்ந்து எழும் வினா அது. அதற்குத் திட்டவட்டமான பதிலைக் கூறாத ஒன்று மதமாக வளராது.

சாங்கியமும் லோகாயதமும்

சாங்கியம் வேதகாலம் முதல் இருந்து வந்த லோகாயத

மரபின் தர்க்கபூர்வமான மேலடுத்த நீட்சி என்று குறிப்பிடப் படுகிறது. இதைப்பற்றி இன்று அதிகாரபூர்வமாக விவாதிப்பது சாத்தியமில்லை. காரணம், லோகாயத நூல்களில் பெரும்பா லானவை அக்காலத்திலேயே அழிந்துவிட்டன. பிற பிற்காலத்தில் அழிந்தன. லோகாயதத் தரிசனம் இன்று பற்பல நூல்களாகச் சிதறிக் கிடக்கும் மேற்கோள்களில் இருந்தும், அதன் எதிரிகள் கூறும் மறுப்புகளில் இருந்தும் ஊகித்தறியப்படுகிறது. லோகாயதத் தரிசனத்தை மீட்டதில் தேவிபிரசாத் சட்டோபாத்யாயாவிற்குப் பெரும்பங்கு உண்டு.

பிரஹஸ்பதி சூத்திரங்கள் என்ற பெயரில் லோகாயதத் தரிசனங்களும், அவற்றுக்கு ஃபாகுரி முதலிய அறிஞர்கள் எழுதிய உரைகளும் பழங்காலத்தில் இருந்துள்ளன என்பதற்குப் பிரம்ம சூத்திர உரைகள், பதஞ்சலியின் சூத்திரங்கள் முதலியவை ஆதாரமாக அமைகின்றன.

இங்கு ஒரு விஷயம் விளக்கப்பட வேண்டும். இராகுல சாங்கிருத்யாயன் போன்ற அறிஞர்கள் லோகாயத மரபினை வைதிக (ஆன்மிக) மரபு திட்டமிட்டு அழித்தது என்றும் ஒரு நூல்கூடக் கிடைக்காமல் செய்துவிட்டது என்றும் கூறுகிறார் கள். தேவிபிரசாத் சட்டோபாத்யாய முதலிய அறிஞர்களும் இதை ஏறக்குறைய ஒப்புக்கொள்கிறார்கள். பொதுவாகச் சொல்லப் போனால் மார்க்ஸிய மரபு சார்ந்த எல்லாச் சிந்தனையாளர்களும் இதே தரப்பினையே கொண்டிருக்கிறார்கள். இது சரியா?

இந்திய மெய்ஞானிகளில் சங்கரர் முதலிய அத்தனை பேருமே சார்வாகத் தரிசனம் முதலிய ஞானமார்க்கங்களைக் குறிப்பிட்டுத் தங்கள் எதிர்ப்புகளைப் பதிவு செய்து வைத்துள்ளனர். மகாபாரதம் முதல் ஸ்ரீநாராயண குருவின் நூல்கள் வரை எல்லா அசலான தத்துவ விவாதங்களிலும் லோகாயதம் ஒரு முக்கியமான தரப்பாகப் பரிசீலிக்கப்பட்டுள்ளது. மூலநூல்களை அழித்த வைதீகர்கள் தங்கள் நூல்களில் உள்ள மேற்கோள்களை அழிக்க ஏன் மறந்து விட்டார்கள்? அத்தனை மூடர்களா அவர்கள்?

லோகாயதத் தரிசன நூல்கள் அழிந்தன எனினும் சாங்கியம் முதலான பிற பௌதிகவாதத் தரிசன நூல்கள் அழியாமல் காக்கப்

பட்டது எவ்வாறு? அவற்றையும் பரிபூரணமாக அழித்திருக்க முடியாதா?

இந்திய வரலாற்றை எடுத்துப் பார்த்தால் தாந்த்ரீக மரபுக்கு எதிராகத்தான் வைதிகம் மிகத் தீவிரமான போராட்டத்தை நடத்தியுள்ளது என்று தெரியவரும். ஆனால் எந்தக் காலத்திலும் தாந்த்ரீகம் முழுமையாக அழிக்கப்படவில்லை. இறுதியில் மறைமலை அடிகள் காலம் வரை கூட பெருமதங்கள் தாந்த்ரீக மதங்களுக்கு எதிரான கடும் போராட்டத்தில் இருந்தன என்பதை அவரது எழுத்துக்களில் இருந்தே அறியலாம். ராஜராஜ சோழன், ராஜேந்திர சோழன் முதலியோர் தாந்த்ரீக வழிபாடு இருந்த கேரளப் பகுதிகள் மீது கடும்போர்களை நடத்தியதும், ஆகம நிகம முறைகளை அரச அதிகாரம் மூலம் அங்கு நிலைநாட்டியதும் நாமறிந்ததே.

அரசாங்க ஆதரவோ, வன்முறையோ, கருத்து ரீதியான எதிர்ப்புப் போராட்டமோ உண்மையான மக்கள் ஆதரவு உள்ள ஒரு மதத்தை அழித்துவிட முடியாது என்பது வரலாற்றில் மீண்டும் மீண்டும் காணப்படும் விஷயம். ஓர் எளிய கருத்துத் தரப்பு கூட அதற்குச் சமூக வளர்ச்சியில் இடம் இருக்கும் வரை அழிவது இல்லை. அதிலும் பிரம்மாண்டமான பன்முகத் தன்மையைத் தன் அடிப்படை இயல்பாக உடைய இந்து ஞான மரபில் ஒரு தரப்பு முழுமையாக அழிக்கப்பட்டது என்று கூற மிகவும் துணிவு வேண்டும்.

இந்து ஞானமரபில் வைதிகம் மைய இடத்தில் இருந்தது என்பது எந்த அளவுக்கு உண்மையோ அந்த அளவுக்கு உண்மை யானது, ஒருபோதும் அது ஒற்றைப் பெரும் சக்தியாக இருந்தது இல்லை என்பதும். அப்படிப்பட்ட ஒரு சித்திரத்தை இன்று இடதுசாரிப் பார்வை உடைய சில சிந்தனையாளர்கள் தங்கள் அரசியல் நோக்குகளுக்காகக் கற்பிதம் செய்கிறார்கள். இதுகுறித்து நாம் எச்சரிக்கையாக இருக்கவேண்டும்.

எங்கெல்லாம் வைதிக மரபு மேலோங்கியதோ அங்கெல்லாம் அதற்குச் சமானமான சக்தியாக அதற்கு எதிரான போக்குகளும் மேலோங்கியுள்ளன. அவற்றுக்கும் வைதிகப் போக்குக்கும் இடையே மோதல் நிகழ்ந்தபோதே உரையாடலும் நிகழ்ந்தது.

ஒன்றையொன்று ஏற்றுக்கொண்டு அவை மேலும் வளர்ந்தன. தென்னாட்டில் வைதிக ஞானம் (வேதாந்த தத்துவம்) வந்து வளர்ச்சி பெற்றபோதுதான் சைவ சித்தாந்தமும் வீறு பெற்றது என்பதைத் திட்டவட்டமான உதாரணமாகக் கூறலாம்.

ஆகவே லோகாயத மரபினை வைதிகம் அழித்திருக்க வாய்ப்பில்லை. அது உள்நோக்கம் கொண்ட அவதூறான குற்றச் சாட்டு. வைதிகம் அதனுடன் உரையாடவே முற்பட்டது. பஞ்ச பூதங்கள் குறித்த கொள்கை வைதிக மரபுக்கு லோகாயத மரபி லிருந்தே போயிருக்க வேண்டும். இதை அகேகானந்தபாரதி போன்ற சில ஆய்வாளர்களும் உறுதி செய்கிறார்கள் (ஆகாயம் ஐந்தாவது பூதமாக பிறகு வைதிகர்களால் சேர்க்கப்பட்டது).

அப்படி என்றால் லோகாயதத் தரப்புகள் எப்படி அழிந்தன? ஒரே காரணம்தான் கூற முடியும். ஒரு வழிபாட்டு முறையாகவும் பிறகு தனி மதமாகவும் மாறக்கூடிய அடிப்படைத் தன்மைகள் லோகாயதத்தில் இல்லை. அது ஒரு தருக்கமுறையாகவே இருந்தது, மேலும் அது ஓர் எதிர்மறை அணுகுமுறை. அதாவது வைதிக மரபுக்கு எதிரான எதிர்க்குரல் அது.

பண்டைக்காலம் முதல் இந்தியாவில் பேணப்பட்டுக் கால வெள்ளத்தைக் கடந்து வந்த நூல்களெல்லாம் ஏதாவது ஒரு வகையில் வழிபாட்டுக்குரியவையாகவே இருந்துள்ளன. தொடர்ந்து பயிலப்பட்டு, இடைவிடாது பிரதி எடுக்கப்பட்டால் மட்டுமே நூல்கள் அழியாமல் இருக்கும். இரண்டு தலைமுறைக் காலம் ஒரு நூல் பயிலப்படாவிட்டால் அது அழியநேரும். மத நூல்கள் மட்டுமே அறிந்தும் அறியப்படாமலும் பயிலப்படும். பேணப்படும். அதாவது, தேவை இல்லாவிட்டால் கூட நம்பிக்கையின் அடிப்படையில் நூல்களை மதமரபு பேணிக் காக்கும். அந்த வசதி லோகாயதத்துக்குக் கிடைக்கவில்லை. தத்துவரீதியாக அது மதிப்பிழந்தபோது நூல்களும் அழிந்தன. இதுவே உண்மையாகும்.

ஆனால் அரசநிர்வாகம், நீதி, பொருளாதாரம் ஆகியவற்றின் ஒரு பகுதியாக மன்னர்களும் அதிகாரிகளும் லோகாயதம் பயின்றாக வேண்டும் என்று முன்பு கருதப்பட்டது. அர்த்தசாஸ்திரத்திலே கௌடில்யர் 'அன்வீக்ஷி'யை மன்னனும் அமைச்சர்களும்

பயிலவேண்டும் என்கிறார். லோகாயதம், சாங்கியம், யோகம் மூன்றுமடங்கிய பொதுத் தத்துவமே 'அன்விக்ஷி'யாகும். "அது துயரிலும் சுகத்திலும் ஒன்றுபோல மனதை உறுதியாக நிலை நிறுத்துகிறது. அது தொலைநோக்கும், பேச்சுவன்மையும், செயலூக்கமும் அளிக்கிறது" என்று சாணக்கியன் கூறுகிறார். பதினாறாம் நூற்றாண்டில் 'சர்வதர்சனசங்க்ரகம்' (அனைத்துத் தரிசனங்களின் சுருக்கம்) எழுதிய மாதவாசாரியார் லோகாயதத் தரிசனத்தைச் சுருக்கித் தருகிறார்.

லோகாயதச் சிந்தனைகளை இவ்வாறு தொகுத்துக் கூறலாம். மண், நீர், தீ, காற்று ஆகிய நான்கு மூலப்பருப்பொருட்களின் தொகுப்பே பிரபஞ்சமாகும். உடல், புலன்கள், மனம் ஆகிய அனைத்தும் இந்த நான்கு பருப்பொருட்களின் கூட்டாக உருவாகி வந்தவையே. எப்படிச் சில பொருட்களைக் கூட்டினால் ஒரு குணாதிசயமான போதை அவற்றில் புதிதாக உருவாகிறதோ அப்படித்தான் பருப்பொருட்களின் கூட்டில் இருந்து ஒரு குணாதிசயமான பிரக்ஞை உருவாயிற்று. பிரக்ஞை ஓர் உடலில் குடிகொள்வதே ஆத்மா. உடல் அழியும்போது பிரக்ஞையும் அழியும். மறுபிறப்போ சொர்க்கமோ இல்லை. இகஉலக இன்பமே உண்மையான இன்பம். மரணம் அனைத்திலிருந்தும் முழு விடுதலையாகும்.

வைதிக மரபு உண்மையை அறிவதற்கு ஆதாரங்களைக் (பிரமாணங்கள்) கூறுகிறது. ஒன்று, பிரத்யட்சம் (பிரதி + அட்சம் + கண்ணின் முன்னால் தெரிவது), இரண்டு, அனுமானம் (ஊகம்), மூன்று, சுருதி (மூத்தோர் வாக்கு). மூத்தோர் வாக்கு என்பதை வேதங்கள் என்று பூர்வமீமாம்சகர்கள் விளக்கு கிறார்கள். மீமாம்ச மரபுக்கு முதல் ஆதாரம் சுருதிதான். வேதாந்த மரபுக்கு முதல் ஆதாரம் அனுமானமாகும்.

ஆனால் லோகாயதர் நேர்க்காட்சியே முழுமையான முதல் ஆதாரம் என்கிறார்கள். புலன்களுக்குச் சிக்குவதே உண்மை. ஓர் அளவு வரை, புலன்களை அடிப்படையாகக் கொண்டு அனுமானங்களை நடத்தலாம். சுருதி ஒருபோதும் ஆதாரமாக ஆகாது. லோகாயதர்கள் வேதங்களை ஆதாரமாக முன்வைப்பதை ஒரு மோசடியாகவே கருதினார்கள்.

சாங்கியம் இந்த அடிப்படைக் கொள்கையில் பெரும்பாலான வற்றை ஏற்கிறது என்பதனைக் காணலாம். பிரபஞ்சம் நான்கு பூதங்களினாலானது என்றும், அதை இயக்கும் ஆன்மிகமான சாராம்சம் ஏதும் இல்லை என்றும் அது கருதியது. பிரக்ஞை என்பது ஒரு வகையில் பருப்பொருளிலிருந்து உருவாவதே என்றுதான் சாங்கியமும் கூறியது.

ஆனால் ஜடப்பொருளில் இருந்து எப்படி உயிரும் பிரக்ஞை யும் உருவாயின என்ற கேள்விக்கு விடையாகவே சாங்கியம் மகத், தன் மாத்திரைகள் முதலிய கருதுகோள்களை முதலில் உருவாக்கியது. பிறகு அதிலிருந்து புருஷதத்துவத்தை உருவாக்கிக் கொண்டது.

சார்வாகம் (உலகாயதம்) அழிவதற்குச் சாங்கியமும் காரணம் என்பதை மறுப்பதற்கில்லை. சாங்கியம் சார்வாகத்தின் தரப்பை மேலும் நுட்பமாகவும் தீவிரமாகவும் அடுத்த கட்டத்துக்கு எடுத்துச் சென்றுவிட்டது.

சாங்கியமும் பகவத் கீதையும்

இன்றைய சூழலில் சாங்கியத் தரிசனத்தின் மிக விரிவான சித்திரத்தைத் தரும் பொதுநூல் பகவத் கீதையேயாகும். இன்னும் கூறப்போனால் சாங்கியம் எனும்போதே கீதையின் ‘சாங்கிய யோகம்’ பகுதிதான் பரவலாக நினைவு கூறப்படும். கீதையில் சாங்கியத் தரிசனம் சற்று உருமாறிய நிலையில் விரிவாகவே பேசப்படுகிறது.

இதைப் புரிந்துகொள்ள முதலில் கீதையை நாம் அதன் பின்னணியில் வைத்துப் புரிந்துகொள்ள வேண்டும். மார்க்ஸிய வரலாற்று ஆய்வாளரான டி.டி. கோசாம்பி கீதையை ‘மகத்தான இலக்கியத் திருட்டு’ என்று கூறுகிறார். அதாவது பல்வேறு நூல்களின் முக்கியமான பகுதிகளைத் திரட்டி அழகிய மொழியில் முன்வைத்த நூல் அது என்ற பொருளில்.

கே. தாமோதரன் கீதையை முரண்பாடுகளின் சந்திப்புப் பள்ளி என்கிறார். இது இன்னும் நுட்பமான பார்வையாகும். நாம் கீதையை இப்படி வகுக்கலாம். பற்பல நூற்றாண்டுகளாக வேதமரபு, வேதாந்தம், பௌதிகவாத ஞானமரபுகள், பௌத்த

சமண மதங்கள் ஆகியவற்றுக்கு இடையே நடந்து வந்த பெரும் விவாதம் மூலம் உருத்திரண்டு வந்ததுதான் கீதை. பாற்கடலில் அமுது போல.

கீதையின் சாரம் ஆன்மிக வாதமேயாகும். அதே சமயம் அது சடங்குகளுக்கு எதிரானது. ஆழமான இறை நம்பிக்கையை அது முன்வைக்கிறது. அதே சமயம் அது மூடநம்பிக்கைகளுக்கு எதிரானது. ஆன்மிக விடுதலைக்காக அது அறைகூவுகிறது. அதே சமயம் பௌதிகத்திலிருந்து தப்பியோடுதலை அது ஏற்கவில்லை. பற்றற்ற நிலையில் பௌதிக வாழ்வினை அதிகபட்ச திறனுடன் நடத்தும்படி அது வழிகாட்டுகிறது. அது ஆன்மிக தரிசனத்தை தன் சாரமாகக் கொண்டுள்ளது. ஆனால் பௌதிகவாத மரபின் சிறந்த அம்சங்களையெல்லாம் உள்ளிழுத்துக் கொண்டுள்ளது.

ஆன்மிகத் தேடலை முன்வைக்கும் கீதை அதற்கான மூன்று பாதைகளாகிய பக்தி, ஞானம், தியானம் ஆகியவற்றை மூன்று வகைகளில் முக்கியப்படுத்துகிறது. பகவத்கீதை ஒரு தத்துவ நூல். அதே சமயம் அது மிகுந்த அழகியல் நுட்பம் உடைய ஒரு பேரிலக்கியமும் கூட. கீதை ஒரு மாபெரும் சமநிலையாகும். பல்லாயிரம் தராசுத் தட்டுகள் நடுவே அசையாமல் நிற்கும் தராசு முள் அது.

சாங்கியத்தை எடுத்துப் பேசும் கீதை அதை வேதாந்த மரபின் ஆன்மிகத்துடன் இணைத்துவிடுகிறது. 'புருஷன்' என்ற கருது கோளுக்கு அழுத்தம் தந்து அதை 'ஆத்மா' அளவுக்கு உருமாற்றி இந்த இணைப்பினை அது செய்கிறது.

'இயற்கையும் புருஷனும் தொடக்கமில்லாத காலம் முதல் உள்ளனர். குணங்களும், பரிணாமங்களும் எல்லாம் இயற்கை யிலிருந்து உருவானவை என்று அறிக' என்று கீதை கூறுகிறது (கீதை XIII-19). "எல்லாச் செயல்களும் ஆதி இயற்கையின் குணங்களின் அடிப்படையில்தான் நிகழ்கின்றன. அகங்காரம் மூலம் செயல்களை அவனே நிகழ்த்துவதாக மூடன் எண்ணிக் கொள்கிறான்" என்கிறது அது (கீதை III-27).

இன்னொரு இடத்தில் கீதை இயற்கைக்கு அப்பால் ஏது மில்லை என்றும் கூறுகிறது. "இயற்கையிலிருந்து பிறந்த இந்த

முக்குணங்களிலிருந்து அல்லாமல் அவற்றிலிருந்து வேறிட்டுப் பூமியிலோ வானிலோ வேறு எங்குமோ எதுவும் இல்லை" என்று வகுத்துக் கூறுகிறது (கீதை XVIII40). புருஷன் சுக துக்கங்களை அனுபவிக்கிறானே ஒழிய அவனுக்கு இயற்கையின் ஆட்டத்தில் பங்கேதுமில்லை (கீதை XVIII-21).

இப்போது கீதை தரும் சாங்கியத்தின் சித்திரம் புரிந்திருக்கும். அதாவது கீதையின் தரிசனப்படி ஆத்மா சுதந்திரமானது, எதனாலும் பாதிக்கப்படாதது. வெளியே உள்ள வாழ்க்கை மற்றும் இயற்கையின் சுகதுக்கங்களை அது அடைகிறது. உண்மையில் அவை ஆத்மாவின் மாயத்தோற்றங்கள் மூலம் அடையப் பெறுபவையே. மாயை என்று தெளிந்தால் ஆத்மா அவற்றிலிருந்து விலகி சமநிலை அடைய முடியும்.

ஆத்மாவுக்குப் பங்கில்லாமல் வெளியே இயற்கை தன் நியதி களின்படி சுதந்திரமாக இயங்குகிறது. ஆத்மாவின் யத்தனங்க ளேதும் இயற்கையைப் பாதிப்பதில்லை. ஆகவே பற்றுள்ள செயல் என்பதற்கு அர்த்தமே இல்லை. மனித மனமும் உடலும் இயற்கையின் பகுதிகள் என்பதனால், அவையும் இயற்கையின் நியதிப்படி இயங்குபவையேயாகும். ஆகவே பற்றற்ற சாட்சியாக ஆத்மாவை வைத்தபடி இயற்கையின் நியதிப்படி வெற்றிகரமாகச் செயல்படுபவனே சிறந்த மனிதன். கீதை இவனைக் கர்மயோகி என்கிறது.

தன் விதிகளின் படி இயங்கும் இயற்கை, பற்றற்ற சாட்சியான ஆத்மா என்ற இரு அடிப்படைக் கருத்துக்களையும் சாங்கிய மரபில் உள்ள இயற்கை, புருஷன் என்ற கருதுகோள்களுடன் பிணைத்துவிடுகிறது கீதை. அதே சமயம் பருப்பொருளுக்கு அப்பால் ஏதும் வல்லமை கிடையாது என்பதை அது நிராகரித்து விடுகிறது. ஆதி இயற்கையின் மீது ஒரு பரம்பொருளை அது நிறுவிவிடுகிறது. அப்பரம்பொருளின் பிரதிநிதியாக நின்றுதான் கீதையில் கிருஷ்ணன் பேசுகிறார். ஆதி இயற்கை தன்னுடைய ஆதார குண இயல்புகளின்படி செயல்படுவதற்கு உந்துசக்தியாக அமைவது பரம்பொருளின் பார்வையே என்று கீதை கூறுகிறது. இங்கு அது சாங்கியத்தைப் புறமொதுக்கிவிடுகிறது.

இந்து ஞானமரபின் உதய காலத்தில் தோன்றிய தரிசனமான

இந்து ஞான மரபில் ஆறு தரிசனங்கள் ✱ *135*

சாங்கியமே இன்றும் முக்கியத்துவமிழக்காது நிற்கும் முக்கியமான பௌதிகவாதத் தரிசனமாகும். சாங்கியத் தரிசனம் குறித்துத் தெளிவுபெறாமல் நாம் இந்துஞான மரபின் எந்தத் தரிசனத்திலும் ஆழமாக ஈடுபட முடியாது. முற்றிலும் ஆன்மிகவாதத் தன்மை உடைய அத்வைதம், சைவசித்தாந்தம் முதலியவற்றை அறியவும் சாங்கியத்தைப் பயில்வது அவசியம். காரணம், அவற்றின் பல தர்க்க அடிப்படைகள் சாங்கிய மரபில் இருந்து உருவாக்கப்பட்டவையாகும். சாங்கியம் இந்து ஞான நதியின் முக்கியமான ஊற்றுமுகங்களில் ஒன்று என்று கூறலாம்.

2. 3. தூய்மையான அறிதல் முறை – யோகம்

சாங்கியத்தின் கிளையாக யோகம் வளர்ந்து வந்தது. யோகம் சாங்கியத்தின் மூன்று அடிப்படைக் கொள்கைகளை ஏற்றுக்கொண்டது. ஒன்று: பிரபஞ்சம் பருப்பொருளால் ஆனது. பிரபஞ்சத்தின் மூலகாரணமும் பருப்பொருளேயாகும். இரண்டு: முக்குணங்களின் சமநிலை உடைய ஆதி இயற்கை, அந்தச் சமநிலை குலைந்ததனால் உருமாறி நாம் காணும் பிரபஞ்ச மாக ஆயிற்று. மூன்று: இயற்கையிலிருந்து மகத்தும், தன்மாத்திரை களும் அவற்றிலிருந்து புலனறிவும் பிறந்தன.

யோகம் உருவாக என்ன முகாந்திரம்? சாங்கியம் மரபில் உருவான புருஷ தத்துவமே அதற்கு வழி வகுத்தது என்று பல அறிஞர்கள் நம்புகிறார்கள். 'புருஷன்' தன் தூய நிலையில் இருக்கும்போது இயற்கையும் தன் ஆதி தூய நிலையில் இருக்கிறது இல்லையா? பிரபஞ்சம் முக்குணங்களின் ஆடலரங்காக மாறிப் பரவிப் பிரம்மாண்டமான சிக்கலான தோற்றம் கொண்டுவிட்ட பிறகு புருஷனும் அதற்கேற்ப மாறுவது இயல்பே. புருஷனின் சகஜநிலை சிதறுண்டநிலைதான். இயற்கையின் சகஜ நிலை என்பது முக்குணங்களின் சமநிலை இல்லாத நிலைதான்.

நாம் புருஷனின் பிரதிநிதிகள் அல்லது சிறுதுளிகள். நாம் காணும் இயற்கை முக்குணங்களால் பிளவுண்டது. பிளவுபடாத ஆதி இயற்கையை எப்படி நாம் அறிய முடியும்? இந்த வினா வுக்குச் சாங்கியம் விடையளிக்க முயன்றபோதுதான் யோகம் பிறந்தது. நமது மனமும் பலவாறாக சிதறுண்டு உள்ளது. அதுவும் காமகுரோதமோகம் என்ற தீமையினால் மூடப்பட்டுள்ளது.

நம்மை நாம் தூய நிலைக்குக் கொண்டு சென்றால், தூய புருஷனாக ஆனால், நம்மால் ஆதி இயற்கையைத் தரிசிக்க முடியும். எளிமையாகக் கூறப்போனால் யோகம் இந்த அணுகு முறையிலிருந்து பிறந்ததுதான்.

யோகம் என்றால் தூய அறிதல் என்று பொருள். தூய அறிதலை எப்படி அடைவது, அதன் படிநிலைகள் என்னென்ன என்று வகுத்துக் கூறியது யோகம். பிறகு அதன் அடிப்படையில் சாங்கியத்தின் சில விஷயங்களை மேலும் விரிவாக விளக்கியது. அதாவது, மகத்தும், தன்மாத்திரைகளும், புலன்களும் உருவாகும் விதம் குறித்து விளக்கமாகப் பேசமுற்பட்டது யோகம்.

இந்தத் தேடலில் யோகம் சாங்கியத்திலிருந்து மெதுவாகப் பிரிந்து ஒரு தனித்த தரிசனமாக வளரத் தலைப்பட்டது. அதாவது, பிரபஞ்ச இயல்பு குறித்த விஷயத்தில் சாங்கியமும் யோகமும் ஒன்றே. அதை எப்படி அறிவது என்ற இடத்தில்தான் இரண்டும் வேறு வேறு தரிசனங்களாக மாறிவிடுகின்றன.

யோகமும் இந்திய மரபும்

'யோகம்' என்ற விஷயத்துக்கு இந்திய மரபில் உள்ள இடம் மிக வியப்புக்குரியது. மொகஞ்சதாரோவில் கிடைத்த 'யோகத்தில் அமர்ந்த ஞானி'யின் களிமண் சிற்பம் உலகப்புகழ் பெற்றது. அது தட்சிணாமூர்த்தியான சிவன் என்று கூறுபவர்கள் உண்டு. உபநிஷதங்களில் யோகம் குறித்து மீண்டும் மீண்டும் கூறப்படுகிறது. கண்களையும் பிற புலன்களையும் அணைத்து விட்டு ஆழ்மனதை மட்டும் பயன்படுத்தி அறியமுயல்வது என்று ஆரம்பகாலத்து நூல்கள் யோகத்தைப் பற்றிக் கூறுகின்றன.

இந்து ஞானமரபின் எல்லாத் தரப்பிலும் யோகத்திற்கு இடமுண்டு. இன்னும் கூறப்போனால் யோகத்திற்கு மட்டும்தான் இந்து ஞானமரபுகள் அனைத்திலும் பொதுவான இடம் காணப் படுகிறது. வேள்விகளை முன்னிறுத்தும் மீமாம்சமும் சரி, தருக்கத்தை அடிப்படையாகக் கொண்ட அத்வைதமும் சரி, பக்தியை அடிப்படையாகக் கொண்ட பிற்கால சைவ, வைணவ மதங்களும் சரி, முக்கியமான ஓர் இடத்தில் யோகத்தை வைத்துள்ளன.

நவீன காலகட்டத்தில் பல்வேறு விதமான வழிபாட்டு மரபுகள் உருவாகும்போது புதிய புதிய யோக முறைகளும் பிறந்து வருகின்றன. ஓஷோ, மகரிஷி மகேஷ்யோகி, வேதாத்ரி மகரிஷி, சத்குரு ஜக்கி வாசுதேவ் முதலியோர் யோகத்தைத் தங்கள் அனுபவங்களின் அடிப்படையில் இக்காலகட்டத்துக்கு ஏற்ப வடிவமைத்துத் தருகிறார்கள்.

இந்து ஞானமரபின் முக்கியமான தனித்தன்மையும் யோகமே. பிற ஞானமரபுகளில் யோகத்திற்கு இடமில்லை. கிறிஸ்து யோகப் பயிற்சி பெற்றவர் என்றும் (அவர் இந்தியாவில் காஷ்மீருக்கு வந்து அதைக் கற்றார் என்று கூறப்படுகிறது) அவர் முக்கியமான மெய்த்தரிசனங்களைத் தன் யோக நிலையில் பெற்றார் என்பதற்கு பைபிளில் ஆதாரம் உள்ளது என்றும் கூறப்படுகிறது. ஆனால் கிறிஸ்தவ மதம் பிற செமிட்டிக் மதங்களைப் போல பிரார்த்தனை யையே முன்வைக்கிறது.

இந்தியாவிற்கு வந்த பிறகு எல்லா மதங்களிலும் யோகத்தின் பாதிப்பு உருவாவதனைக் காணலாம். இஸ்லாம் மீது யோகத்தின் பாதிப்பே சூஃபி மரபு என்றால் அது மிகக் கச்சிதமான ஒரு கூற்றுதான். சூஃபிகள் அல்லது ஃபக்கிர்கள் இஸ்லாமின் தொழுகை முதலிய சமூகச் சடங்குகளிலிருந்து தங்களை விடுவித்துக்கொண்டு யோகம் மூலம் மெய்ஞானத்தை அடைந்தவர்களே. யோக மரபின் பல முக்கியமான சூத்திர வாக்கியங்கள் அப்படியே சூஃபி மரபிலும் உள்ளன. உதாரணமாக 'அனல் ஹக்!' என்பதும் 'அகம் பிரம்மாஸ்மி!' என்பதும் ஒன்றுதான். (நானே பிரம்மம் / அல்லா).

கிறிஸ்தவ மதத்திலும் இங்கு சமீபகாலமாக யோகம், தியானம் முதலியவை பெருத்த முக்கியத்துவம் பெற்று வருவதைக் காணலாம். சில கிறிஸ்தவ மடாலயங்கள் மத அடையாளமில்லாத முறையில் யோக முறைகளைச் சிறப்பாக வளர்த்து எடுத்துள்ளன.

இந்துமதப் பிரிவுகள் எல்லாவற்றிலுமே யோகப் பயிற்சி உண்டு. யோகத்தில் அமராத இந்துக் கடவுள்களே இல்லை. எனினும் சைவத்துக்கும் யோகத்துக்கும்தான் நேரடியான உறவு உள்ளது. அடுத்தபடியாக பௌத்தத்திற்கும் யோகத்திற்கும் ஆழமான உறவு உண்டு. சிவனுக்கு யோகேஸ்வரன் என்ற பெயர் உண்டு. யோகாரூடன் என்றால் புத்தரைக் குறிக்கும்.

(யோகேஸ்வரன் என்ற பெயர் கிருஷ்ணனுக்கும் உண்டு).

எனினும் யோகம் ஒரு மதவழிபாட்டு முறை அல்ல. இறைவனுக்கும் பிரம்மத்திற்கும் யோகத்தில் இடமில்லை. யோகம் ஒரு மனப்பயிற்சி மட்டுமே. மிகக் கறாரான ஒரு விஞ்ஞானமாகவே அதைப் புராதன யோக நூல்கள் குறிப்பிடுகின்றன. யோகத்திற்கும் ஆன்மிக மரபுகளுக்கும் நேரடித் தொடர்பு இல்லை. யோகம் அடிப்படையில் ஒரு பௌதிக வாத அணுகுமுறையாகும். யோகத்தைத் தங்கள் தேவைக்கு ஏற்பப் பிற்பாடு ஆன்மிகவாத மரபுகள் பயன்படுத்திக்கொண்டன.

இன்று யோகத்தை மதவழிபாடுகளில் இருந்து பிரித்துத் தூயநிலையில் மீண்டும் நிலைநாட்ட முயற்சிகள் நடைபெறுகின்றன. ஒருவகையில் ஜே. கிருஷ்ணமூர்த்தி, ஓஷோ முதலியோர் செய்து வருவது இதைத்தான்.

இந்து மரபிலிருந்து சென்றுதான் யோகம் ஜென் மரபில் வேரூன்றியது. தாவோயிஸ்டுகளின் அருவமான தருக்கமுறையும் *(abstract logic)* யோகமும் கலந்து உருவானதே ஜென். பல்வேறு வழிமுறைகளின் வழியாக இன்று யோகம் உலகளாவிப் பரந்து கொண்டிருக்கிறது.

யோகத்தின் பரிணாமம்

யோக முறைகளுக்கு எத்தனை கால வரலாறு இருக்கும் என்று எவரும் கூறிவிட முடியாது. மிகத் தொடக்க கால ஆதிமனிதர்கள் கூட யோகப் பயிற்சிகளைச் செய்திருக்கலாம். காரணம், தன்னைக் கூர்ந்து கவனிக்கும் வல்லமை உடைய ஒரு மனம், இயல்பாகவே கண்டடையக் கூடிய வழிமுறை இதுவாகும்.

கடோபநிஷத் இவ்வாறு கூறுகிறது: ‘ஐம்புலன்களும் மனமும் செயலற்றிருக்க, அறிவு நிலைத்து நிற்கும் நிலையே யோகம்’ (113). ‘அறிவின் சிக்கல்களையும் மனத்தின் சஞ்சலங்களையும் கடந்து சென்று மெய்ஞானத்தை அறிவதற்கான ஒரு வழிமுறையே யோகம்’ என்று ஸ்வேதாஸ்வேதா உபநிஷத் கூறுகிறது.

அதாவது, எப்போது நமக்கு வரலாற்றின் முதல் சிற்பம் கிடைக்கிறதோ அப்போதே யோகத்தின் சிற்ப வடிவ ஆதாரம்

கிடைத்துவிடுகிறது. சிந்து சமவெளியில் கிடைத்த யோகரூபனின் சிலை, இலக்கண சுத்தமான யோகநிலையில் அமர்ந்திருப்பது தொடர்ந்து சுட்டிக்காட்டப்படுகிறது. அதேபோல எப்போது எழுதப்பட்ட பதிவுகள் கிடைக்கத் தொடங்குகின்றனவோ அப்போதே யோகத்தைப் பற்றிய முழுமையான சொற்சித்திரமும் கிடைத்துவிடுகிறது. வரலாற்றுக் காலத்திற்கு முன்னரே யோகத்தின் வழிமுறைகள் பூரண வளர்ச்சி அடைந்துவிட்டன என்பதே இதன் பொருள்.

ஆனால் யோகத்தைத் தர்க்கபூர்வமாக வகுத்துக் கூறவும் விவாதிக்கவும் முயன்றவர்கள் பிற்காலத்தில் வந்த பதஞ்சலி ரிஷி போன்றவர்கள்தான். இவர்களே யோகம் என்ற தரிசனத்தை ஒழுங்கு பண்ணியவர்கள். அதாவது, யோக வழிமுறை மிகப் புராதனமானது. அதிலிருந்து உருவான யோகத்தரிசனம் பதஞ்சலி முதலியோர் வடிவமைத்தது.

பதஞ்சலி கி.மு. இரண்டாம் நூற்றாண்டைச் சேர்ந்தவராக இருக்கலாம். பதஞ்சலி யோக சூத்திரம் என்று நூல் பதஞ்சலியின் சிருஷ்டி. இவர் சமாதி, சாதனா, விபூதி, கைவல்யம் என்ற நான்கு பகுதிகளில் (பாதங்கள்) 195 சூத்திரங்களில் யோகவழிமுறை களைக் கச்சிதமான சூத்திரங்களாகத் தொகுத்து வைத்தார்.

எஸ்.என். தாஸ்குப்தா தன் 'இந்தியத் தத்துவத்தின் வரலாறு' என்ற நூலில் (Vol.1) பதஞ்சலி ஒரு மூல ஆசிரியனல்ல, தொகுப்பாளர்தான் என்று விரிவாக விவாதித்து நிறுவுகிறார். பல்வேறு வகையான யோகமுறைகள் அன்று வழங்கி வந்திருக்கலாம் என்றும் அவற்றைப் பதஞ்சலி தொகுத்து, சாங்கியத் தரிசனத்தின் பிரபஞ்சப் பார்வையின் அடிப்படையில் வகுத்து, நூலாக ஆக்கினார் என்றும் தாஸ்குப்தா கூறுகிறார்.

பதஞ்சலி யோக சூத்திரத்தின் முதல் உரை வியாச பாஷ்யம். இதற்கு வாசஸ்பதி, விஞ்ஞான பிக்ஷு' ஆகியோர் விளக்கம் எழுதி யுள்ளார்கள். இருவருமே பதஞ்சலியை ஒரு தொகுப்பாசிரிய ராகவே காண்கிறார்கள் என்பதனை தாஸ்குப்தா சுட்டிக்காட்டுகிறார். பதஞ்சலிக்குப் பிறகு அவரை அடியொற்றி பற்பல யோக நூல்கள் உருவாயின. ஒவ்வொரு மரபும் பதஞ்சலியின் மூல நூலுக்குத்

தங்கள் பார்வையில், தங்கள் தேவைக்கு ஏற்ப விரிவாக விளக்கம் அளித்துள்ளன.

யோகத்தின் தத்துவநிலை

கிட்டத்தட்ட சாங்கியம் யோகம் என்று கூறினோம். சாங்கியம் கூறும் 24 தத்துவங்களை யோகம் ஏற்கிறது. ஐந்து பருப்பொருட்கள், அவற்றின் நுண்ணியல்புகளான ஐந்து தன்மாத்திரைகள், அவற்றை அறியத் தேவையான ஐந்து ஞானப்புலன்கள், ஐந்து செயற்புலன்கள் மற்றும் மனம், அறிவு, அகங்காரம் என்று இருபத்து மூன்று பரிணாம நிலைகளும் அவற்றிற்கு ஆளாகும் இயற்கை என்ற ஆதிமூலமும் என்று 24 தத்துவங்கள் யோகத்திற்கும் ஏற்புடையதே.

யோகம் இருபத்தி ஐந்தாவது தத்துவமாக புருஷ தத்துவத்தை ஏற்கிறது. புருஷன் இயற்கையில் பங்கு பெறாத சாட்சி என்று கூறுகிறது.

இத்தத்துவங்களைப் பதஞ்சலி விசேஷம், அவிசேஷம், லிங்கமாத்ரம், லிங்கம் என்று நான்காகப் பிரிக்கிறார் (யோக சூத்திரம் II-19).

ஐம்பருக்கள், ஐந்து அறிவுப்புலன்கள், ஐந்து செயற்புலன்கள், மனம் ஆகியவற்றின் மூலமே சத்துவம், ரஜஸ், தமஸ் எனும் மூன்று குணங்களின் சிறப்பியல்புகள் அறியப்படுகின்றன (அல்லது அறியப்படாமையிலிருந்து அறிவாக ஆகின்றன. அதாவது, அவியக்த நிலையில் இருந்து வியக்த நிலையை அடைகின்றன). ஆகவே இவை சிறப்புத் தத்துவங்கள் அல்லது விசேஷ தத்துவங்கள்.

புலன்களுக்குச் சிக்காத ஐந்து தன்மாத்திரைகளும், அகங்காரமும் அப்படிச் சிறப்பு அடையாளம் கூறப்பட முடியாதவை. இவை அவிசேஷ தத்துவங்கள். அதாவது பொதுத் தத்துவங்கள்.

பிற தத்துவங்களைப் பிறப்பிக்கும் மகத் என்பது லிங்கம் என்று கூறப்பட்டது. மகத்தைப் பிறப்பிக்கும் பிரகிருதி அல்லது இயற்கை அறியப்படாதது, மறைந்திருப்பது. அதுவே அலிங்கம்.

மூன்று குணங்களின் முடிவிலா ஆட்டம் மூலமே இயற்கை நிகழ்கிறது என்று யோகமும் கூறுகிறது. ஒளி, செயல், இருப்பு (பிரகாசம், கிரியை, ஸ்திதி) என்ற மூன்று தன்மைகள் உடையதும், புலன்களுக்குச் சிக்குவதும் ஆக உள்ளதே நாம் காணும் இயற்கை. இது அதைப் பார்க்கும் புருஷனுக்கு இன்பத்தையும் விடுதலையையும் அளிக்கும் பொருட்டுத் தானும் நிலைகொள்வதாகும் (யோகசூத்திரம் II-18).

இயற்கை சுதந்திரமானது. பிறவற்றைச் சாராதது, நிரந்தரமானது, முடிவற்றது, அழிவற்றது. இது புருஷனுக்காகவே நிலை நிற்கிறது. அது இருப்பதனால்தான் புருஷன் பார்வையாளனாக இருப்புக் கொள்கிறான். இயற்கை இல்லையேல் புருஷன் இல்லை. புருஷன் ஒன்றல்ல பல. ஆகவே ஒரு புருஷன் இல்லாமலானாலும், முக்தி அடைந்தாலும் இயற்கை தொடர்ந்து இருக்கும் (யோக சூத்திரம் II-21, 22).

இயற்கைக்கும் புருஷனுக்கும் இடையே உண்மையில் உறவே இல்லை. ஆனால் உறவு இருப்பதாக ஒரு மாயத்தோற்றம் புருஷனுக்கு ஏற்படுகிறது. இதற்கு 'அவித்யை' (அறியாமை) என்று பெயர். இந்த மாயை அகன்றால் புருஷனுக்கு இயற்கையுடன் உள்ள உறவு இல்லாமலாகி அவன் தன் தூய நிலையில் தன்னை உணர்வான். அந்நிலையில் இயற்கையும் புருஷனும் திரிபுகள் இல்லாத நிலையில் ஒருவரை ஒருவர் காண்கிறார்கள். தன் தூய நிலைக்குப் புருஷன் திரும்புவதே கைவல்யம் என்பது. அதுவே இறுதி விடுதலையாகும்.

கைவல்யமே புருஷனின் (அல்லது மனிதர்களின்) வாழ்வின் இலக்கு ஆகும். புருஷனுக்குக் கைவல்யம் தருவதே இயற்கையை இயக்கும் நோக்கமும் கூட. சாங்கியமும் கிட்டத் தட்ட இதே போன்ற ஒரு மெய்ஞானத்தைப் பற்றிக் கூறுகிறது. ஆனால் யோகம் அந்த ஞானத்தை அடையும் முறை, அதைப் பயன்படுத்தும் விதம் ஆகிய வழிமுறைகளைப் பற்றியும் கூறுகிறது.

கைவல்யம் என்ற கருத்து குறித்து இங்கு விளக்கவேண்டும். கேவலம் என்றால் சமஸ்கிருதத்தில் ஒற்றைத்தன்மை அல்லது தனித்திருத்தல் என்று பொருள். அதிலிருந்து வந்த சொல்லே கைவல்யம். இயற்கையுடன் பின்னிப் பிணைந்து, அதில் உள்ள

முக்குணங்களின் விளைவாகக் காமம் குரோதம் மோகம் போன்ற தீமைகளை அடைந்து, உழலும் மனிதன், அவற்றை உதறித் தான் மட்டுமேயாக (இயற்கையுடன் உறவே இல்லாமல்) எஞ்சும் நிலையே கைவல்யம் என்பது.

கைவல்யம் சாதாரண அர்த்தத்தில் சாங்கியம், யோகம் முதலிய பெளதிகவாதத் தரிசனங்களுக்கு மட்டுமே பொருந்தக்கூடிய முக்தி நிலையாகும். ஆன்மிகவாத தரிசனங்களில் தூய அத்வைதம் தவிர பிறவற்றில் கைவல்யம் என்பதற்குப் பொருள் கிடையாது. அத் வைதத்தில் ஜீவாத்மா தன் அவித்யையைக் களையும்போது பரமாத்மா மட்டும் எஞ்சும் கைவல்யநிலை உருவாகிறது. பிற தரிசனங்களில் தனித்த நிலை ஏற்படுவதில்லை. ஜீவாத்மாவும் பரமாத்மாவும் எப்போதும் எஞ்சுகின்றன. எனினும் கைவல்யம் என்ற சொல் யோகம் மூலம் எல்லா வழிபாட்டு முறைகளிலும் புகுந்துவிட்டிருக்கிறது.

சாங்கிய யோக மரபுக்கும் அத்வைதத்துக்கும் நேர் எதிர்த் திசை யிலான நகர்வு இருப்பதை இங்கு கவனிக்கலாம். சாங்கியமும் யோகமும் புருஷன் தன் அவித்யையைக் களையும்போது இயற்கையும் புருஷனும் மட்டுமே எஞ்சுகின்றன என்கின்றன. மாறாக அத்வைதம் அவித்யை களையப்படுகையில் பிரம்மம் மட்டுமே எஞ்சுகிறது என்கிறது.

யோகத்தின் வழிமுறை

யோகம் என்றால் 'சித்தவிருத்தி நிரோதம்' என்கிறது பதஞ்சலி யோகசூத்திரம். *(யோகஸ்சித்த விருத்தி நிரோத:)* சித்த விருத்தி நிரோதம் என்றால் சித்தத்தின் செயல்பாடுகளைத் தடுத்தல் என்று பொருள். ஒருவரின் மனமும் அறிவும் அடங்கியதுதான் சித்தம் என்பது.

சித்தத்தின் செயல்பாடுகள் ஐந்து. அவை *(1)* பிரமாணங்கள் *(2)* விபரியாயம் *(3)* விகல்ப விருத்தி *(4)* நித்ரா விருத்தி *(5)* ஸ்மிருதி விருத்தி *(யோகசூத்திரம் 1-5-6).*

பிரத்யட்சம், அனுமானம், சுருதி என்ற மூன்று வகை ஆதாரங்களை நம்பி இயங்குவதே பிரமாணம் என்ற சித்தச் செயல்பாடாகும்.

பொய்யாக உருவாகும் ஞானம் அல்லது ஆதாரமில்லாத ஞானமே விபரியாயம்.

எந்தவித ஆதாரமும் இல்லாமல் பழைய கூற்றுகளையும் நம்பிக்கைகளையும் அப்படியே பின்பற்றுவது விகல்பம்.

பொருட்களைப் பற்றிய பிரக்ஞை இல்லாமல் செய்யப்படும் கற்பனை சஞ்சாரம் நித்ரா விருத்தி.

பழைய நினைவுகளில் ஆழ்ந்திருத்தல் ஸ்மிருதி விருத்தி.

இந்த ஐந்து வகையான அறிவு, மன இயக்கங்களையும் ஒருவன் தடுத்தாக வேண்டும். அதுவே யோகம் என்பது.

இதற்குச் செய்யப்படும் பயிற்சிகளே அப்பியாசம் என்று கூறப்படுகிறது. அப்பியாசத்திற்கு மனித இயல்பில் உள்ள பல விஷயங்கள் தடைகளாகின்றன. அவை

1) வியாதி (நோய்

2) ஸ்த்யானம் (வாழ்க்கை வசதித் தடைகள்)

3) சம்சயம் (ஐயம்)

4) பிரமாதம் (பிழைகள்)

5) ஆலஸ்யம் (சோம்பல்)

6) அவிரதி (விருப்பமின்மை)

7) பிராந்தி தர்சனம் (பலன் இன்மை)

8) அவப்த பூமிகத்வம் (தடைபடும் பலன்)

9) அவைஸ்தி தத்துவம் (தற்காலிகப் பலன்)

(யோகசூத்திரம் 130).

இவற்றுடன் ஆதி தெய்விகம். ஆதி பௌதிகம் முதலிய துயரங்கள் உருவாக்கும் தடைகளும் உள்ளன. தொடர்ந்த முயற்சி மூலம் இந்தத் தடைகளை வென்று முன்னேறும் சாதகனே ஞானத்தை அடைகிறான்.

எட்டு யோகப் பயிற்சிகள்

யோக மரபில் அஷ்டாங்கம் என்று கூறப்படும் எட்டு யோகப்

பயிற்சிகளுக்கு மிக முக்கியமான இடம் உண்டு. அவை (1) யமம் (2) நியமம் (3) ஆசனம் (4) பிராணயாமம் (5) பிரத்யாகாரம் (6) தாரணை (7) தியானம் (8) சமாதி. இவை எட்டும் யோகத்தின் எட்டு உட்கூறுகள், அல்லது படிநிலைகள் ஆகும்.

யமம், நியமம் இரண்டும் ஒழுக்கம் நிரம்பிய அன்றாட வாழ்வுக்கு அவசியமானவை. அகிம்சை, சத்தியம், அஸ்தேயம், பிரம்மசரியம், அபரிகிரகம் என்று கூறப்படும் ஐந்து பெரும் விரதங்கள் (பஞ்சமகா விரதங்கள்) தான் யமம் எனப்படுகிறது. கொல்லாமை, உண்மை, மனவிலக்கம், புலனடக்கம் ஆகிய வையே இவை.

நியமம் என்பது நெறிகள் என்பதன் வடமொழிச்சொல். இதில் செளசம் (உடலையும் மனத்தையும் சுத்தப்படுத்துதல்), தபஸ் (பிடிவாதமாக தொடர்ந்து நெறிகளைப் பின்பற்றுதல்), ஸந்தோஷம் (சகஜமான இனிய மனநிலை), ஸ்வாத்யாயம் (கல்வி), ஈஸ்வர தியானம் (இறைவழிபாடு) ஆகியவை அடங்கும். இதில் இறை வழிபாடு பிற்பாடு சேர்க்கப்பட்டது.

யமம், நியமம் இரண்டையும் யோகம் எந்த அளவுக்கு வலியுறுத்துகிறது என்பதைப் பதஞ்சலி யோக சூத்திரத்தின் பல வரிகளிலிருந்து அறிய முடியும். சீரான இயக்கம் உடைய வலுவான உடல் யோகப் பயிற்சியின் முதல் தேவையாகும். அலைபாய்தல்களும் கொந்தளிப்புகளும் இல்லாத சீரான வாழ்க்கை முறையும் தவிர்க்க முடியாத தேவை. இவை இரண்டையும் அடைந்த பிறகே யோகத்தின் பிற படிகளை நோக்கிச் செல்ல முடியும்.

உதாரணமாக ஒருவருக்கு மிதமிஞ்சிய உணவு ஆசையோ, கமவிருப்பமோ இருந்தால் அவரால் யோகம் செய்ய முடியுமா? ஒருவருக்கு ஆஸ்துமா இருப்பின் அவரால் சித்தி விருத்தி நிரோதம் செய்ய முடியுமா? முடியாது. தூய உடல், தூய மனம் ஆகியவை யோகத்திற்கு அவசியம். அவை தூய வாழ்க்கை முறையின் விளைவுகள். யம, நியமங்களை அதற்காகவே யோகம் வலியுறுத்துகிறது.

சமீபகாலமாக யோக முறைகளை யமநியமங்களில் இருந்து

விடுவித்து ஒருவகை மனப்பயிற்சிகளாக மட்டும் மாற்றும் போக்கு உருவாகியிருப்பதாகக் கூறப்படுகிறது. பல்வேறு விதமான வாழ்க்கைப் போக்குகளில் உள்ள பல்வேறு வகையான மக்களிடம் யோகத்தைக் கொண்டுசெல்லும் பொருட்டே இது செய்யப்படுகிறது. இந்நிலையில் யோகம் மிக மேலோட்டமான எளிய பலன்களை மட்டுமே தருகிறது. அபூர்வமாகப் பொய்யான மனப்போக்குகளையும் பிரமைகளையும் அளித்து எதிர்மறை விளைவுகளையும் தருகிறது. உடலைக் கட்டுப்படுத்தாமல் ஒருபோதும் யோகத்தை ஆற்ற முடியாது.

ஆசனம், பிராணாயாமம் என்று கூறப்படுபவை இரண்டும் அடுத்த படிநிலைகள். ஆசனம் எனும்போது வசதியான சுகமான இருப்பு என்றுதான் பதஞ்சலி கூறுகிறார். அதில் பலவகையான யோகாசன முறைகள் பிறகு உருவாகி வந்தன. அவற்றைப் பற்றி நாம் அறிவோம். பிராணாயாமம் என்பது சுவாசத்தைச் சீராக விடுவது. பிறகு பல்வேறு விதமான மூச்சுப்பயிற்சிகள் உருவாகி வந்தன. யோகாசனம் மூலம் வெளியுறுப்புகளையும் பிராணாயாமம் மூலம் உள்ளுறுப்புகளையும் துல்லியமாக வைத்திருப்பதை யோகம் வலியுறுத்துகிறது.

பிரத்யாகாரம்தான் உண்மையில் யோகத்தின் சரியான முதல்படி. புலன்களை மூடிவிட்டு (கண், காது, மூக்கு, சருமம், நாக்கு) மனத்தை நோக்கி நம் கவனத்தைக் குவிப்பது இதன் முதல் கட்டம். இப்புலன்கள் நம்முள் உருவாக்கியுள்ள பதிவுகளில் இருந்து படிப்படியாக நம்மை விடுவித்துக்கொள்வது அடுத்த கட்டமாகும்.

தாரணை என்று கூறப்படுவது மனச் செயல்பாட்டினை ஒரு புள்ளியில் குவிக்கும் பொருட்டு ஒரு மையத்தினைக் கண்டடைத லாகும். தாரணை என்ற சொல்லுக்கு தரித்தல் என்று பொருள். இதை நடைமுறையில் மந்திர தாரணை என்பர். மனத்தை ஒரு மந்திரத்தில் குவிப்பதே வழக்கம். அதற்காக மூலமந்திரங்கள் (ஓம், க்ரீம், ஹம் முதலியவை), ஆப்த வாக்கியங்கள் (பிரக்ஞானம் பிரம்மம், அஹம் பிரம்மாஸ்மி) முதலியவை குருவால் சாதகனுக்கு உபதேசம் செய்யப்படுகின்றன.

மனத்தைக் குவிக்க வேண்டிய மையம் விக்ரகமோ (உதாரணம்

: கணபதி, நடராஜர்) யந்திரமோ (ஸ்ரீசக்ரம்) தீபமோ ஆகலாம். கொக்கோ கோலா என்று கூட சொல்லலாம், மந்திரம் என்பது மனமே என்று ஓஷோ ஓர் இடத்தில் சொல்கிறார்.

இம்மையத்தின் மீது முழு பிரக்ஞையையும் மெதுவாகக் குவிய வைப்பதே தியானம். இது பலபடிகள் உடையது. முதலில் பிரக்ஞையை மையம் மீது படியவைக்கும் முயற்சி. மையம் படிப்படியாகப் பிரக்ஞையின் எல்லா இடங்களையும் ஆக்ரமிக்கிறது. பிறகு அம்மையம் மட்டுமே எஞ்சி, பிரக்ஞையே அதுவாக ஆகிறது. இறுதியில் அதுவும் இல்லாமலாகிறது.

சித்தம் பூரணமாக அடங்கி தியானிப்பவன், தியானிக்கப் படுவது என்ற இருநிலையே இல்லாமலாவதே சமாதி நிலை. இதில்தான் புருஷன் தன் தூய நிலைக்குப் போய் தூய பிரகிருதியை அறிகிறான். இதுவே மெய்ஞானநிலை. இதுவே கைவல்யம்.

இங்கு தரப்பட்டுள்ளது மிக எளிய ஒரு சித்திரம். பதஞ்சலி யோக சூத்திரமும் சரி, பிற்கால யோக நூல்களும் சரி, இந்தப் பயிற்சிகளின் பல்வேறு சிக்கல்களையும், அவற்றின் தீர்வுகளையும் விரிவாகவே விவாதிக்கின்றன.

இங்கு ஒரு தெளிவு அவசியம். யோகமரபில் இறை வழிபாட்டுக்கு இடம் உண்டா? நியமத்தின் உள்ளே அதன் ஒரு அம்சமாக யோகம் இறைத்தியானம் குறித்துக் கூறுகிறது. ஆகவே யோகம் கடவுளை ஏற்கிறது என்று பல அறிஞர்கள் கூறுகிறார்கள். யோகத்தைக் கடவுள் உள்ள சாங்கியம் (ஸேஸ்வர சாங்கியம் = ஸ + ஈஸ்வர சாங்கியம்) என்று இவர்கள் வரையறுக்கிறார்கள்.

கடவுள் நம்பிக்கையை ஒரு முழு முதல் இலக்காக யோகம் ஏற்கவில்லை என்பதை ரிச்சர்ட் கார்பே, ஹரிதாஸ் பட்டாச்சாரியா, டாக்டர் ராதாகிருஷ்ணன் முதலியோர் எடுத்துரைக்கிறார்கள். அன்றாட வாழ்வை நெறியுடன் நடத்த அவசியமானவற்றில் ஒன்றாகவே அது இறைபக்தியைப் பற்றிக் கூறுகிறது. இறை பக்தியை நீக்கி விட்டாலும் யோகம் எவ்வகையிலும் குறைபடுவ தில்லை. ஆகவே இது பிற்காலத்தில் சேர்க்கப்பட்ட ஒன்றாகவே இருக்கவேண்டும்.

சாங்கியம் கூறும் கைவல்யம் இறைவனைக் காண்பதோ

இறைவனில் இரண்டறக் கலந்துவிடுவதோ அல்ல. நம்முடைய வாழ்வையும் நம்மைச் சுற்றி உள்ள இயற்கையையும் நாம் அறிந்து வரும் விதத்துக்குக் காரணமான அவித்யை விலகும் தருணம்தான் அது. அப்போது புருஷனின் சிதறுண்ட நிலை அகன்று அவன் உறுதியான தூயநிலையை அடைகிறான். அதுவே கைவல்யம்.

ஓர் உவமை கூறலாம். தாந்த்ரீக தியான முறையில் ஒரு பயிற்சி உண்டு. ஒரு நிலைக்கண்ணாடியில் துளித்துளியாக நீரோ எண்ணையோ விழச் செய்து அதன்முன் அமர்ந்து அலைபாயும் தன் பிம்பத்தைப் பார்த்தபடி அமர்ந்து தியானிப்பார்கள். அலைகள் உண்மையில் இல்லை என்று எண்ண முயல்வார்கள். ஒரு கட்டத்தில் அலைபாயாத பிம்பம் கண்ணாடியில் தெரியுமாம்.

புருஷன் அலைபாயாதவன். ஆனால் அவன் தன்னை இயற்கை எனும் அலைபாயும் கண்ணாடியில் பிரதிபலித்துத்தான் பார்த்துக் கொள்ள முடியும். ஆகவே தன்னை அலைபாயும் பிம்பமாகவே அவன் அறிகிறான். அலைகளைத் தன் மனப்பயிற்சி மூலம் அவன் இல்லாமல் ஆக்கிவிட்டால் தன் அசல் பிம்பத்தை அவன் காண்கிறான். இதுவே கைவல்யம் என்பதாகும்.

யோகமும் வைதிக வேதாந்த மரபுகளும்

யோகம் ஒரு பௌதிகவாதத் தரிசனமாகத் தொடங்கிப் படிப்படியாக ஆன்மிகவாத தரிசனமாகப் பரிணாமம் அடைந்தது. ஆரம்பத்தில் அது 'உப சாங்கியமாக' இருந்தது. பிற்பாடு 'கைவல்யம்' அதன் முதல் இலக்காக ஆயிற்று. யோகத்தைப் பிற மதங்களும் தரிசனங்களும் படிப்படியாக உள்வாங்கிக் கொண்டபோது அதன் பௌதிகவாத அம்சம் அதாவது சாங்கியத் தத்துவ அம்சம் முழுமையாகவே ரத்து செய்யப்பட்டது. இன்று நாமறியும் யோகம் ஆன்மிகவாதத் தரிசனங்களில் உள்ள ஒரு பயிற்சிமுறை மட்டுமேயாகும்.

யோகம் முழுமையாகவே வேதாந்த மரபால் உள்வாங்கப் படுவதைக் காண நாம் பகவத் கீதையை எடுத்துப் பார்க்க லாம். யோக மரபின் பெரும்பாலான கருத்துகளைக் கீதை எடுத்தாள்கிறது. 'யோகி' என்ற கருத்தை மிக விரிவாக பல

தளங்களுக்கு அது எடுத்துச் செல்கிறது. யோகம் மூலம் தன்னை அறிந்தவன் யோகி. அதன்பிறகு தன் அன்றாட வாழ்வை அவன் திறம்பட நடத்தும்போது அவன் கர்மயோகி ஆகிறான். 'கர்மயோகி' என்ற கருத்தே கீதையின் சாரமாகும்.

வேத, வேதாந்த மரபுகள் யோகத்தைத் தங்களிடமிருந்து வேள்வி மரபுகளுடனும் பிற தியான முறைகளுடனும் இணைத்துப் பெரிதாக வளர்த்து எடுத்தன. வேதவேதாந்த மரபில் யோகம் மூன்று வகையில் விளக்கப்படுகிறது. யுஜ் என்ற வேர்ச்சொல்லில் இருந்து பிறந்தது யோகம். இது சமாதி, சுயக்கட்டுப்பாடு, ஒன்றாதல் ஆகிய மூன்று பொருட்களை உடையது. இம்மூன்று அர்த்தங்களும் யோகத்திற்கும் தரப்படு கின்றன. ஏராளமான விளக்கங்கள் உள்ளன.

யோகங்களில் ஹடயோகம், ராஜயோகம், கர்மயோகம், பக்தியோகம் என்ற நான்குமே முக்கியமானவை என்று கூறப் படுகிறது. யோகம் என்று தனியாகக் கூறும்போது வேதாந்தமரபு ஞானயோகம்தான் என்று உத்தேசிக்கிறது.

இவற்றில் பற்பல உட்பிரிவுகளும் பற்பல கிளைகளும் இந்த நாள் வரை உருவாகியபடியே வருகின்றன.

2. 4. அணுக்கொள்கை: வைசேஷிகம்

அணுக்களின் கூட்டு மூலமே இப்பிரபஞ்சத்தில் உள்ள எல்லாப் பொருட்களும் உருவாகியுள்ளன என்ற கொள்கை புதியது என்று நாம் கருதுகிறோம். இது தவறு. அணுக்களின் கூட்டாகப் பொருட்களைப் பார்க்கும் பார்வை மிகப் பழங்காலம் முதலே கீழைச் சிந்தனையிலும் கிரேக்கச் சிந்தனையிலும் இருந்து வந்துள்ளது. உண்மையில் நவீன அணுக்கொள்கையானது இந்தப் புராதன சிந்தனைகளின் ஒரு திருத்தப்பட்ட வடிவமேயாகும்.

கிரேக்க மரபில் லூசிபஸ் *(Leucippus)* அணுக்கொள்கையை உருவாக்கினார் என்று கூறப்படுகிறது. இவர் பிரபஞ்சத்தில் அணுக்களும் வெற்றிடமும் மட்டுமே உள்ளன என்றார். இவற்றின் கூட்டின் மூலமே எல்லாப் பொருட்களும் உருவாகின்றன என வாதிட்டார். பிற்பாடு எபிகுரஸ் *(Epicurus)* இதை மேலும் விரிவாக வளர்த்தார்.

எபிகுரஸ் *(கி.மு. 341-271)* தன் சக தத்துவ அறிஞர்களான ஹெர் மார்கஸ் *(Hermarchus)*, பாலியேனஸ் *(Polyanenus)* ஆகியோரின் உதவியுடன் நிறுவிய தத்துவச் சிந்தனை மரபு எபிகுரேனிஸம் என்று கூறப்படுகிறது. இது பிரபஞ்சத்தை அணுக்களினாலான அமைப்பாக உருவகிக்கும் முக்கியமான சிந்தனை மரபாகும்.

எபிகுரேனிசச் சிந்தனையின்படி இந்தப் பிரபஞ்சம் பருப் பொருள் வெற்றிடம் என்று இரண்டு பெரும் பிரிவுகளினாலானது. இரண்டுமே முடிவற்றவை. வெளி என்பது வெற்றிடம். பரு என்பது எல்லாப் பிரபஞ்சப் பொருட்களும். பொருட்கள் எல்லாமே தனித்தனியாகப் பிரித்துப் பார்க்கும்போது மேலும்

பகுக்கமுடியாத ஒரு நுண்துகளாக மாறுகின்றன. இவையே அணுக்கள். அணுக்களால் ஆனவையே எல்லாப் பொருட்களும் என்றார் எபிகுரஸ். இவற்றை அவர் ஆட்டம் *(Atom)* என்றார்.

அணுக்கள் கூடியிணைந்து பொருள்துளிகளாக மாறுகின்றன என்றார் எபிகுரஸ். இதை அவர் மினிமா *(Minima)* என்றார். அணுக்களுக்கு எடை, வடிவம் முதலிய அடிப்படைக் குணங்கள் மட்டுமே உள்ளன. நிறம், ருசி போன்ற இரண்டாம்தள குணங்கள் முழுக்க அணுக்கள் கூடியிணைந்து அணுத்தொகைகளாக உருமாறும்போது ஏற்படுபவை என்றார் எபிகுரஸ்.

அணுக்கள் எல்லாமே தொடர்ந்து துரிதமான சலன நிலையில் உள்ளன. அணுக்களின் தொகைகளின் இயல்புகள் மூலமே நிலைத்த தன்மை உருவாகிறது. நீருக்கு நிலைத்த தன்மை இல்லை; கல்லுக்கு உண்டு. எடை, இணைவு, வேகம் என்ற மூன்று பொருண்மை இயல்புகளின் அடிப்படையில் இந்த அணுத் தொகுப்புகள் உருவாகிப் பொருட்கள் பிறக்கின்றன. இதற்குப் பின்னணியாக எந்தத் தெய்விக வல்லமையும் இல்லை. இதுவே எபிகுரேனிசச் சித்தாந்தச் சாரம்.

அணுக்கொள்கையை முன்வைத்த இன்னொரு முக்கிய மான கிரேக்கச் சிந்தனையாளர் டெமாகிரிட்டஸ் *(கி.மு. 460-380)*. சாக்ரடீஸுக்கு முன்பு வாழ்ந்தவர். லூசிபஸின் அணுக் கொள்கையை விரிவுபடுத்திச் சுயமான அணுச் சித்தாந்தம் ஒன்றை உருவாக்கினார். அணுக்கள் பிறப்பதோ அழிவதோ இல்லை என்றும், வெட்டவெளியில் தொடர்ந்து இயங்கிய படியே இருக்கும் ஆதிப்பருப்பொருட்கள் அவை என்றும் அவர் கூறினார்.

எபிகுரோஸுக்கும் டெமாகிரிட்டஸுக்கும் இடையேயுள்ள வேறுபாடுகளில் முக்கியமானது, எபிகுரஸ் நம் புலனறிதல்கள் உண்மையானவை, நம்பத்தக்கவை என்றார். டெமாகிரிட்டஸ் அதை ஏற்கவில்லை. பொருண்மைக் குணங்கள் எல்லாமே அணுக்களைச் சார்ந்தவை. நாம் அணுக்களை நேரடியாகக் கண்டும் தொட்டும் அறிய முடியாது. நாம் அறிவ தெல்லாம் அணுக்களின் பலவிதமான தொகுப்புகளான உலகப்பொருட் களை மட்டுமே. ஆகவே புலன்கள் நமக்குத் திரிபுபட்ட,

பிழையான, இரண்டாம் தர அறிவையே தரமுடியும் என்றார் டெமாகிரிட்டஸ்.

இந்திய மெய்ஞான மரபிலும் வெகுகாலம் முன்பே அணுக் கொள்கை இருந்திருக்க வேண்டும். அதிலிருந்து கிடைத்த தருக்க பூர்வமான தரிசனம்தான் வைசேஷிகம். வைசேஷிகம் என்ற சொல் விசேஷம் என்ற சொல்லில் இருந்து பிறந்தது. விசேஷம் என்றால் 'சிறப்பு', 'தனித்தன்மை' என்று பொருள்.

ஒவ்வொரு பொருண்மைக்குணமும் அணுக்களின் தனித்த குணாதிசயங்களின் மூலம் உருவாகக் கூடியது என்று வைசேஷிகம் நம்பியது. ஆகவே இத்தரிசனமே இப்பெயர் பெற்றது.

சாங்கியத்திற்கும் வைசேஷிகத்திற்கும் இடையேயுள்ள வேற்றுமையைத் தெளிவாகப் புரிந்துகொள்ள வேண்டும். பிரபஞ்சத்தை அறிந்துகொள்ளுவதில் இரு முறைகள் உண்டு. தொகுத்தல், பகுத்தல். இவையிரண்டும் உலகளாவிய முறைகள். மானுட மனமே இவ்விரு வகைகளில் செயல்படுவதுதான்.

கைக்குக் கிடைக்கும் ஒவ்வொன்றையும் கூட்டி, தொகுத்து ஒட்டுமொத்தமாக இது என்ன என்று யோசிப்பது தொகுத்தல் முறை. கைக்குக் கிடைப்பவற்றைப் பகுத்துப் பகுத்து இறுதியில் இது என்ன என்று பார்ப்பது பகுத்தல் முறை. இயற்கைப் பொருட்களைத் தொகுத்துப் பார்த்து ஆதி இயற்கை என்ற பெரும் பொதுவடிவத்தைச் சாங்கியம் கற்பிதம் செய்தது. இயற்கைப் பொருட்களைப் பகுத்துப் பகுத்து இறுதியில் எஞ்சும் பொதுமையாகிய அணுவை கற்பிதம் செய்தது வைசேஷிகம். ஆதி இயற்கை என்பதன் நேர் எதிர் எல்லையில் உள்ளது அணு என்ற உருவகம்.

வைசேஷிகத்தின் மூலகுரு, கணாத ரிஷி. கி.மு. ஆறாம் நூற்றாண்டிலோ பத்தாம் நூற்றாண்டிலோ இவர் வாழ்ந்தி ருக்கலாம். வைசேஷிகத்தின் முக்கியமான நூல் கி.பி. ஐந்தாம் நூற்றாண்டில் பிரசஸ்தபாதர் எழுதிய பதார்த்த தர்ம சங்கிரகம் என்பதாகும். கி.பி. எட்டாம் நூற்றாண்டில் ஸ்ரீதரர், உதயணர் போன்றோரும் வைசேஷிகத்திற்கு உரை எழுதியுள்ளனர். ஆனால்

வைசேஷிகத்தில் மூலநூலாகக் கருதப்படுவது கணாதரின் 'வைசேஷிக சூத்திரங்கள்' என்ற சிறிய நூல்தான்.

வைசேஷிகத்தின் தத்துவம்

'இனி நாம் தர்மத்தை விளக்க முயல்வோம்' என்று கூறியபடி வைசேஷிகச் சூத்திரங்கள் ஆரம்பிக்கின்றன. தர்மம் என்றால் என்ன? எதிலிருந்து எல்லா விஷயங்களும் உருவாகி வருகின்றனவோ அதுவே தர்மம்; எது எல்லாவற்றுக்கும் அடிப்படையாக அமைகிறதோ அதுவே தர்மம். இப்பார்வை பிறகு பௌத்த ஞானமரபில் பெரிதாக வளர்ந்தது.

மனிதனைச் சாராமல் தன் சொந்தத் தனித்தன்மையால் நிலையாகவும் நிரந்தரமாகவும் இருந்துகொண்டிருக்கும் பிரபஞ்சம் உண்டு என்று கணாதர் நம்பினார். அது எந்த விதிகளின்படி இயங்கிக்கொண்டிருக்கிறது எனப் பாரபட்சமற்ற ஆய்வின் மூலம் மனிதன் அறிய முடியும். அவ்விதியே தர்மம். அதை அறிவது மனிதனைத் தன் அறியாமையின் துயர்களிலிருந்து விடுதலை செய்யும்.

வைசேஷிகம் 'பதார்த்தம்' என்ற சொல்லைப் பயன்படுத்துகிறது. தமிழில் இன்றைய அன்றாட வழக்கில் இது உணவுப்பொருள் என்ற அர்த்தத்தில் பயன்படுத்தப்படுகிறது. விரிவான வடமொழி அர்த்தத்தில் இச்சொல்லை 'பொருள்' (வஸ்து) என்று வகுக்கலாம். தத்துவத்தில் இந்த இரு அர்த்தங்களும் கிடையாது. பதம்+அர்த்தம் என்று பிரித்தால் 'வார்த்தையின் பொருள்' என்று வரும். அதாவது இங்கு சரியான பொருள் 'கருதுகோள்' (Phinominon) என்பதாகும்.

பிரபஞ்சத்தில் பல்லாயிரம் கோடி கருதுகோள்கள் உள்ளன. இவற்றை அறிவது சிரமம். எனவே வைசேஷிகம் ஆறு பொதுவான கருதுகோள்களை உருவகிக்கிறது. சாங்கியம் 24 தத்துவங்களை உருவகிப்பது போலத்தான் இதுவும். (தத்துவம், பதார்த்தம் இரண்டுமே ஏறத்தாழ சமம்தான் இங்கு.)

திரவியம் (பொருள்), குணம் (இயல்பு), கர்மம் (செயல்), சாமான்யம் (பொதுத்தன்மை), விஷேசம் (சிறப்புத்தன்மை), சமவாயம் (இணைவுத்தன்மை) என்று பதார்த்தங்கள்

ஆறுவகைப்படும். பிற்காலத்தைய வைசேஷிக உரையாசிரியர்களான ஸ்ரீதரர், உதயணர் போன்றவர்கள் அபாவம் (இன்மை) என்ற ஏழாவது பதார்த்தத்தையும் சேர்த்துக் கொண்டனர். அதாவது, இன்மையானது இருப்பு போலவே ஒரு முக்கியமான பௌதிகத்தன்மையாகும்.

பதார்த்தங்களின் தனித்தன்மைகள்

முதல்நிலைப் பதார்த்தம் 'திரவியம்'. அதாவது, இந்தப் பொருள்வயப் பிரபஞ்சத்திற்கு அடிப்படையாக உள்ள பருப்பொருள் பிண்டம் எதுவோ அதுவே திரவியம் ஆகும். "எது குணங்களும் கர்மங்களும் கொண்டிருக்கிறதோ, ஏதாவது ஒரு விளைவின் காரணமாக அமைந்துள்ளதோ அதுவே திரவியம் ஆகும்" என்கிறார் கணாதர் (வைசேஷிகச் சூத்திரங்கள் 1-1-15). அதாவது, குணங்களும் செயல்களும் வெட்டவெளியில் நடக்க முடியாதே. ஏதாவது பொருளின் மீதுதானே அவை நடந்தாக வேண்டும்? அப்பொருளே திரவியம் ஆகும்.

இதைத் திருப்பியும் போடலாம். குணங்களோ கர்மங்களோ இல்லாமல் எவரும் திரவியங்களை அளந்து அறிந்து விட முடியாது. அதாவது, பொருள் எப்படிப்பட்டது என்பதை குணங்கள், கர்மங்கள் மூலமே நாம் அறிய முடியும். இன்னும் கூறப்போனால் பொருள் என நாம் அறிவதெல்லாம் குணங்களையும் கர்மங்களையும்தான். நீர் என்றால் திரவநிலை, குளுமை, தாகம் தீர்க்கும் தன்மை, நீலம், நிறமின்மை எனக் குணங்கள் மற்றும் கர்மங்கள் (இயல்புகள், செயல்கள்) ஆகத்தானே நாம் புரிந்துகொண்டிருக்கிறோம்.

கணாதர் திரவியங்களை இரண்டாகப் பிரிக்கிறார். சம்யுக்த திரவியங்கள். சுத்த திரவியங்கள். சம்யுக்த திரவியங்கள் (கலவைப் பொருட்கள்) ஒன்றுக்கு மேற்பட்ட திரவியங்கள் கலந்து உருவானவை. அவற்றுக்கு நிரந்தரத் தன்மை இல்லை. சுத்த திரவியங்கள் நிரந்தரமானவை. பிறப்பு அற்றவை.

திரவியங்கள் ஒன்பது என்கிறார் கணாதர். நிலம், நீர், தீ, வாயு, வானம், காலம், திசை, ஆத்மா, மனம் ஆகியவை அவை. இப்பட்டியலில் வானம், காலம், திசை, ஆத்மா, மனம்

என்ற அருவமான கருத்துருவங்கள் இடம் பெற்றிருப்பதைக் கவனிக்கவும். வைசேஷிகம் பிறகு ஆன்மிகவாதம் நோக்கிய நகர்வினை அடைவதற்குக் காரணமானது இந்த அடிப்படை உருவகம்தான்.

எல்லா உயிரிலும் ஆத்மாக்கள் உள்ளன. பருப்பொருட்களைப் போலவே அவையும் புறவயமானவை; தனித்த சுய இயல்பு உடையவை. உயிர் என்பது ஆத்மாவின் ஓர் இயல்பு. ஞானம், இச்சை ஆகியவை ஆத்மாவின் குணங்கள். ஆத்மா மனம் வழியாகப் பிரபஞ்சத்துடன் உறவை மேற்கொள்கிறது.

அடுத்தபடியாகக் குணங்களையும் கர்மங்களையும். கணாதர் விளக்குகிறார். குணங்களும் கர்மங்களும் பொருட்களின் இயல்புகள் மற்றும் செயல்பாடுகள் ஆகும். அவை இல்லையேல் அப்பொருள் இல்லாததற்குச் சமம். வெப்பமும் ஒளியும் தீயின் குணங்கள்; எரித்தல் அதன் செயல். இவையே நாம் தீயாக அறியும் அம்சங்கள்.

மொத்தம் 17 குணங்களைக் கணாதர் பட்டியலிடுகிறார். (1) ரூபம் (வடிவம்), (2) ரசம் (சுவை), (3) கந்தம் (மணம்), (4) ஸ்பர்சம் (தொடுகை), (5) ஸங்கிய (எண்ணிக்கை), (6) பரிமாணம் (திட இருப்புத்தன்மை), (7) பிருதக்த்வம், (8) ஸம்யோகம் (கலப்பு), (9) விபாகம் (பிரிவு), (10) பரத்வம், (11) அபரத்வம், (12) புத்தி (அறிவு), (13) சுகம் (இன்பம்), (14) துக்கம் (துயரம்), (15) இச்சை (விருப்பம்), (16) த்வேஷம் (வெறுப்பு), (17) பிரயத்னம் (செயலூக்கம்).

முதல் நான்கு பருப்பொருட்களையும் சுத்த திரவியங்கள் என்கிறார் கணாதர். அவை நிரந்தரமானவை. அவை பிரிக்கப்பட முடியாத அணுக்களினால் ஆனவை. இவ்வணுக்கள் பருமை வடிவம் உடையவையே.

பிற ஐந்தும் சம்யுக்த திரவியங்கள். அவை நிரந்தரமற்றவை. பிற திரவியங்களின் கூட்டினால் உருவாகக் கூடியவை. தனித்து நிற்க முடியாதவை.

நிலத்தின் சிறப்புக்குணம் மணம். நீருக்குச் சுவை. அக்னிக்கு வடிவம் (வெளிச்சமே வடிவங்களை உருவாக்குகிறது இல்லையா?), காற்றுக்குத் தொடுகை. வானத்திற்கு ஒலி.

இந்தச் சிறப்பியல்புகளை ஐந்து புலன்கள் மூலம் நாம் அறிகிறோம் என்கிறார் கணாதர். எந்தப்புலன் எந்தச் சுவையை அறிகிறதோ அப்பொருளால் அது ஆக்கப்பட்டுள்ளது. அதாவது, நாசி மண்ணாலும், நாக்கு நீராலும், கண் அக்னியாலும், சருமம் காற்றினாலும், காது வானத்தாலும் கட்டப்பட்டுள்ளன.

பிற திரவியங்களின் சிறப்பியல்புகளைக் கணாதர் கூறுகிறார். காலமும் இடமும் பருப்பொருட்களைப் போலவே புறவய மானவை என்பது வைசேஷிகத்தின் நம்பிக்கை. ஆனால் அவை பிற பருப்பொருட்களை நம்பி மட்டுமே இருக்க முடியும்.

ஒரு திரவியத்திற்கு ஒன்றுக்கு மேற்பட்ட குணங்கள் இருக்கலாம். கணாதரே கூறுகிறார்: "மண்ணுக்குச் சுவை, மணம், வடிவம், தொடுகை ஆகிய குணங்கள் உள்ளன. நீருக்குச் சுவை, வடிவம், தொடுகை ஆகிய குணங்கள் உள்ளன. அக்னிக்கு வடிவம், தொடுகை ஆகியவை உள்ளன. வாயுவுக்குத் தொடுகை மட்டுமே".

குணங்களில் சில பௌதிகமானவை. சில பௌதிக இயல்பு அற்றவை. வடிவம், சுவை, தொடுகை முதலியவை பௌதிக மானவை. புத்தி, சுகம், துக்கம் முதலியவை பௌதிக இயல்பு இல்லாத குணங்கள்.

செய்தல்/நிகழ்தல் என்ற அர்த்தமுள்ள 'கர்' என்ற வேர்ச்சொல்லில் இருந்தே கர்மம் என்ற சொல் பிறந்தது. (க்ரியா, கர்த்தா, கிரமம் முதலிய சொற்களும்.) கணாதரைப் பொருத்தவரை பிரபஞ்சத்தில் உள்ள எல்லா நிகழ்வுகளும் கர்மங்களே. "ஏதாவது ஒரு பதார்த்தத்தில் அடங்கியுள்ளதும், சுயமான குணங்கள் இல்லாததும், இணைவு, பிரிவு ஆகியவற்றுக்குக் காரணமாக அமைவதும் எதுவோ அதுவே கர்மம்" (வைசேஷிக சூத்திரம் 1-1-17).

கர்மங்கள் ஐந்து: (1) உல்க்ஷேபணம் (மேலே எழுதல்), (2) அபேக்ஷேபணம் (விழுதல்), (3) அகுஞ்சனம் (சுருங்குதல்), (4) பிரசாரணம் (விரிதல்), (5) கமனம் (நகர்தல்). இவையே பிரபஞ்ச இயக்க நிலைகள்.

சாமான்யம், விசேஷம், சமவாயம் என வைசேஷிகம் கூறும்

மூன்று பதார்த்தங்கள் உண்மையில் பொருள்களின் இயல்புகள் மட்டுமே. ஆனால் அவற்றைத் தனியான உருவகங்களாக, பொருள் போலவே அடிப்படையானவையாகக் கணாதர் காண்கிறார்.

விதவிதமான திரவியங்களுக்கு இடையே உள்ள பொது இயல்பே சாமான்யம். ஒவ்வொரு பசுவும் தனி. ஆனால் பசுத்துவம் என்ற இயல்பு அவற்றுக்குப் பொது. அதுவே சாமான்யம்.

ஒவ்வொரு திரவியங்களுக்கும் உள்ள தனித்தன்மையே விசேஷ குணம். தீ சுடும். சுடுதலே அதன் விசேஷ குணம். பசு பால்தரும். குறிப்பிட்ட பசு சிவப்பு நிறமானது. அவை அதன் சிறப்புகள் அல்லது விசேஷ குணங்கள்.

ஒவ்வொரு உயிருக்கும் இவ்விரு குணங்களும் உண்டு. உதாரணமாக நான், மனிதன் என்ற பொதுக்குணமும், என் சுய அடையாளம் என்ற சிறப்புக் குணமும் உடையவன். விசேஷங்களில் சாமான்யம் அடங்கியுள்ளது. சாமான்யத்தில் விசேஷம் அடங்கியுள்ளது.

சமவாயம் என்பது திரவியங்களின் கலப்பு மூலம் உருவாகும் பொதுக்குணமாகும். இங்கு ஒரு வித்தியாசம் உணரப்பட வேண்டும். திரவியங்கள் 'ஸம்யோகம்' என்ற முறையில் இணையலாம். அது ஒரு குணம் மட்டுமே. அது தற்காலிகமானது. நீரும் மண்ணும் இணைந்து தாவரம் உருவாவது போல. சமவாயம் என்பது ஒரு தனித்த பொருண்மை இயல்பு என்கிறது வைசேஷிகம். அது நிரந்தரமான இணைப்பு.

சமவாயம் என்பது ஒரு குறிப்பிட்ட இணைவு சாத்திய மாவதற்கு உரிய காரிய காரண உறவு ஆகும் என்று கணாதர் கூறுகிறார் (வைசேஷிகச் சூத்திரம் 7-2-26). இதை இப்படி விளக்கலாம். இப்பிரபஞ்சத்தில் உள்ள ஒவ்வொரு பொருளும் இயல்பாகவே இன்னொரு பொருளுடன் / பொருட்களுடன் உறவு கொள்ளும்படி அமைக்கப்பட்டுள்ளது. இந்த அமைப்பு வழியாகவே பிரபஞ்சம் இயங்குகிறது. மண்ணும், நீரும், காற்றும், ஆகாயமும் கொள்ளும் உறவு ஓர் உதாரணம். இப்படி

எண்ணற்ற உறவுகள். இவ்வுறவு அடிப்படையானது. மாற்ற முடியாதது. இவ்வுறவை உருவாக்கும் விதியையே வைசேஷிக மரபு சமவாயம் என்கிறது.

அதாவது, சமவாயமே பிரபஞ்சப் பொருட்களை இயங்க வைக்கும் கருத்தியல். ஒரு அரசாங்க அலுவலகத்தில் பல்வேறு அலுவலர்கள் உள்ளனர். அவர்களுக்கு இடையேயான உறவினை அவ்வலுவலகத்தின் நிர்வாகச் சட்டம் வகுத்து வைத்திருக்கிறது. இன்னார் இன்னாருடன் சேர்ந்து வேலையைச் செய்யவேண்டும். இன்னாரின் வேலையை இன்னார் மேற்பார்வை இட வேண்டும் என்றெல்லாம் அது கூறுகிறது. அது மாற்றமுடியாத விதி. அதனடிப்படையிலேயே அவ்வலுவலகம் இயங்குகிறது. சமவாயம் என்பது பிரபஞ்சத்தின் நிர்வாக விதிமுறை.

இவையே வைசேஷிகம் கூறும் பதார்த்தங்களின் இயல்பு களாகும். பதார்த்தங்களை நாடக நடிகர்கள் மற்றும் நாடகக் கதை ஆகியவற்றின் தொகுப்பு என்று கூறலாம். நாடக நிகழ்வே இப்பிரபஞ்சம்.

வைசேஷிகம் கூறும் பிரபஞ்ச நாடகம்

சத்காரியவாதம் சாங்கியத்தின் அடிப்படை. வைசேஷிகம் அதை மறுக்கிறது. தன் கொள்கையை இது அசத்காரியவாதம் என்று கூறுகிறது. சாங்கியம் கூறும் காரியகாரண உறவினை வைசேஷிகம் மறுக்கவில்லை. ஆனால் காரணத்திற்குள் காரியம் உறைந்துள்ளது என்ற கூற்றை இவர்கள் ஏற்கவில்லை. அதாவது, மண்பாண்டம் களிமண்ணில் உறைந்திருக்கவில்லை. இது ஒரு தனியான பொருள். இரண்டுக்கும் அடிப்படைகளே வேறு. காரணத்திலிருந்து பிறந்த புதிய பொருள்தான் காரியம். இதுவே வைசேஷிகர் கூறும் பிரபஞ்ச உருவாக்கக் கொள்கையாகும்.

ஒவ்வொரு பொருளும் பற்பல உறுப்புகளின் சேர்க்கை ஆகும் என வகுத்தது வைசேஷிகம். உறுப்புகள்தான் 'அவயவம்'. உறுப்புகளைக் கொண்டிருப்பது 'அவயவி'. இரண்டையும் பிரித்துவிட முடியும். இவ்வாறு உறுப்புறுப்பாக ஒரு பொருளைப் பிரிக்கும்போது இறுதியில் பிரிக்க முடியாத பகுதிகளாக எஞ்சுவது தான் அணு. அணுக்களினாலானதே ஒவ்வொரு பொருளும்.

ஒன்றாகச் சேர்ந்துகொள்ளும் இயல்புடையது அணு. ஒரு அணு இன்னொன்றுடன் இணைந்து இரட்டை அணுவாகிறது. அது இன்னொன்றுடன் இணைந்து மூன்றாகிறது. இப்படியே நிலமும் நீரும் வானமும் உருவாகின்றன. நிலத்தின் நுண்ணணுக்களினால் ஆனது. நிலம், நீரின் நுண்ணணுக்களினாலானது. நீர் அணு மிகச் சிறியது. காணமுடியாதது. அணுக்கள் ஒன்றாகும் கூட்டணுக் களை நாம் காணமுடியும்.

ஆகவேதான் காரணம் வேறு, காரியம் வேறு என்று கணாதர் கூற நேர்ந்தது. நீர் எதன் காரியமாக இருந்தாலும் அதன் மூல அணு நீருக்கே உரிய தனித்தன்மைகள் உடையது. ஆகவே நீர் தன்னளவில் சுதந்திரமான ஒரு பொருள்தான். அதன் காரணத்தின் இயல்புகளை நம்பி அது இல்லை என்றது வைசேஷிகம்.

இங்கு வைசேஷிகம் எதிர்கொள்ள வேண்டிய ஒரு முக்கிய மான கேள்வி உண்டு. அணுக்கள் ஏன் ஒன்றாக இணைய வேண்டும்? சமவாயம் என்ற குணாதிசயம் உருவாக வேண்டிய முகாந்திரம் என்ன? அதாவது, அணுக்கள் கூடிப் பிரபஞ்சமாக ஆவதற்கான அடிப்படையான உந்து சக்தி என்ன?

இதைக் கணாதர் மிகத் தெளிவற்ற முறையில் விளக்குகிறார் என்பதனை ஒப்புக்கொள்ளத்தான் வேண்டும். கணாதரின் பார்வையில் அந்த உந்துசக்தி அறியமுடியாதது, கண்ணுக்குத் தெரியாதது, அணுக்கள் மற்றும் வெட்டவெளியின் அடிப்படை அமைப்பிலேயே உட்பொதிந்து இருப்பது. இதை அவர் 'தெரியாதது' என்று பொருள்வரும் 'அதிர்ஷ்டம்' (அதிருஷ்டம். திருஷ்டி என்றால் கண். திருஷ்டம் என்றால் தெரிவது) என்று குறிப்பிட்டார்.

பிற்பாடு பிரசஸ்தபாதர் அதிர்ஷ்ட சக்தியை விளக்கி அதுவே இறைசக்தி என்று வரையறுத்துவிட்டார். அந்த அதிர்ஷ்ட சக்தியே சிருஷ்டிக்கு மூலகாரணம். இங்கு ஒரு விஷயம் கவனிக்கப்படவேண்டும். வைசேஷிக மரபின் இறைசக்தித் தன்மை பிரபஞ்சமாகத் தன்னை மாற்றிக்கொள்வதில்லை. தன்னி லிருந்து பிரபஞ்சத்தை அது உருவாக்கவுமில்லை. பிரபஞ்சத்தின் அடிப்படை மூலப்பொருட்கள் கூடி இயங்கிப் பிரபஞ்சமாக மாறுவதற்கான உந்து விசையாக மட்டுமே அது உள்ளது.

வேதாந்தமும் வைசேஷிகமும்

இவ்விளக்க நூலில் தொடக்கத்தில் கூறிய ஒரு மன வரை படத்தினை நினைவுபடுத்த வேண்டியுள்ளது. தரிசனங்கள் அடிப்படையில் மூன்று என்றால் சாங்கியம் ஓர் எல்லை. வேதாந்தம் மறு எல்லை. நடுவில் வைசேஷிகம். வைசேஷிகத் திற்கும் சாங்கிய வேதாந்த மரபுகளுக்கும் இடையேயான தூரத்தினை, உறவினை வகுத்துக்கொள்ளுவது அதைப் புரிந்து கொள்ள உதவிகரமானது.

வேதாந்தமரபின் படி இறை (பிரம்மம்) மட்டுமே முழுமை யானது, உண்மையானது. இறைசக்தி உருவாக்கும் மாயத் தோற்றமே இப்பிரபஞ்சம். வைசேஷிக மரபின்படி முழுமை யானதும் முதன்மையானதுமாக உள்ளவை பருப்பொருட்களான நுண்ணணுக்கள். அவை அழிவதுமில்லை, பிறப்பதுமில்லை. அவை எந்த அதீத சக்தியாலும் படைக்கப்பட்டவையல்ல. அதாவது இறைசக்தியைச் சாராமல் தனித்து நிற்கும் திறம் உடையது. பிரபஞ்சம் அதற்கான நோக்கம் என்ன என்ற கேள்வி எழும்போதுதான் பிரம்மம் அல்லது இறைவன் என்ற தேவை எழுகிறது. அதாவது, வைசேஷிகர்களின் இறைவன் படைத்துக் காக்கும் மூலசக்தி அல்ல. ஒரு கருத்துத் தள உந்துசக்தி மட்டுமே யாகும்.

ஆகவேதான் பிற்கால வேதாந்திகள், குறிப்பாக, சங்கரர் மிகத் தீவிரமாக வைசேஷிக மரபின் மீது தத்துவரீதியான தாக்குதல் களைத் தொடுத்தார். வைசேஷிகத்தின் காரியகாரண உறவு குறித்த உருவகத்தில் தர்க்க பூர்வமான ஒரு முரண்பாட்டைக் கண்டு பிடித்து விரிவாக அதை அவர் முன்வைத்தார்.

அதாவது, வைசேஷிகத்தின் கொள்கையின்படி காரணப் பொருளில் உள்ள குணங்களின் சேர்க்கையின் மூலமே காரியப் பொருளில் உள்ள குணங்கள் உருவாகின்றன. வெண்ணிற நூலில் இருந்து வெண்ணிற ஆடையே உருவாகிறது. ஆகவே இப்பிரபஞ்சத்திற்குக் காரணமாகப் பிரம்மம் இருந்திருக்கு மெனில், இப்பிரபஞ்சத்தின் முக்கிய இயல்புகளான பருத் தன்மை, மாறும் தன்மை முதலிய இயல்புகள் பிரம்மத்திற்கும் இருக்கவேண்டும். ஆகவே அருவமான பெரும் சக்தியானதுதான்

பிரம்மம் என்று கூறுவது சரியல்ல என அது கூறுகிறது.

சங்கரர் இதை விமர்சிக்கும் விதம் சற்று நுட்பமானது. (பிரம்ம சூத்திர பாஷ்யம் அத். 2, பாதம் 2, சூத்திரம் 11) ஒவ்வொரு நுண் அணுவுக்கும், அணுவாகத் தன் தனித்தன்மையுடன் விளங்கும் இயல்பு என்று ஒன்று உண்டு என்கிறது வைசேஷிகம். இதற்குப் 'பாரிமண்டலய்யம்' என்று அது பெயர் சூட்டுகிறது. அணுப் பரிமாண இருப்பு என்று இதை நாம் தமிழ்ப்படுத்தலாம். இவ்வியல்பு, அணுக்கள் ஒன்றாகக் கூடிப் பொருட்களாக ஆகும் போது எங்கே போகிறது என்று கேட்கிறார் சங்கரர்.

உடனே புரிந்துகொள்ளச் சற்றுச் சிரமம்தான். அபத்தமாகவும் தோன்றலாம். யோசித்துப் பார்ப்போம். அணுவாக இருக்கும், இயங்கும் ஒரு உந்துதல் பொருளுக்கு உள்ளது. அது ஏன் அந்த உந்துதலை ரத்து செய்துவிட்டு ஒன்றாக இணைந்து பொருளாக மாறவேண்டும்? பொருளாக ஆகும்/இருக்கும் இயல்புதான் அதற்கு உரியது என்றால் அந்த அணுத்தன்மை எதற்கு?

இன்னும் தருக்கபூர்வமாகப் பார்ப்போம். ஒரு நுண் அணுவில் நிறம், கனம், வடிவம் என்ற மூன்று இயல்புகள் உள்ளன. அவ்வணு பொருளாக மாறும்போது அவ்வியல்புகள் அப்பொருளில் அப்படியே தொடர்கின்றன. ஆனால் அணுத் தன்மை என்ற இயல்பு அப்படியே மறைந்துவிடுகிறது. ஏன்?

ஆகவே காரணத்தில் உள்ளவை எல்லாம் காரியத்திலும் இருக்கும் என்பது சரியல்ல என்று வைசேஷிகமே கூறிவிடுகிறதே என்று சங்கரர் வாதிட்டார். காரணத்தில் உள்ள ஓர் இயல்பு காரியத்தில் மறைந்து, நேர் மாறான ஓர் இயல்பு காரியத்தில் விளையக்கூடும் என்பதற்கு, அணுவின் தனித்தன்மை மறைவதே ஆதாரம் என்றார்.

அதுபோல பிரம்மத்தின் முழுமுதல் குணங்கள், அது பிரபஞ்ச மாகும்போது மறைந்துவிடுகின்றன என்று ஏன் கூறக்கூடாது என்று சங்கரர் கூறினார். பிரபஞ்சத்தின் மாயத்தோற்றம், மாயத் தன்மை இல்லாத பிரம்மத்திலிருந்து பிறக்கவும் கூடும் என வாதிட்டார்.

கணாதரே இந்த முரண்பாட்டை ஏற்கிறார். நுண்துகள்களின்

(அணுக்களின்) பல்வேறு இயல்புகள், அவற்றிலிருந்து உருவாகும் பிரபஞ்சப் பொருட்களுக்கு இருக்கவேண்டிய அவசியமே இல்லை. உதாரணமாக அணுச்சேர்க்கைகளின் விளைவான எப்பொருளும் தன் நிறை நிலையில் இல்லை. ஆனால் அணுக்கள் தன் நிறைநிலையில்தான் எப்போதுமே இருந்தபடி உள்ளன. பொருட்களுக்கு அழிவுண்டு. அணுக்களுக்கு அழிவில்லை. இதன் அடிப்படையில் தான் காரியம் காரணத்தில் உறைந்திருக்க வில்லை என்று (அசத்காரியவாதம்) வைசேஷிகர்கள் கூறினார்கள்.

தங்களுடைய இந்த முரண்பாட்டை வைசேஷிகர் எதிர் கொண்டது நியாய மரபின் சில தர்க்க முறைகளைப் பயன்படுத்தி யாகும். அதாவது, பிரபஞ்சத்தை நாம் அறியும் விதமே பிரபஞ் சத்தின் இருப்பை விட முக்கியம். விஷயம் அல்லது அறிபடு பொருள் என்று பிரபஞ்சத்தை வகுத்துக்கொண்டது நியாயமரபு. இப்படிப் பார்க்கும்போது இம்முரண்பாடு நம் அறிதலில்தான் உள்ளது.

அதாவது, நுண் அணுக்களில் நாம் அறியும் சில குணங்கள், அவற்றின் பரிணாம வடிவங்களில் நம்மால் அறியப்படுவதில்லை என்று இதே முரண்பாட்டை வகுத்துக்கொள்ளலாம். அப்போது அறிதல் சம்பந்தமான பிரச்சினை மாறிவிடுகிறது. வைசேஷிகத்தின் ஒரு பகுதியாகக் கிளைத்த நியாயம் தனியான தரிசனமாக வளர்ச்சி அடைந்தது பிற்காலத்தில்தான். அதைத் தனியாகவே காணவேண்டும்.

வைசேஷிகமும் பௌதீக வாதமும்

வைசேஷிகம் ஒரு ஆதி பௌதிகவாத ஞானத்தரிசனம் என்று ஏன் கூறுகிறோம்? ஒரு வரியில் இதை வகுத்துக் கூறிவிடலாம். எந்த பௌதிகவாத மரபினையும் போல வைசேஷிகமும் பருப்பொருளையே பிரபஞ்சத்தின் ஆதியாகக் காண்கிறது. இந்த அடிப்படையிலிருந்து அது பெரும்பாலும் தடம் மாறவில்லை.

பௌதிகவாதத்தின் பிற தரிசனங்களான சார்வாகம், சாங்கியம், ஆசீவகம், பௌத்தம் முதலியவற்றிலிருந்து சைசேஷிகம் திட்டவட்டமாக வேறுபடும் இடம், ஆத்மா என ஒன்று உண்டு என்று இது கூறுவதுதான். பருப்பொருள் போலவே ஆத்மாவும்

ஒரு திரவியம் ஆகும் என்று இது வகுத்துக்கொள்கிறது. இந்த வித்தியாசம் முக்கியமானது.

அணுச் சித்தாந்தமும் மானுடச் சிந்தனையும்

அணு குறித்த சிந்தனை உலக ஞானமரபில் மிகப் பழங்காலம் முதலே உண்டு என்று கண்டோம்.கிரேக்க மரபில்தான் அணுச் சித்தாந்தம் உதித்தது என்பது இன்றுவரை மேற்கத்திய அறிஞர்கள் கூறிவரும் கூற்று. அப்படியல்ல, இந்து ஞான மரபில் கிரேக்கச் சிந்தனையாளர்களுக்கு வெகுகாலம் முன்பே அணுச்சித்தாந்தம் இருந்துள்ளது என்று அறிஞர்கள் நிறுவியுள்ளனர்.

கிரேக்கச் சிந்தனையாளர்களின் காலம் கி.மு. 5ஆம் நூற்றாண்டு. ஆனால் கி.மு. பத்தாம் நூற்றாண்டு முதல் வைசேஷிக ஞானத்தின் மூல ஊற்றுக்கள் இங்கு இருந்துள்ளன. இது குறித்து வில்லியம் ஃபிளமிங் *(William Flemming: Dictionary of Philosophy)* கூறியிருக்கிறார். கீத் *(Keith: Logic and Atomism)*முதலிய மேனாட்டு அறிஞர்கள் எவரும் கிரேக்க மரபிலிருந்து இந்தியாவுக்கு அணுக் கொள்கை வந்தது என்று கூறுவதை இன்று ஏற்பதில்லை.

கிரேக்க அணுக்கொள்கையின்படி அணுக்களின் கூட்டின் மூலமே ஆத்மாவும் மனமும் கூட உருவாயின. வைசேஷிகம் அவற்றைத் தனித்த திரவியங்களாகக் கண்டது. கிரேக்க அணுக் கொள்கையில் அணுக்கள் குணவடிவங்களில்லை, பொருண்மை வடிவங்கள் மட்டுமே. அணுக்களின் குணரீதியான சிறப்பியல்பே பிரபஞ்சத்தின் குணங்களை உருவாக்கும் ஆதாரம் என்று வைசேஷிகம் கூறியது.

இவ்விரு அணுக்கொள்கைகளும் சுதந்திரமாகத் தன்னிச்சையாக உருவாகி வளர்ந்து வந்தவை என்பது வெளிப்படை. ஆகவே இந்தத் தரிசனம் மனித மனம் சிந்திக்கும்போது இயல்பாக உருவாகி வரக்கூடிய ஒன்றாக இருக்கவேண்டும். அதாவது, வேறு வார்த்தைகளில் கூறப்போனால் இப்படி ஒரு தரிசனம் ஏற்படுவதற்குப் பிரபஞ்ச அமைப்பு மட்டும் காரணமல்ல. மனித மனமும் மூளையும் விஷயங்களை உள்வாங்கும் முறையும் கூட காரணமாக இருக்கலாம்.

இன்றைய நவீன அறிவியலில் அணுக்கொள்கை ஒரு

'நிரூபிக்கப்பட்ட' உண்மையாகக் கருதப்படுகிறது. ஆனால் உண்மையில் அணு என்று ஒன்று உண்டா? அப்படி ஒரு பொருள் இல்லை, அது நம் உபகரணங்கள் மூலம் நாம் நுண்மையாகப் பிரபஞ்சத்தைப் பார்க்கும்போது ஏற்படும் தோற்றம் மட்டுமே என்று இன்று பௌதிக அறிஞர்கள் கூறுகிறார்கள். அணுக்களின் உள்ளூறுப்புகளான நுண்துகள்கள் கூட பொருட்களல்ல, அவை சக்திப்புலங்கள் மட்டுமே என்று கூறுகிறார்கள்.

ஆக அணுக்கொள்கை என்பது மனிதனின் பார்வையின் ஏதோ ஒரு சிறப்பு இயல்பிலிருந்து பிறந்து நவீன விஞ்ஞானம் வரை தொடரக்கூடிய ஒரு பொது உருவகம் மட்டுமேயாகும். இது ஒரு கோணம் மட்டுமே! இன்னொரு கோணத்தில், நமக்குத் தெரிவதை மட்டுமே நாம் அறிய முடியும் என்றும், அணு என்ற தோற்றம் நமக்குக் கிடைப்பதனால் அதுவே உண்மை என்றும் வாதிட முடியும்.

2. 5. தருக்கமே தரிசனம்: நியாயம்

நியாயம் என்ற வார்த்தை நம்முடைய அன்றாட வாழ்வில் மிக அதிகமாகப் பயன்படுத்தப்படும் ஒன்று. தருக்கபூர்வமானது, நீதிபூர்வமானது, சமநிலைப்படுத்தப்பட்டது, யுக்திக்கு உகந்தது என்ற அர்த்தங்களில் நாம் இச்சொல்லைப் பொதுவாகப் பயன் படுத்தி வருகிறோம். (நியாயமான பேச்சு, எல்லாவற்றுக்கும் நியாயம் வேண்டும், நியாயம் செய்வதாகும். நியாயவிலைக்கடை...)

இச்சொல் இந்து ஞானமரபின் ஆதி தரிசனங்களில் ஒன்றான 'நியாய மரபில்' இருந்து வந்ததாகும். ஏற்கெனவே நம் குறிப்பிட்டது போல நியாய தரிசனமானது வைசேஷிக தரிசனத்தின் துணைத் தரிசனம். அடிப்படையில் வைசேஷிகத்தின் பிரபஞ்சப் பார்வையே நியாய மரபிலும் தொடர்கிறது. வைசேஷிகத் தரிசனங்களுக்குத் தருக்க அடிப்படையினை உருவாக்கித் தரும் ஒரு தருக்க சாஸ்திர மாகவே வெகுகாலம் நியாயம் விளங்கி வந்திருக்கிறது.

உண்மை என்ன என்று ஆராய முற்பட்டது வைசேஷிகம். உண்மையை எப்படி அறிவுபூர்வமாக வகுத்துக் கொள்வது என்று விளக்க முற்பட்டது. ஹேது சாஸ்திரம் (காரண காரியங்களை விளக்கும் அறிவியல்), தர்க்க சாஸ்திரம் (விவாத இலக்கணம்), பிரமாண சாஸ்திரம் (அறிதலின் அடிப்படைகளைப் பற்றிப் பேசும் அறிவுத்துறை), அன்வீக்ஷிகி (தேடலின் அறிவியல்) முதலிய மாற்றுப் பெயர்களிலும் நியாயம் குறிப்பிடப்படுகிறது.

எந்த ஒரு அடிப்படையான சிந்தனை மரபுக்கும் தனக்கே யுரிய ஒரு தருக்க முறை இருக்கும். அதாவது, தனித்தனியான அறிதல்களை வகுத்தும் தொகுத்தும் பொதுவான முடிவுகளுக்கு

எப்படி வருவது என்பது பற்றிய ஒரு வழிமுறை காணப்படும். அதையொட்டியே அம்மரபில் உள்ள பல்வேறு மாறுபட்ட சிந்தனைப் போக்குகள் ஒன்றோடொன்று உரையாடவும் விவாதிக்கவும் முடியும். இப்படி ஒரு உள்விவாதம் மூலம் தான் ஒவ்வொரு சிந்தனை மரபும் தன்னை முழுமைப்படுத்திக் கொண்டு வளர்ச்சி அடைகிறது.

இவ்வாறு இந்திய மரபு வளர்த்தெடுத்த தருக்க முறைதான் 'நியாயம்'. நியாய சாஸ்திரத்தின் ஸ்தாபகர் பெயர் கோதமர். கௌதமர் என்றும் இவர் கூறப்படுகிறார். இவருக்கு அட்சபாதர் என்றும் ஒரு பெயர் உண்டு. கௌதமர் என்பது மூலப்பெயர், அட்சபாதர் என்பது இயற்பெயர் என்பவர்கள் உண்டு. கோதமரின் மாணவரே அட்சபாதர் என்பவர்களும் உண்டு. மகாபாரதம் இயற்றப்பட்ட காலத்தில் இவர் உயிர் வாழ்ந்தார் என்று காலக் கணிப்புச் செய்யப்பட்டுள்ளது.

ஐக்கோபி என்ற இந்தியவியலாளர், கோதமர் கி.மு. இரண்டாம் நூற்றாண்டில் வாழ்ந்தவர் என்றும், இவருக்கு முன்பே நியாயம் இந்திய ஞான மரபில் வலுவாக வேரூன்றியிருந்தது என்றும், கோதமர் அதன் அடிப்படைகளைச் சூத்திரங்களாக எழுதித் தொகுத்த இலக்கண ஆசிரியர் மட்டுமே என்றும் விளக்குகிறார்.

நியாய சூத்திரத்திற்கு ஏராளமான உரைகளும் விளக்கங்களும் இயற்றப்பட்டுள்ளன. வாத்ஸ்யாயனரின் (கி.பி. ஐந்தாம் நூற்றாண்டு) நியாய பாஷ்யம் இவற்றில் முக்கியமானது. உத்யோதரன், வாசஸ்பதி மிஸ்ரன், ஸ்ரீகண்டன், ஜயந்தர் முதலியவை குறிப்பிடத்தக்க பிற உரைகள். நியாயம் பிரபல மடையுந்தோறும் அதற்கு உரைகள் வந்தபடியே இருந்தன. ஒரு பக்கம் இவை நியாயத் தரிசனத்தின் மையத்தைச் சிதைத்துத் திரித்து மறு ஆக்கம் செய்தன. குறிப்பாக வாத்ஸ்யாயனர்தான் நியாய தரிசனத்தை ஆன்மிகம் நோக்கிக் கொண்டு சென்றவர். மறுபக்கம் நியாய மரபு ஒரு தூய தருக்க முறையாக வளர்ந்து அத்தனை தத்துவத் தரப்புகளுக்கும் பொதுவானதாக ஆனதும் இத்தகைய உரைகள் வழியாகத்தான்.

பிற்பாடு தருக்கவியலின் வழிமுறைகளை எல்லாத் தரிசனங் களும் தத்துவ முறைகளும் தாங்களும் கையாள ஆரம்பித்தன.

தருக்கவியலை எதிர்க்கும் தரப்புகள் கூட தருக்கவியல் மூலமே தங்களை முன்வைக்க முடியும் என்ற நிலை ஏற்பட்டது. இதுவே நியாயயியலுக்கும் நிகழ்ந்தது. நியாயயியல் பௌதிகவாதச் சிந்தனையான வைசேஷிகத்தின் கருவி. ஆனால் மற்ற சிந்தனை மரபுகள் படிப்படியாக அதன் தருக்கபூர்வ ஆய்வு முறையையும் விவாத முறையையும் சொந்தமாக்கிக்கொண்டன. நியாய மரபுக்கு முற்றிலும் எதிரான வேதாந்த மரபும் சரி, பிறகு வந்த பௌத்த, சமண மரபுகளும் சரி, நியாயத் தருக்கத்தையே கையாள்கின்றன.

இதில் நியாய மரபினை மிக விரிவாக வளர்த்தெடுத்தவர்கள் பௌத்தர்களே. அசங்கர், வசுபந்து, நாகார்ச்சுனர், திக்நாகர் போன்ற முக்கியமான பௌத்த அறிஞர்கள் அனைவருமே நியாய யியலை விரிவாகக் கற்றுத் தேர்ந்து நியாய இயலுக்கு உரைகளும் விளக்கங்களும் உருவாக்கியவர்கள். இது ஏன் என்றால், விரிவாகத் தத்துவ விவாதத்தில் இறங்குவதற்கு முன்பாக தனது தருக்க உபகரணங்களைத் திட்டவட்டமாக வரையறுத்துக் கொள்வதற்காகத்தான்.

நியாயத்தை இந்தியத் தருக்கவியல் *(Indian Logic)* என்று கூறமுடியும். இன்று நாம் நமது சிந்தனைகளை மேற்கத்தியத் தருக்க முறைப்படிதான் நிகழ்த்தி வருகிறோம். இன்னும் கூறப்போனால் அரிஸ்டாடிலின் தருக்க முறையே நமது கல்வித் துறையில் எல்லாத் தளங்களிலும் கற்பிக்கப்படுகிறது. நவீன அறிவியலில் இதுதான் சாத்தியமானது; காரணம், அது முற்றிலுமாகவே மேற்கத்தியத் தருக்கவியலின் அடிப்படையில் உருவாகி வந்த ஒன்று. ஆனால் அறிவியல், அழகியல், தத்துவம் போன்ற தளங்களில் நாம் நமது சுய சிந்தனைகளை உருவாக்கிக்கொள்ள நமது மரபான தருக்க முறைகளைப் பெருமளவு பயன்படுத்திக்கொள்ள முடியும். அதற்கு நியாயவியலில் பயிற்சி பெறுவது உதவவும் கூடும். ஆனால் நியாய மரபு உருவாக்கிய தருக்க உபகரணங்கள் எல்லாமே குறைந்தபட்சம் நானூறு வருடங்களாக நவீனப்படுத்தப்படாமல் தேங்கிவிட்டவை என்பதையும் நாம் கருத்தில் கொள்ள வேண்டும். இன்றைய தேவைக்காக இவற்றை நவீனப்படுத்தி

எடுப்பது இன்று வரை நமது அறிவியலால் சந்திக்கப்படாத பெரும் சவாலாகவே உள்ளது.

நியாயம் உருவகிக்கும் பிரபஞ்சவியல்

வைசேஷிகத்தைப் போலவே நியாயமும் பிரபஞ்ச இயக்கத்தைப் பற்றிய தெளிவான புரிதல் இல்லாமையால்தான் மனிதனுக்குத் துக்கங்கள் ஏற்படுகின்றன என்று கருதியது. அறியாமையே துக்கத்தின் ஊற்றுக்கண். அறிவு துக்கத்தை அகற்றுகிறது. சரியானபடி இப்பிரபஞ்சத்தைப் புரிந்துகொண்டு நாம் அடையும் சமநிலையை நி:ஸ்ரேயஸம் என்று நியாயம் உருவகித்தது.

நி:ஸ்ரேயஸம் என்பது என்ன? பிரபஞ்சத்தைப் பற்றிய அறிவு இல்லாமையால்தான் நமக்கு வியப்பும் பயமும் மகிழ்ச்சியும் துக்கமும் எல்லாம் உருவாகின்றன. இவை எல்லாமே சமன் குலைவுகள். இவ்வுணர்ச்சிகளால் பாதிக்கப்படாத சமநிலை யினை மனிதனுக்கு அறிவு அளிக்கிறது. குழந்தைகள் விளையாட்டுப் பொருளைக் கண்டு பலவகையான உணர்ச்சிப் பாதிப்புகளை அடைகின்றன. ஆனால் பெரியவர்கள் அவற்றைத் தாண்டிவிட்டிருப்பார்கள். அதைப்போல உலக வாழ்வின் பாதிப்புகளைத் தாண்டிச் சென்ற நிலையை நி:ஸ்ரேயஸம் என நியாயம் குறிப்பிடுகிறது.

பிரபஞ்சம் அடிப்படை அணுக்களால் ஆனது என்று நியாயமும் நம்பியது. பிரபஞ்சம் திட்டவட்டமான, புறவயமான பொருள்களால் ஆனது என்றே அது கூறியது. அணுக்களே அப்பொருள்களை உருவாக்குகின்றன. அணுக்களின் இணைவு, பிரிவு மூலமே பொருள் வய உலகம் இயங்குகிறது. நிலம், நீர், நெருப்பு, வாயு, வானம் (பிருத்வி, அப்பு, தேஜஸ், வாயு, ஆகாசம்) என்ற ஐம்பருக்களின் கூட்டாலானவையே இப்பிரபஞ்சத்தில் உள்ள ஜடங்கள் அனைத்தும். அவை எவராலும் எப்போதும் உருவாக்கப்பட்டவை அல்ல. அழியக் கூடியவையும் அல்ல.

அதாவது, நியாயத் தரிசனத்தில் பிரபஞ்சத்தை சிருஷ்டிக்கும் ஒரு இறைவனுக்கு இடமில்லை. அதே போல பொருள்வய உலகைக் கட்டுப்படுத்தக் கூடிய கருத்துலகு என்ற ஊக்கத்திற்கும்

இடமில்லை. எனவே இங்கு ஆத்மாவும் கிடையாது. பிற்பாடு பிரசஸ்தபாதர், வாத்ஸ்யாயனர், ஸ்ரீதரர், உதயணர் ஆகியோர் நியாய மரபினை வேதாந்தத்துடன் பிணைத்து இறைசக்தி அல்லது பிரம்மமும் பிரபஞ்ச அமைப்பில் உண்டு என்று சேர்த்துக்கொண்டார்கள்.

இப்போது கிடைக்கும் பல தத்துவ நூல்களில் நியாயம் வைதிக மரபின் ஒரு பகுதியாகக் கூட குறிப்பிடப்படுகிறது. உதாரணமாக தமிழில் பிரபலமான முன்னோடித் தத்துவ நூலான சாங்கியம், நியாயம், வைசேஷிகம், யோகம் ஆகிய நான்கையும் வைதிக மரபிலேயே சேர்த்துக் குறிப்பிடுகிறது. இது தவறு. ஆய்வாளரான *ரிச்சர்ட் கார்பே* தன் நூலில் *(Philosophy of Ancient India)* இதைத் திட்டவட்டமாக மறுக்கிறார். நியாயம் வெகுகாலம் பிந்தியே வைதிகமயமாக்கப்பட்டது என்கிறார். மாற்றப்பட்ட வடிவில் கூட நியாயம் இறைசக்தி இல்லாமலேயே இயங்கும் தன்மையுடன்தான் உள்ளது என்பது கார்பேயின் கணிப்பு. நடராஜ குருவும் இவ்வாறே கருதுகிறார்.

நியாயம் இரு முனைகளை உருவகிக்கிறது. விஷயம் *(அறிபடுபொருள்)*, விஷயி *(அறிபவன்)*, இவ்விரு முனைகளுக்கும் இடையேயுள்ள உறவே அறிவு எனப்படுகிறது. மிகச் சமீப காலம் வரை மேற்கத்திய அறிவியங்கியல் *(Epistemology)* அறிபடு பொருளை அறிபவனுக்கு அப்பாற்பட்ட மாறாத பொருளாக உருவகித்தது என நாம் அறிவோம். ஆனால் நியாயம் இவ்விரு முனைகளுக்கும் இடையே உள்ள எல்லா வகை உறவுகளையும் கணக்கில் கொள்கிறது.

நியாயத்தைப் பொருத்த வரை இப்பிரபஞ்சம் எப்படி உருவானது, எப்படி இயங்குகிறது என்பதை விடவும் இதை எப்படி வகுத்துக்கொள்வது என்பதுதான் பிரச்சினை. பிரபஞ்சம் என்பது 'அறிபடுபொருள்' மட்டும்தான். பிற்பாடு, அதை அறிவதன் வழிமுறைகள் என்னென்ன என்று யோசிக்கும் நியாயம், அதன் பல்வேறு படிநிலைகளை விரிவாகக் கணக்கில் கொண்டு பேசுகிறது.

பதார்த்தங்கள்

பிரபஞ்ச இயல்பை முழுக்க திரவியம், குணம், கருமம், சாமானியம், விசேஷம் என வைசேஷிகம் வகுத்தது என நாம் அறிவோம். இவை அனைத்தையும் ஒட்டுமொத்தமாகப் பிரமேயம் (அறிபடுபொருள்) என்ற பதார்த்தமாக வகுத்து விடுகிற நியாயம், பதினாறு பதார்த்தங்களைப் பற்றிப் பேசுகிறது. பிரமேயம் அதில் ஒன்று மட்டுமே. மற்ற பதினைந்து பதார்த்தங்களும் அதை அறிவதற்கான படிநிலைகளும் வழிமுறைகளும் ஆகும்.

பிரமாணம், பிரமேயம், சம்சயம், பிரயோசனம், திருஷ்டாந்தம், சித்தாந்தம், அவயவம், தர்க்கம், நிர்ணயம், வாதம், ஜல்பம், விதண்டம், ஹேதாபியாசம், சலம், ஜாதி, நிக்ரஹஸ்தானம் எனப் பதார்த்தங்களை நியாயம் வகுக்கிறது.

இவற்றில் முதலாவதாக உள்ளது பிரமாணம். அறிவதற்கான கருவிகள் அல்லது அடிப்படைகள்தான் பிரமாணம் எனப்படுகின்றன. என்னென்ன முறைகளின் வழியாக அறிய முற்படுகிறோம் என்பதுதான் பிரமாணம். இப்படிக் கூறலாம், நீரை அளக்கப்போகிறோம். அதன் இயல்புகளைப் பற்றி அதன் அடிப்படையில் பேசப் போகிறோம் என்று வைத்துக்கொண்டால் முதலில் பேசவேண்டியது அந்த முகத்தல் கருவிகளைப் பற்றித்தானே. நாழி, படி என்றெல்லாம் தெளிவாக வகுத்துக் கொண்டே பிறகுதானே மேலே போக முடியும். பிரமாணங்கள் அத்தகையவை.

கோதமன் நான்கு பிரமாணங்களை வகுத்துரைக்கிறார். பிரத்யட்சம். அனுமானம், உபமானம், சப்தம். புலன்களுக்குச் சிக்கும் முதற்கட்ட யதார்த்தமே பிரத்தியக்ஷம். (பிரதி அக்ஷம் கண்முன்) பிரத்தியக்ஷத்தை இரு வகையில் நியாயம் விளக்கு கிறது. அதுவே ஞானத்தின் தொடக்கம். அது இல்லாமல் ஞானப்பயணம் சாத்தியமில்லை. அதே சமயம் அது முதல் படிதான். பிற பிரமாணங்கள் அதன் அடுத்த படிகள் அல்லது வளர்ச்சி நிலைகள் ஆகும்.

பிரத்தியக்ஷம் இரு முக்கிய இயல்புகள் கொண்டதாகும்.

ஒன்று புலன்கள் புறவய உலகினைச் சந்திக்கும்போது உருவாகக் கூடியது (சன்னிகர்ஷம் என இதைப்பற்றி நியாயம் கூறுகிறது); இரண்டு மாறுபடாத ஞானமாகும் (அவியபிசாரி). மனிதர்கள் அனைவருக்கும் அது ஒன்றாகவே பொருள்படும். இவ்விரு அடிப்படைகளை நடத்தும் நியாயம் பிரத்யக்ஷப் பிரமாணம் என்று கூறுவது, மேற்கே புல அறிவு வாதம் அல்லது நிரூபண வாதம் (*Empiricism*) என்று கூறுவதைத்தான் என ஊகிக்கலாம்.

ஆனால் புலனறிவு எல்லைக்குட்பட்டது. தவறுகள் செய்யக் கூடியது. உதாரணமாக பூமி சூரியனைச் சுற்றி வருவது நம் புலன்களால் அறியக்கூடிய ஒன்றல்ல. சூரியன் பூமியைச் சுற்றி வருகிறது என்ற சித்திரத்தையே நமது புலன்கள் அளிக்கின்றன. பூமிதான் சுற்றி வருகிறது என்பது நாம் ஊகித்து அறிவதேயாகும். இவ்வூகமே நியாய மரபில் அனுமானம் எனப்படுகிறது. அனுபவ அறிதல்களைத் தொகுத்து, ஒழுங்குபடுத்தி அவ்வனுபவ அறிவில் உள்ள இடைவெளிகளை நிரப்புதலே அனுமானம் ஆகும்.

அனுமானங்கள் மூன்று வகை என்று நியாய சூத்திரம் வகுக்கிறது. (1) பிரத்தியக்ஷம் நிகழ்வதற்கு முன்பே ஊகிப்பது. உதாரணம் : குளிர்க்காற்று அடிப்பதால் மழை வரக்கூடும் என்று ஊகிப்பதுபோல் (2) பிரத்யக்ஷம் நிகழ்ந்தபிறகு காரணங்களை ஊகிப்பது. உதாரணம்: நதியில் புதுவெள்ளம், ஆகையால் மலையில் மழை என ஊகிப்பது. (3) வெளிப்படையானவற்றில் இருந்து தெரியாதவற்றை ஊகிப்பது. உதாரணம்: மலையில் புகை தெரிகிறது. அங்கு காட்டுத்தீ இருக்கலாம் எனும் அனுமானம்.

மூன்றாவது பிரமாணம் உபமானம் ஆகும். ஒன்றை இன்னொன்றுடன் ஒப்பிட்டு அறிவது இது (உவமை). உதாரண மாக நதிகள் இணைந்து மகாநதி உருவாவது போல சிந்தனைகள் இணைந்து தத்துவமாக ஆகின்றன என்று ஊகிக்கிறோம்.

நான்காவது பிரமாணம் சப்தம் என்று கூறப்படுகிறது. முன்னறிவு, மரபான அறிவு என்று இதை விளக்கலாம். ஒரு விஷயத்தை நாம் அறிய முற்படும்போது அதுவரைக்குமான அறிதல்கள் நமக்குக் கைமாறப்பட்டிருப்பது அந்த அறிபடு பொருள் மீது படிகிறது. இது முன் அறிவு எனப்படுகிறது.

இங்கு இரு தெளிவுகள் தேவைப்படுகின்றன. உவமை எப்படி ஒரு ஆதாரமாக ஆக முடியும், அது ஒரு விளக்கும் உத்தி மட்டும்தானே என்று கேட்கலாம். மனித அறிதலின் மிகமிக நுட்பமான ஒரு விஷயத்தை இங்கு கோதமன் தொட்டிருக்கிறார். நம் அறிவில் பெரும்பாலானவை அறிந்த விஷயங்களைக் குறியீடுகளாக மாற்றிக்கொள்வதன் மூலம் முன்னகர்ந்து ஊகிக்கப் பட்டவையே என்பதைச் சற்று யோசித்தால் அறிய முடியும். இதை இன்றைய நவீன மொழியியலும் குறியியலும் மிக விரிவாக விவாதித்துள்ளன.

பிரபஞ்சம், காலம், வெளி போன்றவற்றை முழுக்க நாம் உவமைகள் மூலமே அறிந்து வைத்திருக்கிறோம் என்பதைக் கவனித்துப் பார்த்தால் இது புரியும். குலத் தலைவனிலிருந்து தானே கடவுள் உருவகிக்கப்பட்டார்? சக்கரம் என்ற பொருள் எப்படி எப்படி விரிவடைந்து பிரபஞ்சத்தையும் காலத்தையும் விளக்குவதற்குப் பயன்படுத்தப்பட்டுள்ளது என்று பார்த்தால் வியப்பே ஏற்படும். அதே போல நெருப்பு, நதி போன்றவையும் மிக அடிப்படையான உருவகங்கள்.

இரண்டாவதாக இங்கு தேவைப்படும் தெளிவு முன் அறிவு எனும் போது மூதாதையரின் ஞானத்தை 'நம்பி' ஏற்பதை கௌதமர் குறிப்பிடுகிறாரா என்பது. தமிழ்ச் சூழலில் அனைத்தையும் வைதிகத்தில் கொண்டு சேர்க்கும் முயற்சியின் விளைவாக முன் அறிவு என்றால் சாஸ்திரங்கள், வேதங்கள் முதலிய 'ஆதார' நூல்கள் என்றே கற்பிக்கப்படுகிறது.

இந்து மரபில் குறிப்பிட்ட சில தரிசன, வழிபாட்டு மரபுகளுக்கு மட்டுமே வேதங்கள் ஆதார நூல்கள். அவற்றையே நாம் வைதிக மதங்கள் என்கிறோம். பூர்வ மீமாம்சை, உத்தர மீமாம்சை, பிற்கால வேதாந்தங்கள் ஆகியவையே அடிப்படையில் வேத மதங்கள் (அல்லது வைதிக மதங்கள்). நியாயம் அவற்றில் ஒன்றல்ல.

நியாயம் பிற்பாடுதான் வைதிக மரபுடன் இணைக்கப்பட்டது, அவ்வளவுதான். வைதிக மரபுகளில் பிரத்யட்சம், அனுமானம், சுருதி என்று மூன்று பிரமாணங்களே கூறப்படுகின்றன. சுருதி எனும்போது அவர்கள் வேதங்களையே கூறுகிறார்கள். எல்லா

அறிவுக்கும், பிரத்யட்சத்திற்கும் கூட சுருதியே ஆதாரமான பிரமாணம் என்கிறார்கள். பிரத்யட்சத்திற்கும் சுருதிக்கும் இடையே முரண்பாடு ஏற்படுமானால் சுருதியே அடிப்படை யாகக் கருதப்பட வேண்டும் என்கிறார்கள்.

ஆனால் நியாய மரபில் முன்னறிவு எனும்போது முன்ன தாகவே உள்ள அறிவு, நம்பத்தக்க முன்னோடிக் கூற்று என்றே உத்தேசிக்கப்பட்டுள்ளது. உண்மையில் நமது அறிதல்கள் அனைத்துமே மொழியின் மூலம் நமக்குக் கிடைக்கும் முன்னறிவு க்குக் கட்டுப்பட்டவை. குழந்தைக்கு நாம் மொழியைக் கற்பிக்கும்போதே 'நாய் கடிக்கும்' என்றுதான் அறிமுகம் செய்கிறோம். (ஜே. கிருஷ்ணமூர்த்தி இதையே அறிந்ததில் இருந்து விடுதலை என்கிறார். அறிந்தவற்றின் பிடியிலிருந்து மனித மனம் விடுபடுவதே மெய்யான தியானம். அப்போது ஒவ்வொன்றும் புதியதாக, முடிவற்று அர்த்தம் தருவதாக, பரவச அனுபவமாக மாறிவிடும்.)

அறிபடுபொருள் (பிரமேயம்) நியாய மரபால் விரிவாக வகுக்கப்படுகிறது. உடல், ஆத்மா, புலன், அறியப்படும் பொருட்கள், அறிவு, மனம், செயல், விளைவு, துயரம், துயரநீக்கம் இவையே அறிபடுபொருளின் தோற்ற நிலைகள். இவற்றில் புலப்படுபவை உண்டு சேதனம்; புலப்படாதவையும் உண்டு அசேதனம்.

நியாயம் பருப்பொருளைப் புலன்களுக்கும், மனித ஆத்மாவுக்கும் வெளியே தனித்து இயங்கும் இருப்பாகவே உருவகித்தது. (தேவிப் பிரசாத் சட்டோபாத்யாய தன் நூலான 'இந்தியத் தத்துவ இயலில் நிலைத்திருப்பவையும் அழிந்த வையும்' என்ற நூலில் இது குறித்து விரிவாகவே பேசுகிறார்.)

ஒவ்வொன்றுக்கும் தனித்த செயல்தளம் உண்டு. ஆனால் அவை ஒன்றோடொன்று தொடர்புகொண்டு இயங்குபவையும் கூட. நியாய மரபின்படி ஐந்து புலன்களும் ஐம்பெரும் பொருட்களில் இருந்து உருவானவையே. அதாவது, கருத்து முதல்வாதத்தை நேர் தலைகீழாகத் திருப்பிப் போடுகிறது நியாய மரபு இது வைசேஷிக மரபின் அதே பார்வைதான் என்பதை ஏற்கெனவே பார்த்தோம்.

நியாயத்தின் அகவயப் பார்வை

நியாயம் 'அகம்' என்று கூறுவதை நாம் கூர்ந்து கவனிக்க வேண்டும். அகவயம் என்று வகுக்கப்படும் அறிதல்களைப் புறவயமான விவாதப் பொருளாக நிர்ணயித்துக்கொள்ள முயலும் அறிவுத்துறையே நியாயம் என்று கண்டோம். ஆகவே அது அகத்தைப் பகுத்து புரிந்துகொள்ளும் முறை மிக முக்கியமானது.

உடல், புலன், அறிவு, மனம், ஆத்மா என்று நியாயம் வகுக்கிறது. உடல் பருப்பொருள் புறவயமானது. ஆத்மா முற்றிலும் அகவயமானது. உடல் முதல் ஆத்மா வரையிலான வெளியில் புலன்களும் அறிவும் மனமும் உள்ளன. இரு எல்லைகளையும் இணைப்பவை அவை.

உடல் பிரத்யக்ஷமாக, தூலமாக நம் முன் உள்ளது. அதை எவருமே மறுக்க முடியாது. அதில் புலன்கள் உள்ளன. புலன்கள் வழியாக அதில் உயிர் இயங்குகிறது. புலன்களின் வழியாக உடல் பிரபஞ்சத்தை அறியும்போது மனம் உருவாகிறது. ஆனால் மனம் முழுமுற்றானதாக இல்லை. மனத்திற்குத் தன்னைத்தானே அறிய முடிகிறது. அதாவது, மனத்தில் என்ன நிகழ்கிறது என்பதை மனமே அறிகிறது.

அப்படி என்றால் மனதிற்குள் மனம் அல்லாத ஒன்று இருக்கிறது. மையம் என ஒன்று இருந்தால்தானே விளிம்புகளை உணரமுடியும்? ஒன்றை நாம் அறிவதென்பது பிறிதொன்றில் இருந்து பிரித்துப் பார்ப்பதனால்தானே? மனம் அலைபாய்கிறது என்கிறோம். அலைபாயாத ஒன்றுடன் ஒப்பிட்டுதானே அவ்வலையை அறிய முடிகிறது. மனம் ஓடிக்கொண்டே இருக்கிறது என்கிறோம். ஓடாது நிலையாக நிற்கும் ஒன்றுடன் ஒப்பிட்டுத்தானே அந்தச் சலனத்தை நாம் உணரமுடியும்? இதை, மனத்தின் மையமாக உள்ள இந்தச் சுயத்தை, நியாய மரபு 'ஆத்மா' என்று அழைத்தது.

இங்கு ஒரு சிறு விளக்கம் தேவை. இந்திய ஞானமரபினைக் கற்க வருபவர்கள் அடையும் சில முக்கியமான இடறல்களில் தலையாயது, அடிப்படையான சொற்களுக்கு எல்லாச் சந்தர்ப்பத்திலும் ஒரே பொருள்தான் உண்டு என்று பொதுவாகப்

புரிந்துகொள்வதாகும். ஆத்மா என்ற சொல்லைப் புரிந்துகொள்ள இது தடையாகும் என்று படுகிறது.

ஆத்மா போன்ற முக்கிய சொற்களுக்குரிய அர்த்தம் நமக்கு அன்றாடப் பேச்சிலிருந்து கிடைக்கிறது. கடந்த ஐநூறு வருடங்களாக நமது சிந்தனை மரபில் பக்தி நெறியும் அதில் இரண்டறக் கலந்து வைதிக மரபுமே ஆழமாகப் பதிந்துள்ளன. ஆகவே நமக்குச் சாதாரணமாகக் கிடைக்கும் அர்த்தம் அவை சார்ந்ததாகவே இருக்கும்.

ஆனால் இந்திய மெய்ஞான மரபு மிக விரிவானது. பல்வேறு உட்கூறுகள் கொண்டது. முரண்பட்டு விரியும் பற்பல போக்கு களின் தொகை அது. இந்த ஒவ்வொரு போக்கிலும் ஒவ்வொரு அடிப்படையான வார்த்தையும் நுட்பமான ஆனால் மிக முக்கியமான வேறுபாடுகளுடன்தான் பயன்படுத்தப்பட்டுள்ளன.

குறிப்பாக, பக்தி/வைதிக மதமரபுகளில் ஒரு வார்த்தை பயன் படுத்தப்படுவதற்கும் நியாயம் போன்ற அவைதிக, தத்துவார்த்த, பௌதிகவாத அடிப்படையுள்ள மதங்களில் அதே வார்த்தை பயன்படுத்தப்படுவதற்கும் இடையே பெருத்த வேறுபாடு உள்ளது. மேலோட்டமான வாசிப்பில் அர்த்தங்கள் குழம்பி விட வாய்ப்பு அதிகம்.

ஆத்மா எனும்போது பக்தி, வைதிக மரபிலிருந்து நமக்கு வரும் சித்திரம் என்ன? ஆத்மா பரம்பொருளின் ஒரு பிரதிபலிப்புதான்; அல்லது மாயத்தோற்றம். அதுவே உண்மையான இருப்பு. மனமும் உடலும் அந்த ஆத்மாவில் உருவாகும் மாயப் பிம்பங்கள் மட்டுமே. ஆத்மா தன் தனியடையாளத்தைத் துறந்து பரம்பொருளில் கரையத் துடித்தபடியே இருக்கிறது. அதற்குத் தடையாக இருப்பவை ஆத்மாவில் உருவாகும் மாயத்தோற்றங்கள்தான். 'ஆத்ம தாகம்', 'ஆத்ம வேதனை' போன்ற சொல்லாட்சிகள் எல்லாம் நமக்கு மிகவும் பழக்கமானவை.

நேர்மாறாக, சாங்கியம் ஆத்மாவை ஒரு பதார்த்தமாக மட்டுமே காண்கிறது. அதாவது, நாம் காணும் இப்பிரபஞ்சத்தை உருவாக்கும் பல காரணிகளில் ஒன்று மட்டும்தான் ஆத்மா. ஒவ்வொரு அறிதலிலும் ஒட்டிக்கொண்டு ஒரு தன்னிலை

இருக்கிறதே, அதுவே கோதமர் கூறும் ஆத்மா. 'இது சூடானது' என்று அறியும்போது நான் இதைச் சூடானதாக அறிகிறேன் என்றுதான் பொருள். இந்த 'நான்' எனும் உணர்வே ஆத்மா.

இங்கு பொதுவாக ஏற்படும் ஒரு குளறுபடியையும் தெளிவுபடுத்தி விடுகிறேன். மேற்கில் சுயம் (Self), ஆளுமை (Personality), தன்முனைப்பு (Ego) என்றெல்லாம் கூறப்படும் எதனுடனும் ஆத்மாவைப் பற்றி நியாய சாஸ்திரம் கூறுவதைத் தொடர்புபடுத்திக்கொள்ளக்கூடாது. குறிப்பிட்டுச் சொல்லப் போனால் சமீபகாலம் வரை நியாய மரபின் 'ஆத்மா' என்ற பதார்த்த உருவகத்திற்குச் சமானமான ஒரு மேற்கத்திய உள உருவகம் இல்லை. இன்று பின் நவீனத்துவக்கால உளவியலாளர், குறிப்பாக ழ்ஷாக் லக்கான் கூறும் அறியும் தன்னிலை (subject) பற்றிய உருவகம் நியாய மரபின் ஆத்மா என்ற கருத்துடன் பெரிதும் பொருந்திப் போகிறது.

'நான் இதை அறிகிறேன்' என்பதே நமது அறிதல் நிகழும் விதம். நியாய மரபைப் பொருத்தவரை பிரபஞ்சம் என்பது பிரபஞ்சமாக எது அறியப்படுகிறதோ அதுதான். (அதாவது அறிபடுபொருள் அல்லது பிரமேயம்.) ஆகவே பிரபஞ்சம் உருவாவது மேற்குறிப்பிட்ட அறிதலின் கணக்கில்தான். அச்செயலில் உள்ள மூன்று தளங்களை மேற்குறிப்பிட்ட சொற்றொடரின் மூன்று வார்த்தைகளும் குறிக்கின்றன. 'இதை' என நாம் சுட்டுவது பிரபஞ்சத்தில் உள்ள பொருள்களை. 'நான்' என்பது ஆத்மா. 'அறிகிறேன்' என்பதில் பிரபஞ்சமெனும் நிகழ்வின் பிற கூறுகள் உள்ளன.

பொருள் வயப் பிரபஞ்சத்திற்கும் ஆத்மாவிற்கும் இடையேயுள்ள படிநிலைகளாக அல்லது நிகழ்வுமுறைகளாக புலன்களையும் மனத்தையும் நியாயம் உருவகிக்கிறது. மனம் என்றால் என்ன? ஆத்மாவுக்கும் புலன்களுக்கும் இடையேயான தொடர்பு முறை மட்டும்தான். புலன்கள் பெறும் அறிதல்களைத் தொகுத்து, வகைப்படுத்தி ஆத்மாவிற்கு அளிப்பதுதான் மனத்தின் வேலை. புலன்கள் புறப்பிரபஞ்சத்தைச் சந்திக்கும்போதுதான் மனம் உருவாகிறது என்கிறது நியாய மரபு.

ஆத்மாவின் வேலை என்ன? அறிதல்தான். அதன் தர்மமே,

இருத்தல் நியாயமே அறிதல்தான். 'ஞானமே ஆத்மா வின் இலட்சணம்' என்கிறது நியாய சூத்திரம். அறிதல் நிகழும் போதுதான் ஆத்மா தன்னை அறிய முடிகிறது.

நியாய மரபு ஆத்மாவை விளக்கிய விதத்தில் ஓர் இடைவெளி காணப்படுகிறது. பௌதிகமான புறவய உலகில் இருந்து ஆத்மா எப்படி உருவாயிற்று, அது ஒரு கருத்துருவம் மட்டும்தானா என்பது போன்ற அடிப்படை வினாக்களுக்குக் கோதமனிடம் பதில் இல்லை. (நவீன அறிவியல் கூட பிரபஞ்சத்தில் மனிதனிடம் உருவாகியுள்ள அறியும் தன்னிலை என்ற இயல்பினைத் தெளிவாக விளக்கிவிடவில்லை.) இந்த இடைவெளியில்தான் ஆன்மிகவாதச் சிந்தனை மரபுகள் புகுந்து நியாயத்தைத் தங்கள் தரப்பை நோக்கி நகர்த்திச் சென்றன.

பிரமேயங்களில் ஆத்மா, உடல், புலன்கள், மனம் ஆகிய வற்றுடன் அறிவு, செயல், விளைவு, துயரம், மீட்பு ஆகியவற்றை யும் நியாயம் சேர்த்துக்கொள்வதை நாம் குறிப்பாகக் கவனிக்க வேண்டும். ஆன்மிகவாதச் சிந்தனைகளைப் பொருத்தவரை ஆத்மா தன்னை அறியும் திறன் உடையது. ஞானம் என்பது முழு முற்றானது *(absolute)*, மாற்று இல்லாதது. ஆத்மா உண்மையைப் புறநிரூபணங்கள் இல்லாமலேயே அறிந்து உணர்ந்துகொள்ளும் என்பது இதன் பொருள்.

ஆனால் நியாய மரபு ஞானத்தை அறிவாக மாற்ற முடியுமா என்று பார்க்கிறது. அவ்வறிவின் விளைவு என்ன என்பதைக் கவனிக்கிறது. அவ்வறிவு மானுடனின் துக்கத்தை நீக்க முடியுமா என்று சோதனை செய்து பார்க்கிறது. அப்படி நீக்கும்போது மட்டுமே மெய்ஞானத்திற்குப் பொருள் உள்ளது எனக் கருதுகிறது.

அனைத்தும் ஒன்றின் பல வடிவங்கள்தான் என்பது ஒரு ஞானம். ஓர் ஆத்மா அடையும் மெய்மை அது. ஆனால் உடனடி யாக அது அறிவாக மாறியாகவேண்டும். 'ஆகவே உயிர்களுக்குள் ஏற்றத் தாழ்வில்லை' என்று அது நடைமுறை அறிவாக மாறலாம். அதன் விளைவாக அடக்குமுறைக்கும் சுரண்டலுக்கும் எதிரான ஓர் உணர்வாக அது வெளிப்படலாம். அதன் இறுதியில் மனிதச் சமத்துவம் நோக்கி அது முகம் திருப்பலாம். இந்த இறுதி விளைவு

துயரத்திற்குரிய மீட்பாக இருப்பதனாலேயே 'அனைத்தும் ஒன்றின் பல வடிவங்களே' என்ற வரி அர்த்தமுடையதாகிறது.

வித்தியாசம் தெளிவு. தமிழகத்தில் பத்தொன்பதாம் நூற்றாண்டுப் பிராமணர்களில் கணிசமானவர்கள் வேதாந்திகள். மேற்குறிப்பிட்ட சொற்றொடரையே அவர்கள் கதாகாலட்சேபம் தோறும் கொப்பளித்துக்கொண்டிருந்தார்கள். அது வாய் வேதாந்தம் என்று பெயரும் பெற்றது. ஆனால் அதே வரியைத்தான் நாராயண குரு சமூக அடிமைத்தளையை, ஏற்றத்தாழ்வை அறுக்கும் ஆயுதமாகப் பயன்படுத்தினார். ஒரு கால கட்டத்திற்கே அறிவின் ஒளியை அந்த வரியிலிருந்து கொளுத்தினார். சங்கரமடங்களின் உபன்னியாசத்திலும் அத்வைதம்தான் உள்ளது. சுவாமி சகஜானந்தர் தலித் விடுதலைக்காக எழுப்பிய கனலும் அத்வைதம்தான். சுவாமி விவேகானந்தரின் போர்க் குரலும் அத்வைதம்தான்.

அதாவது, நியாய சாஸ்திரம் அறிவை அதன் விளைவை, பயனைக்கொண்டே பரிசீலிக்கிறது. 'அறிவு - செயல் - விளைவு - துயரம் - மீட்பு' என்று ஒரு படிநிலையை அது கூறுகிறது. மீட்புக்கான கருவியாக அறிவு மாறியாகவேண்டும். மாறினால் தான் அது ஞானம். வெறுமே தர்க்கபூர்வமாக இருந்தால், வெல்ல முடியாத விவாதத் தரப்பாக இருந்தால் ஓர் அறிவு ஞானமாகி விடாது. நியாயம் மிக வலியுறுத்திக் கூறுவது இதையே. ஆனால் பிற்பாடு நியாயமே கூட வெறும் தருக்க சாஸ்திரமாகக் குறுக்கப்பட்டது.

நியாயத்தின் மெய்காண் முறை

உண்மையை அறிதல், வகுத்துக்கொள்ளுதல் ஆகியவற்றை நியாயம் மிகவும் சிக்கலான ஒரு செயல்பாடாகவே காண்கிறது. பிற தரிசன மரபுகள் மூன்று பிரமாணங்களே போதுமானவை என்று கருதும்போது நியாயம் உபமானம் என்ற நாலாவது பிரமாணத்தையும் சேர்த்துக்கொள்கிறது.

நான்கு பிரமாணங்களில் பிரத்யட்சம் அதாவது நேர்க்காட்சியே இயல்பானது, முழுமையானது. ஆனால் அது தனித்தியங்க முடியாது. அதனுடன் அனுமானமும் (ஊகம்) சப்தமும்

(முன்னறிவு) இணைய வேண்டியுள்ளது. அனுமானமும் சப்தமும் அகவயமானவை. ஆகவே விவாதத் தளத்தில் நேரடியாகத் தங்களை நிறுவிக்கொள்ள முடியாதவை.

உண்மையில் நேர்க்காட்சியாக நாம் பார்க்கும் ஒன்றை முன்னறிவின் துணையுடன் ஊகித்து விரிவுபடுத்தி விளங்கிக் கொள்கிறோம். பிறகு அதைக் குறியீடாக மாற்றி அதற்கு அப்பாலுள்ள விஷயங்களை அறிய முற்படுகிறோம். இந்த அறிதல் செயல்பாட்டில் அடுத்த பலபடிகள் உள்ளன என்கிறது நியாய மரபு.

அதற்காகவே நியாய மரபானது சம்சயம் (ஐயம்), பிரயோசனம் (பயன்), திருஷ்ட்டாந்தம் (உதாரணம்), தர்க்கம் (தருக்கபூர்வமான ஒழுங்கு), நிர்ணயம் (தீர்மானித்தல்), ஜல்பம், விதண்டம், ஹேதுவாயாசம் முதலிய மேலும் சில அடிப்படைகளைப் பற்றி விரிவாக விளக்கிப் பேசுகிறது.

நாம் அறியும் விஷயத்தைப் பற்றி விரிவான ஐயங்களைக் கிளப்பி, அதற்கு வரும் விடைகளைத் தொகுத்து அவற்றுக்குச் சமானமான வேறு உதாரணங்களைக் கண்டுபிடித்து, அறிய நேர்ந்தவற்றைத் தர்க்கபூர்வமாகச் சுருக்கி முடிவுக்கு வந்து, அம்முடிவுகளைப் புறவயமாக நிறுவி அவற்றுக்கு எதிரான வினாக்களுக்குப் பதில் கண்டடைந்து, அவ்வுண்மைக்கு அடிப்படையான பின்னணியுடன் அதை முன்வைத்தல் அவசியம். இந்த நீண்ட பயணத்தையே மேற்கண்ட பல்வேறு படிநிலைகளாக நியாயம் வகுத்துக் கூறுகிறது.

உதாரணமாக, மீன்களும் ஓணான்களும் உடலமைப்பில் ஒன்றாக இருப்பதை டார்வின் காண்கிறார். இது நேர்க்காட்சி (பிரத்யட்சம்). இவை ஒரே இனமாக இருக்கலாம் என்று ஊகிக்கிறார். இது ஊகம் (அனுமானம்). மீன்களைப் பற்றியும் ஓணான்களைப் பற்றியும் அதுவரை அறியப்பட்ட அனைத்தும் அவருக்கு உதவி புரிகின்றன. இது முன்னறிவு (சப்தம்).

இந்த மூன்று படி நிலைகள் மூலம் அவர் எளிய அடிப்படைப் புரிதலை மட்டுமே அடைகிறார். ஒவ்வொருவரும் அன்றாட வாழ்வில் இந்த மூன்று படிநிலைகள் வழியாகவே நம்மைச்

சூழ்ந்துள்ள உலகை அறிந்துகொண்டு இருக்கிறோம். அறிவார்ந்த பயணம் உடைய ஒருவருக்கு இவை போதாது. அறிந்தவற்றில் இருந்து அறியாதவற்றுக்கு அவர் நகர்ந்தாக வேண்டும்.

ஆகவே டார்வின் தான் அறிந்தவற்றை உவமை (உபமானம்) மூலம் விரிவுபடுத்துகிறார். மனிதன் கண்டுபிடித்த முதல் நாற்காலி மிக வசதிக்குறைவாக இருந்தது. அதை அவன் தொடர்ந்து தேவைக்கேற்ப மேம்படுத்தியபடியே இருந்தான். இன்றைய நாற்காலி உருவாயிற்று. இதைப்போல உயிரினங்களும் சூழலின் தேவைக்கு ஏற்ப மாறி வந்திருக்கவேண்டும். பரிணாமக் கொள்கை உதிக்கிறது. ஒரு கருவடிவில் இக்கொள்கை இப்போது உள்ளது. இதை அறிவுத்தளத்தில் முன்வைத்துப் பேச முடியாது. அதற்கு மேலும் படிநிலைகள் தேவை.

இக்கொள்கை மீது சாத்தியமான ஐயங்களையெல்லாம் டார்வின் எழுப்பிக்கொள்கிறார் (சம்சயம்). அப்படியானால் ஏன் மீன்கள் இன்னமும் இருக்கின்றன? சூழல் நேர்மாறாகப் போனால் ஓணான் மீனாக மாறுமா? அடுத்தபடியாக இவ்வையங் களுக்கான விடைகளைத் தொகுத்துக்கொள்கிறார். அவற்றில் தேவையற்றவற்றை நிராகரித்துத் தேவையானவற்றை வரிசைப் படுத்துகிறார் (பிரயோசனம்).

பிறகு சமானமான பிற உதாரணங்களைத் தேடி அடைகிறார். ஓணானின் உடலமைப்புக்கும் பறவைகளின் உடலமைப்புக்கும் உள்ள உறவு. மீனுக்கு முந்தைய உயிரினங்களுக்கும் மீனுக்குமான உறவு (திருஷ்ட்டாந்தம்). பிறகு இவற்றைத் தர்க்கபூர்வமாக அடுக்கிக் காட்டுகிறார். சிப்பி போன்ற உயிரினங்களில் இருந்து மீனும் மீனிலிருந்து ஊர்வனவும், ஊர்வனவற்றிலிருந்து பறப்பன வும் உருவானவிதம் குறித்த ஒரு தர்க்கபூர்வமான சித்திரம் முன்வைக்கப்படுகிறது (தர்க்கம்). இதிலிருந்து பரிணாமமே உயிரின் வளர்ச்சிப்பாதை என்ற தீர்மானம் (நிர்ணயம்) உருவாக்கப்படுகிறது.

இந்த நிர்ணயம் பிறகு சூத்திரங்களாக வகுத்துரைக்கப்படுகிறது (ஜல்பம்). அதற்கு எதிரான எதிர்வாதங்களுடன் விவாதிக்கச் செய்யப்படுகிறது (விதண்டம்). இறுதியில் அந்தச் சித்தாந்தத்தின் பின்னணிப்புலம் (ஹேது வாபாசம்) விளக்கப்படுகிறது.

பரிணாமம் என்பது உண்மையில் இப்பிரபஞ்சத்தின் இயங்கு முறையின் ஒருபகுதி மட்டும்தான். பிற பிரபஞ்ச இயக்க விதிகளுடன் பரிணாம விதி எப்படி ஒத்துப்போகிறது என்று விளக்கப்படுகிறது. இவ்வாறாக அந்த ஞானம் ஏற்கப்படுகிறது. பிரத்யக்ஷத்தில் தொடங்கும் அறிதல் என்ற செயல் இவ்வாறு முற்றுப்பெறுகிறது. ஒரு தனி அறிதல் பொதுவான 'அறிவு' ஆக மாற்றப்படுகிறது. கோதமர் அளிக்கும் சித்திரம் இதுவே.

நமது புலன் வழி அறிதலை எப்படிப் பொதுவான ஞான மாக மாற்றிக்கொள்வது என்பதற்கு நியாயமரபு அளிக்கும் இந்த விளக்கம் நமது சிந்தனை மரபின் அடிப்படைகளைத் தீர்மானிப்பதாக வெகுகாலம் விளங்கி வந்தது. ஒவ்வொரு கருத்தும் இந்தப் படிநிலைகளின் வழியாக வளர்ந்து முழுமை பெறவேண்டும் என்று கூறப்பட்டது. மாறுபட்ட தரிசனங்களும் தத்துவத் தரப்புகளும் உண்மையைப் பொதுவாக வைத்து விவாதிப்பதற்கான இலக்கணமாக இதை ஏற்றுக்கொண்டன. இங்கு சுருக்கமாகவே கூறப்பட்டுள்ளது. இந்தப் படிநிலைகளில் பல்வேறு மிக நுட்பமான தளங்கள் உள்ளன. நியாயம் மிக விரிவான ஒரு அறிவுத்துறையாகும்.

பௌத்தமானாலும் சரி, வேதாந்தமானாலும் சரி, சைவ சித்தாந்தமானாலும் சரி. அது உண்மையை அறிவதும் முன் வைப்பதும் நியாயத்தைப் பயன்படுத்தியே என்பதைக் காணலாம். நியாயத்தின் தருக்கமுறை முற்றிலும் அறிவார்ந்தது. முற்றிலும் மனித ஞானத்தின் எல்லைக்குள் நிற்பது என்பதை நாம் கவனிக்க வேண்டும். அதன் முதல் அடிப்படையே புலன்வழி அறிவு அல்லது நேர்க்காட்சிதான். புலன்களை மீறிய அறிதல்களுக்கு நியாய சாஸ்திரத்தில் இடம் இல்லை. நியாய சாஸ்திரத்தில் கடவுள் இல்லை. இருந்தால் அவர் (அல்லது அது) ஒரு விவாதப் பொருள் மட்டுமே. மேலே குறிப்பிட்ட படிகளின் வழியாக கடவுளை 'நிரூபித்து' 'நிறுவி'க் காட்டியாக வேண்டும்.

நியாயத்தின் பிரச்சினை 'அறிபவன்' என்ற தன்னிலையை அது முழுமையாக விளக்கவில்லை என்பதே. அது இன்றைய அதிநவீன தருக்கவியல்களில் கூட உள்ள பிரச்சினைதான். இன்றைய உயர் பௌதிகம், நரம்பியல் முதலிய தளங்களிலும்

இதே வினா தான் பலவாறாக எழுப்பப்பட்டு வருகிறது என்று நாம் அறிவோம். இதை விளக்க முற்படுகையில் நியாயம் சற்று அகவயமான புருஷன் என்ற கருத்தைச் சென்றடைந்தது. உடனே ஆன்மிகவாதிகள் அதை இழுத்துச் சென்று தங்கள் கொட்டிலில் கட்டிவிட்டார்கள்.

2. 6. மையநூல்வாதம் பூர்வமீமாம்சம்

மையநூல்வாதம் *(Canonism)* என்பது பொதுவாக செமிட்டிக் மதங்களின் இயல்பாகும். ஒரு தீர்க்கதரிசி, அவரது வெளிப்பாடு (அல்லது அவர் மூலம் உருவான வெளிப்பாடு) ஆகியவை அம் மதங்களின் மையப்புள்ளியாக இருக்கும். அம்மதம் எந்த அளவுக்கு வெளிப்பக்கமாக விரிந்து வளர்ந்தாலும் அந்த மையத்தை விட்டு ஒருபோதும் விலகிச் செல்ல முடியாது. கிறித்தவம், இஸ்லாம் இரண்டுமே மையநூல் வாதத்துக்குச் சிறந்த உதாரணங்கள்.

இந்திய மதங்களில் எவையுமே மையநூல் வாதத்தன்மை உடையவை அல்ல. சமணமும் பௌத்தமும் ஒரு மூலஞானியின் தரிசனத்திலிருந்து தொடங்கி வளர்ந்தவையாயினும் அவற்றிலும் மூலநூல் என எதுவும் இல்லை. புத்தரின் உபதேச மொழிகளின் தொகுப்பான தம்மபதமோ பௌத்த நெறிகளின் தொகுப்புகளான சுத்தபிடகமோ, பினயபிடகமோ அல்லது புத்தர் குறித்த ஐதீகக் கதைகளின் தொகுப்பான புத்த ஜாதக கதைகளோ பௌத்தத்தின் மூல நூல்கள் அல்ல. பல பௌத்த மரபுகள் அவற்றை ஏற்றுக் கொள்வதில்லை. பல பௌத்த மரபுகள் அவற்றை வேறு வகையில் விளக்கிக் கொண்டுள்ளன.

இந்து மதங்களில் எதற்குமே மூலநூல்கள் இல்லை. இம் மதங்களின் ஒட்டுமொத்தமாக உருவகிக்கப்படும் 'இந்துமதம்' என்ற இன்றைய அமைப்புக்கும் மூலநூல் என எதுவும் இல்லை. சம்சாரத்தில் (உலகியலில்) ஈடுபடுத்தக்கூடிய எதிர்மறைச் சக்தியாக வேதங்களை பகவத்கீதை குறிப்பிடுகிறது என நாம்

ஏற்கெனவே கண்டோம். இந்து மரபில் பூர்வமீமாம்சை என்ற ஒரேயொரு தரிசன மரபுக்கு மட்டுமே மூலநூல்களாக வேதங்கள் கணிக்கப்படுகின்றன. மூல நூல் வாதத்திற்கு இந்தியாவில் உள்ள ஒரே உதாரணமும் பூர்வமீமாம்சை மட்டுமேயாகும்.

வேதங்களை எல்லா இந்து மதங்களுக்கும் தத்துவங்களுக்கும் அடிப்படையாக ஆக்கும் போக்கு பல நூற்றாண்டாக நடந்து வருவதாகும். வேதங்களை இன்று அணுகும் ஒருவர் அவை மானுடகுலத்திற்குச் சொந்தமான மாபெரும் கவிதைத் தொகுப்பு என்றும், மெய்த்தரிசனங்களின் தொகை என்றும் கூறமுடியும். ஆனால் சமீபகாலம் வரை அவை புரோகிதர்களின் சொத்தாக, புரோகித மரபுகளின் சடங்கு உபகரணங்களாக மட்டுமே இருந்தன. இந்து மெய்ஞான மரபுகள் அனைத்திலும் ஊடுருவி, அனைத்தையும் வசப்படுத்திக்கொள்ளும் புரோகித அதிகார நாட்டத்தின் ஒரு பகுதியாகவே, வேதங்களை எல்லாத் தரிசன மரபுகளுக்கும் ஆதாரமாகக் கருதும் முயற்சியும் நடைபெற்றது.

இரண்டுவகையில் இந்தச் சமரசம் நடைபெற்றுள்ளது. ஒன்று வேதங்களைத் தங்கள் அடிப்படை நூல்களாகக் கொண்ட புரோகித மரபு 'வெளியேயிருந்து தாக்கி', தத்துவத் தரிசனங்களைத் திரிபும் சிதைவும் கொள்ளச் செய்து தன்வயப் படுத்தியது. இதற்கு உதாரணமாக இந்நூலில் ஏற்கெனவே குறிப்பிடப்பட்ட சாங்கியம், யோகம், நியாயம், வைசேஷிகம் ஆகிய நான்கு தரிசனங்களைக் கூறலாம். முற்றிலும் பௌதிகவாத அடிப்படை கொண்ட இந்தத் தரிசனங்களை மிக நுட்பமாக வைதிக மரபு கட்டவிழ்த்து ஆன்மிக அடிப்படை நோக்கி நகர்த்தி மெல்ல மெல்ல வைதிகமாக்கியது.

இன்று புதுநூல்களினூடாக இத்தரிசனங்களைப் பயிலும் ஒருவர் வைசேஷிக மரபு குறிப்பிடும் ஆத்மா என்பது ஜீவாத்மா தான் என்று புரிந்துகொள்வார். சாங்கியத்தின் புருஷதத்துவம் என்பது பரம்பொருள்தான் என்று புரிந்துகொள்வார். நியாய மரபு 'சப்தப் பிரமாணம்' என்று கூறுவது மூலநூல்களாகிய வேதங்களையே என்று புரிந்துகொள்வார். இப்புரிதலே இன்றும் தொடர்கிறது. ஒரே மூச்சில் இந்தத் திரிபுச் செயல்பாட்டின் முழுத் தோற்றத்தையும் தெரிந்துகொள்ள 'விஷ்ணுபுரத்'தின் ஞானசபை

விவாதங்கள் பெரிதும் பயன்படும்.

இரண்டாவதாக, ஒரு தரிசனத்தைத் தோற்றுவித்த மூலகுருவே அதற்குப் பரவலான அங்கீகாரம் கிடைக்கும் பொருட்டு வேதங்களை ஆதாரமாகக் காட்டுவதன் மூலம் அத்தரிசனம் வைதிகத்தை நோக்கி நகர்வது நடந்துள்ளது. சிறந்த உதாரணம் அத்வைதமே. சங்கர அத்வைதத்துக்கு வேதங்களுடன் எவ்விதத் தொடர்பும் இல்லை என்பது வெளிப்படை. அதற்கு வேதாந்தத்துடன் உள்ள உறவுகூட தற்செயலானதேயாகும். ரிச்சர் கார்பே, ஷெர்பாட்ஸ்கி முதலிய முக்கிய இந்தியவியலாளர்கள் இதைப் பற்றிக் குறிப்பிட்டுள்ளனர்.[5] அத்வைதிகளான விவேகானந்தரும் நாராயண குருவும் நடராஜகுருவும் இதைப் பட்டவர்த்தனமாக விளக்கியுள்ளனர். அத்வைதம் அடிப்படையில் தூய அறிவுவாதம் ஆகும். அதற்கு 'நம்பிக்கைகள்', 'சடங்குகள்' ஆகியவற்றின் தேவை இல்லை. ஆகவே மூலநூல்களின் அங்கீகாரமும் அதற்கு அவசியமில்லை.

இருந்தும் சங்கரர் தன் தரப்பினைப் பெரிதும் உபநிஷதங்களைச் சார்ந்தே முன் வைக்கிறார். வியப்பூட்டும் சொல் விளையாட்டு மற்றும் அயரவைக்கும் தருக்கச் சதுரங்கம் ஆகியவற்றின் மூலம் தன் தரப்பையே மூலநூல்களும் கூறுகின்றன என்று விளக்கிக் காட்டுவது சங்கரரின் பாணியாகும். சங்கரரின் புகழ்பெற்ற உரைநூல்களில் (பாஷ்யங்களில்) இன்றைய வாசகர்கள் அற்புதமான தர்க்கத்திறமையைக் (சமத்காரத்தை) காணமுடியும்.

இவ்வாறு தன் காலகட்டத்தில் எல்லா அதிகாரங்களையும் கையில் வைத்திருந்த புரோகிதர்களை அவர்களுடைய மூல நூல்களைக் கொண்டே சங்கரர் தோற்கடித்துத் தன் தரப்பை நிலைநாட்டினார். இது ஒரு சரியான முடிவு என வரலாறு நிரூபிக்கவில்லை. தற்காலிகமாக சங்கர வேதாந்தம் இந்தியாவை வென்றது. ஆனால் சங்கரருக்குப் பிறகு அவர் மூலநூல்களாக

5 இந்திய சிந்தனையாளர்களுக்கிடையே இன்று மிகப் பரவலான செல்வாக்குப் பெற்றுள்ள மாயாவாதம் (சங்கர சித்தாந்தம்) வேதங்களிலோ உபநிடதங்களிலோ எவ்விதத்திலும் கூறப்படாத ஒன்றாகும். அது பௌத்தத்திலிருந்து இறக்குமதியான ஒன்று என்று மோனியர் வில்லியம்ஸ் (*Indian Wisdom P.118*) கூறும் இக்கருத்தை அனேகமாக எல்லா இந்தியவியல் அறிஞர்களும் ஆதரிக்கிறார்கள்.

வேத, வேதாந்த நூல்களைக் குறிப்பிட்டதைப் பயன்படுத்தியே புரோகித மரபு சங்கரரை விழுங்கிக்கொண்டது.

'யோகம் மூலமோ, சாங்கியம் மூலமோ, மதச்சடங்குகள் மூலமோ, வெறும் ஞானம் மூலமோ எவரும் முக்தியடைய முடியாது' (விவேக சூடாமணி 558) என்று ஆணித்தரமாக குறிப்பிட்டவர் சங்கரர். தன் ஆத்மாவும் பிரபஞ்சசாரமும் ஒன்றே என்று உணர்ந்து இரண்டறக் கலக்கும் நிலையே முக்தி என்பவர் அவர். புரோகிதர்களுக்கு எதிரானவராக இருந்ததனால் அவருடைய அன்னைக்குப் புரோகிதர்கள் இறுதிச்சடங்குகள் செய்ய மறுத்துவிடவே அன்னையின் சடலத்தைக் கைவண்டியில் வைத்து இழுத்து மயானத்துக்குக் கொண்டு சென்றவர் என அவரைப் பற்றிய ஐதீகக் கதை கூறுகிறது. உலகியல் வாழ்வின் பேத சிந்தனைகள், சுயநலங்கள் அனைத்துமே அவித்யையின் விளைவுகள் என்று கூறியவர் அவர்! (அவரைப் பற்றிய பல ஐதீகக் கதைகள் இதைப் பாமர மக்களிடமும் பிரபலப்படுத்தியுள்ளன.)

அப்படிப்பட்ட சங்கரரின் பெயரில் இயங்கும் சங்கர மடங்கள் இன்று அப்பட்டமான சாதி வெறி, அதிதீவிர புரோகித வழிபாட்டு முறைகள் முதலியவற்றில் மூழ்கியுள்ளன. அதாவது, சங்கர மடங்களின் சித்தாந்தம் பூர்வமீமாம்சமேயொழிய அத்வைதமல்ல. 'ஒரிஜினல்' முனியாண்டி விலாஸ் என்ற பெயர் பயன்படுத்தப்படும் பாணியில்தான் இவர்களால் சங்கரரின் பெயர் பயன்படுத்தப்படுகிறது. இது சங்கரரின் உத்தி திருப்பித் தாக்கியதன் விளைவேயாகும்.

வேதங்களுக்கு இந்திய ஞானமரபில் உள்ள இடம் என்ன என்பதைப் புரிந்துகொள்வது இந்திய ஞானமரபு குறித்த பலவிதமான குழப்பங்களுக்குத் தீர்வு காண்பதற்கு இன்றியமையாதது. உபநிஷதங்கள் வேதங்களின் சாராம்சமான தத்துவத் தரிசனத்தை விரிவாக வளர்த்து வேதமரபு முன்னிறுத்தும் வேள்வி மற்றும் சடங்குகளைத் தோற்கடித்தன என்று நாம் ஏற்கெனவே பார்த்தோம். உபநிடத காலம் முதலே வேதங்களுக்கு இருந்த முதன்மை இல்லாமலாகிவிட்டது. பிறகு அது புரோகிதர்களின் மந்திரம் என்ற தளத்திலேயே இருந்து வந்தது. க்ஷத்திரியர்கள்தான் உபநிஷதங்களில் பெரும் பகுதியை

ஆக்கியவர்கள் என நாம் அறிவோம். அவர்கள் வேதம் பயில அனுமதிக்கப்படவில்லை. வேதம் பின்னடைவைச் சந்திக்க இதுவும் காரணமாகியிருக்கலாம்.

பிற்பாடு பௌத்த, சமண மதங்களின் காலம். இக்கால கட்டத்தில் தத்துவத் தளத்தில் வேதங்களுக்கு இடமே இல்லை என்றுதான் கூறவேண்டும். குப்தர் காலத்திய புரோகித எழுச்சி யின்போது வேதங்கள் சமூகரீதியாக மிகுந்த அதிகாரத்தை அடைந்திருந்தன. வேதங்கள் ஓதப்பட்டே மன்னர்கள் பதவி ஏற்றனர். அன்றாட வாழ்வின் எல்லாச் செயல்களிலும் வேதங் களின் பங்கு இருந்தது. ஆனால் வேதங்கள் கருத்து ரீதியான பாதிப்பு எதையும் செலுத்தவில்லை. அதற்கு ஆதாரமே இல்லை.

வேதங்கள் புத்துயிர் பெற்றது, பதிமூன்றாம் நூற்றாண்டில் சாயனர் என்ற பண்டிதர் (இவர் விஜயநகர சாம்ராஜ்யம் எழக் காரணமாக அமைந்த வித்தியாரண்யரேதான் என்று ஒரு தரப்பு உண்டு. வித்தியாரண்யரின் மாணவர் இவர் என்றும் கூறப் படுகிறது) வேதங்களை ஒழுங்குபடுத்திப் புரியும்படியாக விளக்கியபிறகுதான். வேதங்கள் ஆதி சமஸ்கிருத மொழியில் இருந்தமையால் பெரும் பண்டிதர்களுக்குக் கூட பொருள் புரியாத நிலையே அதுவரை இருந்தது. புருஷசூக்தம் போன்ற மந்திரங்கள் மேல் ஆழமான கருத்தியலானது பாதிப்புச் செலுத்த ஆரம்பித்தது இதன்பிறகுதான். ஆனால் சாயனர் வேதங்களை முழுக்க முழுக்கப் புரோகித மரபுக்குரிய மூலநூலாக மட்டுமே காண்கிறார்.

வேதங்களுக்கு நாம் இன்று காணும் முக்கியத்துவத்தை அளித்தவர் ஆரியசமாஜத்தின் நிறுவனரான சுவாமி தயானந்த சரஸ்வதி. 1875ல் இவர் ஸ்தாபித்த ஆரிய சமாஜம் இந்திய ஞான மரபின் மையமும் உச்சமும் வேதங்களே என்று அறைகூவியது. 'வேதங்களுக்குத் திரும்புவோம்' என்பது இதன் கோஷமாக இருந்தது. தன் 'சத்தியார்த்த பிரகாசம்' என்ற நூலில் வேதங்களின் ஆதிக்கத்திற்காக வாதாடும் தயானந்தர் சதுர்வர்ண கொள்கை, தீண்டாமை முதலியவற்றையும் ஆதரிக்கிறார். தன்காலத்திய பிற சீர்திருத்த இயக்கங்களான பிரம்ம சமாஜம் முதலியவற்றை மூர்க்கமாக நிராகரிக்கிறார். இஸ்லாமிய கிறிஸ்தவ மதங்களை

மிலேச்ச மதங்கள் என்றே கருதுகிறார். பௌத்த, சமண மதங்களையும் அன்னியமான தீய சக்திகள் என்கிறார்.

தயானந்தரின் திறமை இரண்டு தளங்களில் வெளிப்படுகிறது. ஒன்று, அவர் வேதங்களை மிகுந்த பாண்டித்தியத்துடன் விளக்கி அவற்றின் சாராம்சமே இந்து மரபின் அத்தனை சிந்தனைகளிலும் உள்ளது என்று காட்டுகிறார். இச்சிந்தனையின் செல்வாக்கைப் பிறகு வந்த பெரும்பாலான இந்தியத் தத்துவ நிபுணர்களிடம் காணலாம். இரண்டாவதாக தயானந்தர் இந்து மத பக்தியைத் தேசபக்தியுடன் வெற்றிகரமாக இணைத்துச் சித்தரித்துக் காட்டுகிறார். இன்று வரை இம்மனப்போக்கு இந்தியாவில் தொடர்கிறது.

வேதங்களைப் புதிய ஒளியில் விளக்கியவர் அரவிந்தர். 1910ல் சுதந்திரப் போராட்டத்திலிருந்து விலகி புதுச்சேரியில் குடிபுகுந்த அரவிந்தர் இந்திய மெய்ஞான நூல்களை யோகமார்க்கத்தின் அடிப்படையில் விரிவாக விளக்கினார். மேற்கத்தியத் தத்துவ நூல்களிலும் அவருக்கு விரிவான பயிற்சி இருந்தது. தன் காலகட்டத்தைய மேற்கத்தியத் தத்துவ சிந்தனைகளையும் இதற்குப் பயன்படுத்திக்கொண்டார். வேதங்களைக் குறியீட்டு ரீதியாக விளக்கியதே அரவிந்தரின் சாதனை. அடிப்படையில் கவிதைகளான வேத சூக்தங்கள் இதன் மூலம் புத்தழகுடன் வெளிப்பட்டன. வேத அழகியலை நவீனயுகத்திற்காக அமைத்துக் காட்டிய முன்னோடி அரவிந்தரே. சடங்குகளுக்காக மந்திரங்கள் எனும் நிலையிலிருந்து உயர்ந்து, வேதங்கள் கவித்துவச் சாதனைகளாகவும் மெய்யுணர்வின் கவித்துவ வெளிப்பாடுகளாகவும் முன்னிறுத்தப்பட்டன. இவ்வாறு வேதங்களுக்கு அறிவார்ந்த தளத்தில் அதுவரை இல்லாதிருந்த ஒரு முக்கியத்துவம் உருவாயிற்று. இதுவே வேதங்கள் இந்திய மெய்ஞானமரபில் ஆற்றிய பங்களிப்பின் வரைபடச் சித்திரம்.

பூர்வமீமாம்சத்தின் அடிப்படைகள்

வேதங்களை மூலநூலாகக் கொண்டு, முழுமையான மூல நூல் வாதத்தை முன்வைக்கும் ஒரே இந்திய தத்துவ ஞானம் பூர்வமீமாம்சையே. இங்கு பொதுவான சில விளக்கங்களை

அளிக்க வேண்டியுள்ளது. மீமாம்சை என்ற சொல் 'இலக்கணம்' என்ற பொருளில்தான் பொதுவாக இப்போது பயன்படுத்தப் படுகிறது. மலையாளம், கன்னடம் உட்பட பல மொழிகளில் மீமாம்சம் என்றால் மொழியிலக்கணம் என்று மட்டுமே அர்த்தம்.

வேதங்களை மூலநூலாகக் கொண்ட பூர்வமீமாம்சம் வேதங்களைச் சரியானபடி உச்சரித்தல், சரியானபடி அர்த்தப் படுத்துதல் ஆகியவற்றில் மிகுந்த கவனம் செலுத்தியது. படிப்படியாக அது மொழியிலக்கணத்தை உருவாக்கி வளர்த் தெடுத்தது. சமஸ்கிருத மொழியின் இலக்கண வளர்ச்சிக்கு அடிப்படையாகவும் அமைந்தது. ஆகவே மொழியிலக்கணமே மீமாம்சை என்று அழைக்கப்படலாயிற்று. உண்மையில் இந்தியச் சிந்தனை மரபில் சொல்லுக்கும் பொருளுக்கும் இடையேயான உறவைப் பற்றி மீமாம்சகர்களே அதிகமாகச் சிந்தித்துள்ளார்கள்.

பூர்வமீமாம்சை வேதங்களை அடிப்படையாகக்கொண்டு வேள்விகளையும் பிறசடங்குகளையும் நிகழ்த்துவதில் ஆழமாக ஈடுபட்டது. முழுக்க முழுக்கப் புரோகிதவாதம் தான் பூர்வமீமாம்சை என்றால் அது மிகையல்ல. மீமாம்சை என்ற சொல்லுக்கு 'ஆழமான ஆய்வு' என்றே பொருள். கர்ம மீமாம்சை என்றும் பூர்வமீமாம்சை அழைக்கப்படுகிறது. காரணம், இது சடங்குச் செயல்பாடுகளையும் அவற்றின் விளைவுகளையும் குறித்துதான் பேசுகிறது.

மீமாம்சையின் ஆதிகுருவின் பெயர் ஜைமினி. இவரது காலம் கி.மு. இரண்டாம் நூற்றாண்டுக்கும் கி.மு. மூன்றாம் நூற்றாண்டு க்கும் இடையே என்கிறார் ஹிரியண்ணா. ஜைமினியும் வேதங ்களை அடிப்படையாக வைத்து ஏற்கெனவே வலுப் பெற்றிருந்த மீமாம்ச தத்துவ மரபைத் தொகுத்து அளித்த இலக்கணவாதி மட்டுமே என்று எடுத்துக்கொள்ளலாம்.

நான்கு அடிப்படைகள்

தர்மம், அர்த்தம், காமம் (அறம், பொருள், இன்பம் அதாவது முப்பால்) என்ற மூன்று அடிப்படைகளையே மீமாம்சம் முதலில் ஏற்றுக்கொண்டிருந்தது. சற்றுக் கழித்து மோட்சம் (வீடு பேறு) என்ற நான்காவது அற அடிப்படையும் இணைக்கப்பட்டது.

ஜைமினியின் 'மீமாம்சாருத்திரங்கள்' 12 அத்தியாயங்களில் 2500 சூத்திரங்கள் கொண்ட நூலாகும். இது 'இனி தர்மத்தைப் பற்றிப் பேசலாம்' என்ற முதல் சொற்றொடருடன் துவங்குகிறது.

தர்மம் என்றால் என்ன? இங்கு இன்று நாம் அச்சொல்லைப் பயன்படுத்தும் பொருளுடன் இதைக் குழப்பிக்கொள்ளலாகாது. அறம் அல்லது நீதி நெறிகள் அல்ல தர்மம். மாறாக எந்தெந்த அடிப்படைகளின்படி நாம் நமது செயல்களை ஆற்றுகிறோமோ அவையே தர்மம் என்பது. (சேதனா லட்சணார்த்தோ தர்ம செயலாக்கத்தின் அடிப்படை எதுவோ அது தர்மமாகும். ஒவ்வொரு செயலுக்கும் பின்னால் நமக்கு ஒரு அடிப்படைப் புரிதல் உள்ளது. இவ்வடிப்படைப் புரிதல்களின் ஒட்டு மொத்தமே மீமாம்சம் கூறும் தர்மம் ஆகும்.

புலன்கள் மூலம் பெறும் (பிரத்யட்சமான) அறிவு மூலம் தர்மத்தைப் புரிந்துகொள்ள நம்மால் இயலாது. காரணம், தர்மம் முக்காலத்திற்கும் உரியது. நிகழ்காலத்தை மட்டுமே நம்மால் புலன்களைக் கொண்டும் நேரடி அனுபவம் மூலமும் அறிய முடியும். இதன் பிறகு ஜைமினி ஒரு குறுக்கல்வாதத்துக்கு நகர்கிறார். பிரத்யக்ஷசத்தைத் தாண்டிப் போகும் அடுத்த படி, அனுமானம்தானே? ஆனால் ஜைமினி 'சுருதி' என்ற மூன்றாம் பிரமாணத்தை நோக்கி தாவிவிடுகிறார். 'சப்தம்' என்று (முன்னறிவு) பிற தரிசனங்கள் கூறுவதுதான் இது. ஆனால் ஜைமினிக்கு அது முன்னோர் அறிவு (சுருதி என்றால் கேள்வி மூலம் நிலை நிற்பது, கேட்கப்படுவது என்று பொருள்) மட்டுமே.

சுருதி என்றால் அது வேதம் மட்டுமே. வேதமே மூன்று காலத்திற்கும் உரிய ஞானம். ஆகவே அதுவே அடிப்படையான பிரமாணமாக இருக்க முடியும். அதுவே செயல்களுக்கு அடிப்படையாக உள்ள தர்மத்தைத் தீர்மானிக்க முடியும் வேதங்களை ஒட்டி வாழ்க்கையை அமைத்துக்கொள்ள வேண்டும் என்று ஜைமினி வகுத்துக் கூறுகிறார். வேதங்கள் எனும் போது அவர் முதன்மைப்படுத்துவது 'ரிக்' வேதத்தை அல்ல. பிற்கால வேதங்களையே. அதிலும் வேதங்களில் பிராமணங்களையும் ஆரண்யங்களையும்தான் ஜைமினி முக்கியமாகக் கருதுகிறார். வேதங்களில் அதிகமும் துதிகள்தான் உள்ளன. அவற்றை

மந்திரமாகப் பயன்படுத்தி எப்படிச் சடங்கு ஆசாரங்களைச் செய்வது என்று கூறுபவை பிராமணங்களும் ஆரண்யகங்களும். வேதங்கள் ஒரு சமூகத்தின் தன்னிச்சையான கவித்துவ வெளிப்பாடுகள். மெய்த்தரிசனங்கள். ஆரண்யங்களும் பிராமணங் களும் பிற்பாடு புரோகிதத் தேவைக்கு ஏற்ப உருவாக்கப்பட்டவை.

தொடர்ந்து ஜைமினி கர்மத்தைப் பற்றிப் பேசுகிறார். இங்கு கர்மம் என்பது ஏறத்தாழ சடங்கு என்றே பொருள்படுகிறது. ஆனால் மீமாம்ச மரபுக்கு வாழ்க்கையின் எல்லாச் செயல்பாடு களும் சடங்குகளே. யாகங்கள் முதல் அன்றாட பூஜைகள் வரை எல்லாமே சடங்குகள்தான். இன்ன பலன் கிடைப்பதற்கு இன்ன சடங்கு, இன்னின்ன மந்திரங்கள் என மீமாம்சை வகுத்து விடுகிறது. அவற்றைச் செய்வதன் மூலம் அவ்வின்பங்களை அடைவதே கர்மம்.

கர்மத்தின் விளைவே காமமும் மோட்சமும். காமம் உலகியல் இன்பம். மோட்சம் அவ்வுலகில் பெறும் இன்பம். இரண்டுமே உரிய முறையில் கர்மங்களைச் செய்பவர்களுக்கு மட்டுமே உரியவை.

அழியாமொழி சித்தாந்தம்

வேதங்களை மீமாம்ச மரபு ஆதி அந்தமில்லாதனவாக, அழிவற்றனவாக, மூன்று காலத்திற்கும் பொருந்துவனவாக, மாற்றமற்றனவாக உருவகிக்கிறது. அதாவது இஸ்லாமியர் குர்ஆனை எப்படி உருவகிக்கிறார்களோ அப்படி. எல்லா மூலநூல் வாதங்களும் அம்மூலநூலை ‘மறுக்கப்பட முடியாததாக’க் காட்ட ஒரு உத்தியைக் கையாளும்; அது மானுடர்களால் உருவாக்கப் பட்டதல்ல என்று கூறிவிடும். மானுடர்களுக்கு அப்பாற்பட்ட ஒரு தளத்திலிருந்து மானுடர்கள் பெற்றுக் கொண்டது அது; ஆகவே மானுடர்களால் அதைப் பரிசீலிக்கவோ மறுக்கவோ முடியாது என்று வாதிடும்.

மீமாம்ச மரபும் வேதங்களை ‘அபௌருஷேயங்கள்’ (மனிதர் களுக்கு அப்பாற்பட்டவை), நித்தியசப்தங்கள் (என்றென்றும் இருக்கும் சொற்கள்) என்றெல்லாம் சித்தரித்துக் காட்டுகிறது. இதற்கென அது உருவாக்கிய அழகியல் சித்தாந்தமே ‘நித்திய

சப்த சித்தாந்தம்' என்பது. இன்றைய நவீன மொழியியல் கோட்பாடுகளுக்கு ஒரு வகையில் அருகே வருவது இது. அதாவது மொழியை இது இரண்டாகப் பிரித்துவிடுகிறது. அதாவது கிட்டத்தட்ட 'லாங்', 'பரோல்' என்ற அமைப்புக்குச் சமானமாக. சொற்கள் வேறு, பொருள்கள் வேறு. சொல் தான் மனிதனால் உருவாக்கப்பட்டது. மாறும் தன்மை கொண்டது. பொருள் மாறாதது. அழிவற்றது என்றார் ஜைமினி.

சொல்லுக்கு முன்பேயே அர்த்தம் இருந்தது. சொல் அழிந்தாலும் அர்த்தம் அழியாது. சொல் அர்த்தத்தைச் சுட்டிக் காட்ட மட்டுமே செய்கிறது. ஏறத்தாழ இதே உறவுதான் ஒரு சொல்லுக்கும் அதன் எழுத்து வடிவிற்கும் இடையே உள்ளது என்பதைக் காணலாம் என்றார் ஜைமினி. பொருள் நிரந்தரமாக உள்ளது. அதை உணரும் நாம் பிறருக்கு அதைத் தெரிவிக்கும் பொருட்டே சொற்களை உற்பத்தி செய்கிறோம்.

அர்த்தம் வார்த்தையால் உற்பத்தி செய்யப்படுகிறதெனில் அதை எப்படிப் பிறருக்குக் காட்ட முடியும் என்று கேட்டார் ஜைமினி. ஒரு சொல்லைக் கேட்டதும் அது சுட்டும் விஷயம் நமக்குத் தெரிகிறதெனில் அது நம்முன் ஏற்கெனவே உள்ளது என்றுதான் பொருள்.

இந்த அளவு வரைதான் இந்த வாதகதியின் தருக்கத் தன்மை வருகிறது. மீமாம்சகர்கள் புரோகிதர்கள் ஆகையால் கறாரான பௌதிகத்தன்மை கொண்டவர்களாக இருந்தனர். தத்துவ விசாரங்களில் அவர்கள் இறங்கவில்லை. அவர்களுடைய தத்துவ ஆய்வு முழுக்க மேற்குறிப்பிட்ட வாதகதி மூலம் வேதங்களை அமானுடங்கள் என்று நிறுவுவதிலேயே இருந்தது.

ஜைமினியின் வாதத்தின்படி வேதங்கள் மட்டுமல்ல எல்லா அர்த்தங்களும் அபௌருஷேயங்கள்தான். ஆனால் வேதங்கள் மட்டுமே தூய அர்த்தங்களினால் ஆனவை. பிற அனைத்துமே மானுட சிருஷ்டிகள் என்ற கருத்தியல் மூர்க்கத்தை நோக்கி ஜைமினி நகர்கிறார். ஷெர்பாட்ஸ்கி போன்ற ஆய்வாளர்கள் ஜைமினியின் பூர்வமீமாம்சையை 'அறிவுகெட்ட ஒரு கருத்தியல் நிலைப்பாடு' என்று நிராகரிக்கிறார்கள். மனிதனால் எட்டமுடியாத, மனிதனுக்கும் அவனுடைய காலத்திற்கும்

அப்பாற்பட்ட, 'கருத்துவெளி'யில் இருந்து வேதங்களை ரிஷிகள் நேரடியாகப் பெற்றுச் சொற்களாக மாற்றியமையே வேதங்களாக மாறியது என்கிறார் ஜைமினி. ஆனால் பிறகு வந்த எவருக்குமே அது சாத்தியமாகாது என்கிறார்.

மீமாம்சமும் கடவுளும்

இன்று புரோகித மரபின் மிகப்பெரிய ஆயுதம் கடவுளே என நாம் அறிவோம். ஆனால் புரோகித மரபின் அடிப்படைச் சித்தாந்தமான மீமாம்சத்திலும் சரி, வேதங்களை மையமாக்கும் பிற சித்தாந்தத்திலும் சரி, கடவுளுக்கு முக்கிய இடமில்லை என்பதை நாம் ஊகித்திருக்க மாட்டோம். ஆனால் அதுதான் உண்மை.

முதலில் கடவுள் என்று நாம் கூறும் முழுமுதல் வடிவம் வேதங்களின் துவக்க கட்டத்தில் இல்லை என்பதைக் கவனிக்க வேண்டும். பிரபஞ்சத்தை ஒட்டுமொத்தமான ஒரு முழுமையாகக் காணும்போதே அதற்கு மூலவகையாக உள்ள முழுமுதல் இறைவன் என்ற கருத்தும் தேவையாக ஆகிறது. இக்கருதுகோள் பிற்காலத்தில் படிப்படியாக உருவாகி வந்ததேயாகும்.

வேதகாலத்தில் இருவகையான கடவுள் உருவகங்கள் இருந்து வந்தன. ஒன்று, ஒவ்வொரு செயலுக்கும் உரிய தனித் தெய்வங்கள் அல்லது ஒவ்வொரு இயற்கைச் சக்திக்கும் உரிய தெய்வங்கள். ராத்ரிதேவி, உஷை, சாவித்ரி முதலியவை முதல்வகை. இந்திரன், வருணன் போன்ற தெய்வங்கள் இரண்டாம் வகை. இவை முழுமுதல் தெய்வங்களல்ல. எல்லைக்குட்பட்ட அதிகாரமும் இருப்பும் உடையவைகளாக இவை உருவகிக்கப் பட்டன. இவையே முதலில் தோன்றிய தெய்வங்கள். நமது குலதெய்வங்கள், சிறு தெய்வங்கள் போல. மெல்ல மெல்ல இவற்றின் ஆகிருதி பெரிதுபடுத்தப்படுவதையும் வேதங்களில் காணமுடிகிறது.

இரண்டாம் வகைக் கடவுள் ரிகவேதம் பத்தாவது மண்டலத்தில் குறிப்பாக வெளிப்படும் பிரபஞ்சமூலச் சக்தி. ரிக்வேதத்தின் சிருஷ்டிகீதம் எனும் பாடல் பகுதி மனிதனின் அறிதலுக்கு அப்பாற்பட்ட அனைத்துப் பிரபஞ்ச விதிகளுக்கும்

மூலகாரணமாக உள்ள, பெயரற்ற உருவற்ற 'அது' குறித்துப் பேசுகிறது. இந்தப் 'பரம்பொருளே' பிறகு பிரம்மம் என்று உருவகிக்கப்படுகிறது. மொத்த வேதாந்த மரபும் உண்மையில் இப்பகுதியின் விரிவாக்கமே என்று கூறினால் அது மிகையல்ல.

வேதங்களை மூலநூலாகக் கொண்டு உருவாக்கப்பட்ட பூர்வமீமாம்சைத் தரிசனம் பிரம்மத்தைப் பற்றி அதிகம் கவலைகொள்ளவில்லை. அவர்களைப் பொருத்தவரை பிற சிறுதெய்வங்களே முக்கியமானவை. இதில் கவனிப்புக்குரிய விஷயம் என்னவென்றால் வேள்வி முதலிய சடங்குகள் இத்தெய்வங்களின் கருணையைப் பெறுவதற்காக இயற்றப் படுபவை அல்ல என்பதே. இத்தெய்வங்கள் கூட வேத மந்திரங்களுக்கும் வேள்விக்கும் கட்டுப்பட்டவை. வேள்வியே முக்கியமானது. வேள்வியின் உறுப்பினர்களே இக்கடவுள்கள். அரணிக்கட்டையைக் கடைந்தால் தீ வருவதுபோல வேள்வியில் மந்திரத்துக்குக் கட்டுப்பட்டு இவர்கள் வந்தாக வேண்டும்.

மகாபாரதம் முதலிய பிற்கால இதிகாசங்களிலும் புராணங் களிலும் வேள்வியில் வேதமோதி இந்திரனையும் வருணனையும் வரவழைத்து, அமரவைத்து, வேண்டியவற்றைக் கட்டளை யிட்டுப் பெறுவதன் சித்திரங்கள் பல உண்டு. வேத வேள்வியை மீற அத்தெய்வங்களால் முடியாது என்று தொடர்ந்து குறிப்பிடப் படுகிறது. இது தெய்வங்களை மறுத்து வேத வேள்வியை முன்வைக்கும் போக்கேயாகும்.

மீமாம்சையின்படி பிரபஞ்சம் இறைவனால் உருவாக்கப் பட்டதல்ல. அது அதற்குரிய செயல்விதிகளின்படி சுயமாக உருவானது. பிரபஞ்சத்தில் உள்ள பௌதிகப் பொருட்கள் நிரந்தர மானவை. முடிவற்றவை. இந்த பௌதிகப் பிரபஞ்சத்தில்தான் கடவுள்களும் குடிகொள்கின்றன. இப்பிரபஞ்சத்தில் உள்ள ஒவ்வொன்றும் 'செயல் அதன் விளைவு' என்ற மாற்றமுடியாத விதிக்குக் கட்டுப்பட்டவை. கடவுள்களும் அப்படித்தான்.

பிரபஞ்ச இயக்கத்தைப் பற்றிய மீமாம்சகர்களின் முக்கிய பார்வையைக் 'கர்மச் சித்தாந்தம்' எனலாம். பிரபஞ்சமே கர்ம அடிப்படையில் (செயல்/விளைவு என்ற அடிப்படையில்) இயங்குகிறது. பிரபஞ்சத்தில் உள்ள ஒவ்வொன்றுக்கும்

அதற்குரிய கர்மம் அல்லது செயல் கடமை உள்ளது. அக்கர்மத் துக்கு ஏற்ப விளைவுகளும் உள்ளன. மனிதர்களுக்கும் கடவுள் களுக்கும் கர்மங்கள் உள்ளன. அக்கர்மங்களின் அடிப்படைகளை (தர்மங்களை)த் தீர்மானிப்பவை தர்மங்கள். தர்மங்களைக் கூறுபவை வேதங்கள். வேள்வி மனிதனின் கடமை. அதில் பங்கு பெற்றுப் பயன்களை அளிப்பது கடவுளின் கடமை. அதிலிருந்து அவர் தவறமுடியாது. இக்கடமைகளை வகுக்கும் வேதம் மனிதனுக்கும் கடவுளுக்கும் அப்பாற்பட்டது.

மீமாம்சத்தின் இந்தப் பார்வையிலிருந்தே 'விதி' (காமச் சித்தாந்தம் தலையெழுத்து) என்ற கருத்தோட்டமும், மறுபிறப்பு என்ற கருத்தோட்டமும் பிறந்தன என்று கொள்ளலாம். இப் பிரபஞ்சத்தில் உள்ள நிகழ்வுகள் எவையும் இறைவனாலோ வேறு எந்த அதீதச் சக்தியாலோ உருவாக்கப்பட்டவையல்ல என்றும் அவை வேறு செயல்களின் எதிர் விளைவுகளே என்றும் மீமாம்சம் வாதிடுகிறது. ஒரு செயல் இன்னொரு செயலுக்குக் காரணமாகிறது. அது இன்னொன்றுக்கு. இந்தக் காரண காரிய உறவு மூலமே உலகமும் பிரபஞ்சமும் இயங்குகின்றன. நமது துயரங்களுக்கும் மகிழ்ச்சிகளுக்கும் காரணம் நமது முன்னை வினையே என்ற கருத்து மேற்குறிப்பிட்ட மீமாம்சத் தரப்பின் நீட்சி மட்டுமே.

தலைவிதி, மறுபிறப்பு போன்ற கருத்துகளுக்கு வேறு எந்தத் தரிசன மரபிலும் சற்றும் இடமில்லை என்பதைக் கவனியுங்கள். இன்று இவை இந்து மதங்கள் அனைத்திலும் பரவியுள்ள பொதுக் கருத்துகளாகவே மாறியுள்ளன. இன்று இந்து மதம் என்பதை நிர்ணயிக்கும் அளவுகோல்களில் ஒன்றாகவே கர்மச்சித்தாந்தம், மறுபிறப்பு ஆகியவற்றில் உள்ள நம்பிக்கை கொள்ளப்படுகிறது. உண்மையில் இது புரோகிதர்களின் வெற்றி. மீமாம்சத்திலிருந்து இந்தக் கருத்துகள் பௌத்தத்தையும் கூட ஊடுருவின.

மாக்ஸ் முல்லர் (தேர்வு நூல் வால்யூம் 19, பக். 211) இந்த விளக்கமே மீமாம்சத்திற்குப் பரவலான அங்கீகாரம் பெற்றுத் தந்தது என்கிறார். 'உலகின் அநீதிகளுக்கும் துயரங்களுக்கும் கடவுளைக் காரணமாக கற்பிக்காமல் அனைத்திற்கும் காரண காரிய உறவின் அடிப்படையிலான விளக்கம் காண மீமாம்சம்

முற்பட்டது. தன் செயல்களுக்குத் தானே பொறுப்பு என அது மனிதனை உணரச் செய்தது' என்கிறார். இது ஒரு விளக்கம் மட்டுமே. மறுபக்கம் 'மீமாம்சகர் அடிப்படையில் ஆன்மிகவாத நோக்குக்கு எதிரானவர்கள். வேதங்களை மாற்றமில்லாத மூலநூல்களாக முன்வைத்தார்கள் என்பதைத் தவிர்த்தால் அவர்களுக்கும் பிற தரிசனங்களுக்கும் எவ்வித வித்தியாசமும் இல்லை' என்கிறார்.

யோசித்துப் பார்த்தால் பெரும் வியப்பு ஏற்படும். இன்று ஆன்மிகமாகக் கருதப்படும் அனைத்தையும் மீமாம்சம் எதிர்க்கிறது. கடவுள் இல்லை. ஞானியும் யோகியும் இல்லை. மனிதனால் அறியமுடியாத எதுவும் பிரபஞ்சத்தில் இல்லை. புலன்களுக்குச் சிக்காத எதுவும் இங்கு இல்லை. ஞானம் தோன்றுவதும் வளர்வதும் இல்லை. எனவே ஞானம் தேடுதல், அடைதல் என்பவற்றுக்கு எவ்விதப் பொருளும் இல்லை. ஆத்மா என்ற அதிதூய சாராம்சம் ஏதுமில்லை. நம்முன் இயங்குவது செயல்களில் ஈடுபடும் பிரக்ஞை மட்டுமேயாகும்.

மீமாம்சம் பல நூற்றாண்டுக் காலம் இந்தியா முழுக்க பெரும் செல்வாக்குப் பெற்றிருந்தது. வைதிகப் புரோகிதர் நமது லௌகீக வாழ்வின் பெரும்பாலான பகுதிகளைத் தீர்மானித்தனர். இவ்வாறு பார்க்கையில் மீமாம்சத்தின் இந்த எதிர்மறை உறுதிப்பாடு ஆன்மிகவாத ஞானமரபுகளை எப்படி எதிர்த்திருக்கும் என்று யோசிக்க முடியும். அதே சமயம் அந்த ஆன்மிக மரபுகள் படிப்படியாக அடைந்த தத்துவத் தரிசனங்களை முழுக்க ஓசைப்படாமல் வைதிகமரபு விழுங்கி தனதாக்கிய படியே வந்திருக்கிறது. ஆன்மிகவாதக் கருத்துகளையெல்லாம் உள்ளடக்கியபடி வளர்ந்த அது இன்று ஆன்மிகவாதமே அதுதான் என்று தன்னை நிலைநிறுத்திப் பிரகடனம் செய்கிறது.

இந்த உள்ளடக்கலைச் செய்தவை பலவகையான பாஷ்யங்கள் (உரைகள்). ஆயினும் இதற்கு முதல் உதாரணமாக ஆகும் நூல் பகவத்கீதைதான். அதில், ஏற்கெனவே இந்நூலில் குறிப்பிடப் பட்டது போல, எல்லாத் தரிசனமரபுகளும் சற்று மழுங்கடிக்கப் பட்டு ஆன்மிக மரபில் இணைக்கப்படுவதைக் காணலாம். வேள்விக்குக் கட்டுப்பட்ட சிறுதெய்வம், விளக்கவே முடியாத

பரம்பொருளும் கூடத்தான் என்று மிகக் கவித்துவமாகக் காட்டும் இடம் பகவத்கீதையில் வரும் கிருஷ்ணனின் விஸ்வரூபக் காட்சி. பார்த்தனுக்குச் சாரதியான கிருஷ்ணன் ஒரு தருணத்தில் அண்டசராசரங்களை ஆளும் பரம்பொருளாகத் தோற்றம் தந்து மீண்டும் தேரோட்டியாகிறான்.

இப்படித் தொகுக்கும்போது முரண்பாடுகள் ஏற்படுமல்லவா என்று கேட்கலாம். முரண்பாடுகளை அப்படியே தக்கவைத்தபடி தான் இந்து புரோகித மரபு இப்போது இயங்கிக் கொண்டுள்ளது. கர்மவினையிலும் மறுபிறவியிலும் நம்பிக்கையுடைய ஒருவருக்குக் கடவுளின் தேவை இல்லை. ஞானத்தின் தேவையும் இல்லை. வேதத்தை மாற்றமில்லாத மெய்ஞானமாகக் கொள்வதாக இருந்தால் எண்ணற்ற பிறநூல்களும் உரைகளும் தேவையே இல்லை. வேள்வியிலும் சடங்குகளிலும் நம்பிக்கை கொண்டோமெனில் யோகமும் தியானமும் அர்த்தமில்லாத வெற்றுப் பயிற்சிகள் மட்டுமே. பிரம்மத்தை அறிந்து அதில் கலந்துவிட முனைபவனுக்கு ஆலயங்கள் தேவையில்லை. இத்தனை முரண்பாடுகளையும், மிகத் திறமையான, சில சமயம் மிக விசித்திரமான தருக்கங்களால் இணைத்து உருவாக்கப் பட்டதே நாம் இன்று காணக்கூடிய, புரோகிதர்களை மையமாகக் கொண்ட இந்துமதம். இந்த இணைப்பு இயல்பாகவோ, முழுமையாகவோ நடைபெறச் சாத்திய மில்லை என்பதனா லேயே இடைவிடாது விளக்கங்களை அளித்த படியே இருக்கும் பிரசங்கிகளும், விளக்குநர்களும் தேவைப் படுகிறார்கள். 'ஆதிசங்கர பாஷ்யம்' முதல் 'அர்த்தமுள்ள இந்துமதம்' வரை நம்மைத் தொடர்ந்தபடியே உள்ளன.

மீமாம்சத்தின் ஆன்மிக வேடம்

மீமாம்ச மரபு கர்மச் சித்தாந்தத்தை முன்வைத்து வேள்வி களை அவசியம் என்கிறது என்று கண்டோம். இன்ன வேள்விக்கு இன்ன பயன் என்று அது பட்டியலிடுகிறது. ஆனால் நடை முறையில் இங்கு ஒரு சிக்கல் எழுகிறது. செய்த கர்மத்துக்கு உடனே பலன் கிடைக்கும் என்பது என்ன நிச்சயம்? வேள்வி செய்தால் பலன் கிடைக்கும் என்பதெல்லாம் வெறும் மத

ரீதியான நம்பிக்கைகள். நடைமுறைக்கு எப்படி அவை செல்லுபடியாகும்?

ஆகவே மீமாம்சம் சற்று ஆன்மிக எல்லைக்குள் நகர்ந்தாக வேண்டிய கட்டாயம் ஏற்பட்டது. எனவே மீமாம்சம் கண்டடைந்த கருத்துதான் 'அபூர்வம்' என்பது. அபூர்வம் என்றால் 'இதற்கு முன் இல்லாதது' என்று பொருள். ஒரு கர்மத்திற்கு முன்பு இல்லாமல் இருந்த ஒரு விஷயம் அக்கர்மத்தின் விளைவாக உருவாகிவிடுகிறது. கர்மத்தின் பயன்தான் அது. ஆனால் அது உடனே நிகழ்வதில்லை. நிகழ்வதற்கான தருணத்தை எதிர்பார்த்து அது புரிந்து கொள்ளமுடியாத ஒரு வெளியில் இருந்து கொண்டிருக்கிறது.

அனைத்தையும் புலன்வழி அறிதலின் எல்லைக்குள் கொண்டு வந்த மீமாம்சம் அபூர்வத்தை மட்டும் புத்திசாலித்தனமாக அனுபவத்திற்கு அதிகமான மர்மமான இருப்பு என்று வகுத்துக் கொண்டது. ஒரு கர்மத்தின் விளைவாக உருவாகும் 'எதிர்கர்மம்' என்று அதைக் கூறலாம். அதாவது மீமாம்சகர்கள் இக உலகைத் துறக்கவோ மறுக்கவோ முனையும் ஆன்மிகவாதிகள் அல்லர். அவர்களுக்கு இகவாழ்வின் இன்பங்கள் மிக முக்கியம். இக வாழ்வுக்காகவே யாகங்களும் சடங்குகளும் செய்யப்படுகின்றன. அந்த அளவில் அவர்கள் லௌகீகர்களே. ஆனால் யாகங்கள் வேள்விகள் முதலியவற்றை விளக்கும்போது எங்காவது தர்க்கம் தரைதட்டினால் சகஜமாக ஆன்மிகவாதத்தில் ஏறிக்கொள்வார்கள்.

அதேபோல ஆத்மாவைப் பற்றி மீமாம்சம் கூறுமிடமும் முரண்பாடுகள் நிரம்பியதாக உள்ளது. ஆத்மா என்பது ஆதி யந்தமற்றது. அழிவற்றது என்கிறது மீமாம்சம். அதாவது, பிரபஞ்சத்தில் உள்ள பிற அனைத்தையும் போலத்தான் அதுவும். ஆனால் அது பிற ஆன்மிகவாத மரபுகள் கூறுவது போல உடலில் இருந்து தனித்து நிற்பதல்ல. உடலின் பகுதியாகவே அது இருக்க முடியும். அது கர்மங்களுக்குக் கட்டுப்பட்டது.

உடல், புலன்கள், புறஉலகத்துடனான உறவுகள் ஆகிய மூன்று பிரச்சினைகளின் மூலம் எல்லைக்குட்படுத்தப்பட்ட ஒன்று தான் ஆத்மா என்கிறது மீமாம்சம். உடலின்றி அது இல்லை. புலன்கள் மூலமே அது அறியவும், வெளிப்படுத்தவும் முடியும்.

புற உலகின் பிறபொருட்களுடன் உறவு கொண்டே அது இயங்க முடியும். ஆகவே அது புறஉலகுக்கும் கட்டுப்பட்டதாகும் என்கிறது மீமாம்சம். ஆனால் அந்த ஆத்மா அழிவற்றது என்றும் அது குறிப்பிடுகிறது.

மீமாம்சத்தின் மெய்காண்முறை

மீமாம்சத்தைப் பொருத்தவரை உண்மையை அறிவதற்கான முதல் அடிப்படை வேதங்களே. வேதங்கள் மொழியில் அமைந்துள்ளன. ஆகவே மொழிசார்ந்த உபகரணங்களை அவர்கள் வளர்த்து எடுத்தார்கள். கண்ணெதிரே தெரிவதை (பிரத்யக்ஷம்) வேதஞானம் மூலம் (சுருதி) ஊகித்தறிய வேண்டும் (அனுமானம்) என்பது அவர்களுடைய வழிமுறையாகும்.

மொழி ரீதியான அறிதலில் மேற்குறிப்பிட்ட மூன்று பிரமாணங்களைத் தவிர வேறு மூன்று பிரமாணங்களும் செயல்படுகின்றன. அவை முறையே அர்த்தாபத்தி, ஸம்பவம், அபாவம் என்பவையாகும். ஒன்றைப் புரிந்துகொள்ள இன்னொன்றைக் கற்பிதம் செய்வது அர்த்தாபத்தி. ஒரு மொழிவழிக் கருத்துக்குப் பூமியில் உள்ள பொருள்வயச் சூழலில் அர்த்தம் இல்லாமலிருக்கலாம். அந்நிலையில் ஒரு கற்பனைப் பொருள் மூலம் அக்கருத்தைப் புரிந்துகொள்ள முயல்வதுதான் இதன் நோக்கம்.

ஒரு கருத்துக்கு எண்ணற்ற விளக்கங்கள் சாத்தியம். அதில் சில விளக்கங்கள் உண்மையும் ஆகக் கூடும். மொழிவழியாக உண்மையை அறியமுற்படும் ஒருவர் இத்தகைய சாத்தியக் கூறுகளைக் கணக்கில் கொண்டாக வேண்டும் என்று பூர்வமீமாம்சம் வாதிடுகிறது. இதை அவர்கள் சம்பவம் என்கிறார்கள்.

நேரடியான அறிதலில் இருந்து மொழிவழி அறிதல் வேறுபடும் இடம் ஒன்று உண்டு. அங்கு 'இல்லை' என்பதும் ஒரு இருப்பேயாகும். 'கடவுள் இல்லை' என்பது ஒரு கருத்து. கடவுள் பற்றிய பல கருத்துகளில் ஒன்றாக அதைக் கணக்கில் கொள்ள வேண்டும். இதை அபாவம் என்கிறது மீமாம்ச மரபு.

மீமாம்ச மரபினைப் பொருத்தவரை மொழி வழி வெளிப்பாடு எப்போதுமே குறைபட்ட ஒன்றுதான். தன் முழுமையில் அழிவின்றி இருந்தபடியே இருக்கும் அர்த்தத்தை நோக்கி

சொற்பொருள் உறவின் வழியாக முடிவின்றி நகர்ந்து கொண்டிருக்கிறோம் என்று அது கூறுகிறது. நவீன மொழியியல் கருத்துகளான 'அர்த்தத்தை ஒத்திப் போடுதல்', 'அர்த்தம் நழுவிச் செல்லுதல்' போன்ற கருத்துகளுடன் பெரிதும் ஒத்துப்போகும் தரப்பு இது. அர்த்தப்படுத்துதல் மாறும்போது அர்த்தம் மட்டும் அழிவேயில்லாமல் உள்ளது என்று மீமாம்சகர் கூறுகிறார்கள்.

ஒன்றுமட்டும் உறுதி, இன்றைய வைதிக புரோகித மரபுக்கு அடிப்படையான தரிசனம் மீமாம்சமேயாகும். வேதங்களை மூலநூல்களாகக் கூறும் போக்குக்கும், சாஸ்திர ஆராய்ச்சிக்கும் இன்றும் மீமாம்சையே ஆதாரமாக உள்ளது. ஆனால் மீமாம்சையில் இன்றைய வைதிக புரோகித மரபின் பல கூறுகள் இல்லை. உதாரணமாக இகலோகம் மாயை, இறைவனே உண்மை என அது கூறவில்லை. பரம்பொருள் பற்றிய கருத்து அதில் இல்லை. இகலோக சுகங்களைத் தாண்டிய முக்தி என எதையும் அது குறிப்பிடவில்லை. இறையனுபவம் என்ற பரவசநிலையைப் பற்றிக் கூட அது பேசவில்லை. ஏன் பக்தி என்ற விஷயத்துக்கே கூட மீமாம்சத்தில் இடமில்லை. அது சடங்குகளை முறைப்படி செய்து அவற்றின் பிரதிபலன்களைப் பெற்று வாழ்வது எப்படி என்று மட்டுமே பேசுகிறது. பிற அனைத்துமே பிற்பாடு இணைக்கப்பட்டவையாகும்.

இப்போது கிருஷ்ணர் ஏன் வேதங்களை இக உலக இச்சைகளை வளர்க்கும் போக்கு என்று கீதையில் குறிப்பிட்டார் என்று புரிந்திருக்கும். கணிசமான உபநிடதங்கள் ஏன் வேதங்களை நிராகரிக்க முற்படுகின்றன என்பதும் தெளிவாகியிருக்கும்.

மீமாம்சையின் கொடை என்ன? மொழியியலுக்கு அது ஆற்றிய பங்களிப்புதான். அதன் பாதிப்பு என்ன? இந்தியச் சமூகத்தில் சாதிமுறையை ஒரு மதத் தத்துவமாக நிலைநாட்டியவர்கள் மீமாம்சகர்களே. சாதி முறையின் உற்பத்தியும் வளர்ச்சியும் இந்தியப் பழங்குடி மனத்தைச் சார்ந்தது. ஆனால் அதற்குத் தத்துவ அடிப்படையை மீமாம்சகர்களே அளித்தனர். இதன் காரணமாகவே இந்திய ஞானமரபு மீது அயராத ஆர்வமும் காதலும் கொண்ட ஷெட்பாட்ஸ்கி, தாஸ்குப்தா போன்ற இந்தியவியலாளர்கள் கூட மீமாம்சகர்களைப் பற்றிப் பேசும்போது

சற்றுக் கசப்புடனேயே குறிப்பிடுகிறார்கள்.

'ரிக்வேத காலப் புராதன ஆசிரியர்களிடம் வர்ண வேறு பாடுகள் இருக்கவில்லை. யாகங்கள் செய்யும் உரிமை அனைவ ருக்கும் இருந்தது. மீமாம்சகர்கள்தான் அந்த உரிமையைச் சூத்திரர் களுக்குத் தராமல் தடுத்தனர்' என்று மார்க்ஸிய தத்துவ ஆய்வாளரான கே. தாமோதரன் குறிப்பிடுகிறார். ஜைமினியின் மீமாம்ச சூத்திரங்களில் நான்கு வர்ணங்களுக்கும் வேள்வி நடத்தும் உரிமை உண்டு என்ற கருத்து நிலவி வருவதாகவும் அது தவறு; முதல் மூன்று வர்ணத்தவர் மட்டுமே யாகத்திற்குத் தீ மூட்டும் உரிமை உடையவர்கள் என்றும் கூறப்படுகிறது. *(மீமாம்ச சூத்திரங்கள் VII, 12526)* இங்கு நாம் கவனிக்க வேண்டியது பிற்பாடு அவ்வுரிமை முதல் வர்ணத்தவர்களுக்கு மட்டுமாக மாற்றப்பட்டது என்பதையே.

ஜைமினியின் கருத்துகளை மேலும் இறுக்கமான புரோகித வாதமாக மாற்றியவர் கி.மு. ஒன்றாம் நூற்றாண்டில் வாழ்ந்த உரையாசிரியரான சபரன் என்பவராவார். பிற்பாடு பிரபாகரர், குமரிலர் முதலியோர் மீமாம்ச சூத்திரத்திற்கு உரை எழுதி னார்கள். உரைகள் வழியாக மீமாம்சம் இரு திசைகளில் வளர்ச்சி அடைந்தது. பிற ஆன்மிகவாத மரபுகளையும், ஏன் தூய பௌதிகவாத மரபுகளையும் கூட தன்னுள் இணைத்துக் கொண்டது. அதற்கு ஏற்ப தன் தர்க்க முறைகளை விரிவு படுத்தியது. மறுபக்கம் புரோகிதச் சடங்குகளை மேலும் இறுக்கி ஒரு பிராமண மதமாக மீமாம்சம் மாறியது.

மீமாம்சத்தின் வளர்ச்சிக்கு என்ன காரணம்?

ஒரு விஷயத்தை இதுவரை இந்நூலை வாசித்தவர்கள் கவனித் திருப்பார்கள். சாங்கியம், யோகம், நியாயம், வைசேஷிகம் ஆகிய தரிசனங்களில் யோகம் மட்டுமே ஒரு சிறு வட்டத்திலேனும் இன்றும் நிலவி வருகிறது. மற்ற தரிசனங்கள் உடைந்து சிதைந்து பிற மரபுகளால் உள்வாங்கப்பட்டு அவற்றின் உள்ளூறுப்புகள் என்ற நிலையிலேயே இன்று காணக்கிடைக்கின்றன. ஆனால் பூர்வமீமாம்சையோ இன்றும் வலுவாக நம்மிடையே உள்ளது. அதன் உடல் மாறியிருக்கலாம். இந்து ஞானமரபின் எல்லாத்

தரிசனங்களையும் பிய்த்து ஒட்டுப்போட்ட வடிவில் உள்ளது அதன் உடல். ஆனால் அதன் ஆத்மாவான புரோகிதவாதம் அப்படியேதான் உள்ளது. ஏன்?

இன்றைய அறிவியல் யுகத்திலும் வேள்விகளும் ஹோமங் களும் நடந்து வருகின்றன. இந்தியாவிலேயே கல்வியறிவும் நவீன அரசியல் பிரக்ஞையும் மிகுந்த கேரளத்தில்தான் சமீப காலங்களின் மிகப்பெரிய யாகங்கள் நடைபெற்றன. அவை ஏதோ ஒரு சிறு குழுவால் செய்யப்படவில்லை. மிகப் பெரிய மக்கள் பங்கேற்புடன் நடைபெற்றன என்பதை நாம் கருத்தில் கொள்ள வேண்டும்.

புரோகித மரபின் வெற்றிக்கு இன்றும் நம் சமூகத்தில் பிராமணர்களுக்கு இருக்கும் முக்கியத்துவம் ஒரு முக்கியக் காரணம் என்பதை மறுப்பதற்கில்லை. சமூகப் பொருளாதாரத் தளத்தில் மற்ற சாதிகள் முன்னேறும்போது கூட சோதிடர்கள், புரோகிதர்கள் என்று வடிவில் பிராமணர்கள் அவர்கள் மீது பெரும் செல்வாக்குச் செலுத்துகிறார்கள். ஆனால் இதைவிட முக்கியமான சில காரணங்கள் வேள்வி முதலிய சடங்குகளின் செல்வாக்குக்கு அடிப்படையாக உள்ளன.

மேலே குறிப்பிட்ட தரிசனங்கள் அனைத்தும் தத்துவங்களாக மாறியே செயல்படுகின்றன. அறிவார்ந்த தேடல் உடையவர் களுடன் மட்டுமே அவை உரையாட முடியும். யோகம் கூட அறிவார்ந்த தத்துவ அடிப்படையில்தான் இயங்க முடிகிறது. ஆனால் பூர்வமீமாம்சை மட்டும் அப்படி அல்ல. அது முழுக்க முழுக்கச் சடங்குகள் சார்ந்தது. அதன் வெற்றிக்கு அடிப்படைக் காரணம் இதுவே.

பகுத்தறிவின் பார்வையில் சடங்குகள் எப்படி விளக்கப் பட்டாலும் நவீன உளவியல் அறிமுகம் உடைய ஒருவரால் சடங்குகளின் குறியீட்டு முக்கியத்துவத்தை நிராகரித்துவிட முடியாது. அறிவை ஓரம் தள்ளி, நேரடியாகச் சென்று ஆழ்மனத்துடன் தொடர்பு கொள்பவை சடங்குகள். சடங்குகள் என்பவை பெரும்பாலும் நம்பிக்கைகள், தத்துவ நிலைப்பாடு கள், தரிசனங்கள் முதலியவை குறியீட்டுச் செயல்பாடாக மாறும்போது உருவாகக் கூடியவையே. நவீன வாழ்வில் கூட

சடங்குகள் உதித்தபடியேதான் உள்ளன. பெரும் தொழிற் சாலைகள் திறந்து வைக்கப்படுகின்றன. தலைவர் சிலைகள் முன் மாலை அணிவித்து உறுதி பூணுகிறோம். ஐந்து நிமிட மௌனம் அனுஷ்டிக்கிறோம். மனிதச் சங்கிலியாக அணிவகுக்கிறோம். இச்சடங்குகள் வெகு ஜன மனத்திற்கு மிகுந்த தீவிரத்துடன் சென்று சேர்கின்றன.

அதிலும் மீமாம்சத்தின் சடங்குகள் உருவாக்கப்பட்டவை அல்ல. மிகப் புராதன காலத்திலிருந்தே இங்கு நிலவி வந்தவை. இயற்கையையும் வாழ்வையும் எதிர்கொண்ட பண்பட்டா மனத்தில் உருவான குறியீட்டு நடவடிக்கைகள் அவை. காலம் அளிக்கும் நெருக்கடிக்கு ஏற்ப அவை உருமாறி வந்தபடியே உள்ளன. புத்தம்புதுக் கப்பலைக் கடலில் இறக்கும்போது அதில் தேங்காயை அடித்து உடைக்கும் நவீனயுக அமைச்சரின் செயலுக்குப் பின்னால் அதிகம் விலகி அல்ல, நரபலியிட்ட ஆதிவாசி நிற்கிறான் அல்லவா?

வேள்விச் சடங்குகள் ஆரியர்களுக்கு மட்டும் உரியவை என்பது தவறு என்று இன்றைய மானுடவியல் கண்டடைந் துள்ளது. நெருப்பில் உணவு முதலியவற்றை ஆகுதி செய்து இறைவனுக்கு அனுப்புதல் போன்ற சடங்குகளைச் செய்யாத பழங்குடியினர் இல்லை. வரலாற்றுத் தத்துவ ஆய்வாளரான கே. தாமோதரன் தன் நூலில் (இந்தியச் சிந்தனை, அத்தியாயம் 2) கேரளப் பழங்குடிகளின் பிரார்த்தனையும் சடங்கும் அப்படியே ரிக்வேத பிரார்த்தனைக்கும் வேள்விக்கும் சமானமாக இருப்பதைச் சுட்டிக்காட்டியிருக்கிறார். மீமாம்ச மரபு வேள்விச் சடங்குகளைத் தொடர்ந்து மேலும் மேலும் குறியீட்டு ரீதியாகச் செறிவுபடுத்தியது என்று கூறலாம்.

இன்று வேள்விச் சடங்குகளைப் பார்க்கும்போது கன்று களைப் பலியிடும் சடங்குகள் முதல் பூமிபூஜை, நிலவளச் சடங்கு கள் வரை பலவகையான சடங்குகள் அவற்றில் கலந்துள்ளமை நமது கவனத்திற்கு வரும். மேய்ச்சல் தொழில் கொண்ட மக்களின் சடங்குகளும் அவற்றில் உள்ளன. விவசாயத் தொழில் செய்த மக்களின் சடங்குகளும் அவற்றில் உள்ளன.

இன்றைய வேள்விச் சடங்குகளில் குறைந்தது ஐநூறு

வகையான மாறுபட்ட சடங்கு முறைகள் இணைக்கப்பட்டுள்ளன என்பதை ஆய்வாளர் சுட்டிக்காட்டியுள்ளனர். அதர்வணவேதம் பழங்குடி வழிபாடுகளை ஒழுங்குபடுத்தி வைதிக மரபில் இணைப்பதற்கென்றே உருவாக்கப்பட்டதாகும். பிற வேதங்களுடன் அதற்கு மிகவும் தெளிவில்லாத உறவுதான் உள்ளது. பிற்காலத்தில் உருவான தாந்த்ரீக மதங்களில் உள்ள சடங்குகளும் வைதிக/புரோகித மரபில் இணைக்கப்பட்டன என்பதைப் பட்டாச்சார்யா, தாஸ்குப்தா முதலியோர் குறிப்பிட்டிருக்கிறார்கள்.

நாம் நம் கண்ணெதிரிலேயே வைதிகச் சடங்குகளில் மாற்றம் வருவதைக் காணமுடியும். சமீபகாலமாக தமிழகம் முழுக்கக் கணபதி ஹோமத்திற்குச் சாதி எல்லைகளைக் கடந்து ஏற்பட்டுள்ள முக்கியத்துவம் ஓர் உதாரணம். வைதிக மரபில் கணபதியின் இடம் என்ன என்று யோசித்தால் வியப்பே ஏற்படும். சைவக் கடவுள்கள் வேள்வி மரபில் இணைக்கப்பட்டது இவ்வாறு படிப்படியாக நடைபெற்ற மாற்றமே.

வைதீகப் புரோகித மரபின் முக்கியமான உத்தி, மிக வெற்றிகரமான உத்தி, ஆலய மரபுடன் வேள்வி மரபினை இணைத்ததுதான் என்று இந்தியவியலாளர் பொதுவாகக் கூறுகிறார்கள். வேள்வி மரபில் கோயில் என்ற கருத்துக்கே இடமில்லை. வேள்வி இடம் வைதிகர்களால் விதிமுறைகளின்படி தற்காலிகமாக அமைக்கப்படுவது மட்டுமே. கோயில்கள் அப்படி அல்ல. அவை நிரந்தர கடவுள் உறைவிடங்களாகக் கற்பிதம் செய்யப்பட்டவை. ஆகவே வேள்வியை மையமாகக் கொண்ட புரோகித மரபுக்கு வெளியே உள்ளவை அவை.

வரலாற்றாசிரியர்களின் கருத்துப்படி கி.பி. ஐந்தாம் நூற்றாண்டில், அதாவது குப்தர்களின் காலத்தில் தான், வேள்வி மரபு ஆலய மரபுடன் தன்னை இணைத்துக்கொண்டது. ஆலயங்களில் வேள்வியின் சடங்குகளும் பலிமுறைகளும் புகுத்தப்பட்டன. பலவகையான ஆகமவிதிமுறைகள் உருவாகி வந்தன. இம்முறைகளுக்கு இடையே போட்டியும், படிப்படியான இணைவும் நடைபெற்றது. இன்று சில வரலாற்றாய்வாளர்கள் கூட ஆலய முறை என்பது வேள்விப் பீடங்களை அமைக்கும் வைதிகமரபில் இருந்து கிளைத்தது என்று வாதிடுகிறார்கள். அது

பிழை என்பது கண்கூடு. மிகச் சமீப காலம்வரை ஏன் இன்றும்கூட ஆலய நிர்மாண ஞானம் என்பது வைதிக /புரோகித மரபுக்கு வெளியேதான் இருந்துள்ளது. ஸ்தாபத்திய ஞானம் வைதிகத்துக்கு எதிராகத் தாந்த்ரீகச் சார்பு உடையதாகவே இருந்திருக்கிறது.

ஆலயங்களை உள்ளிழுத்துக்கொண்ட போது வைதிக மரபுக்கு மேலும் வீச்சுள்ள ஒரு ஆயுதம் கிடைத்தது. அதை அவர்கள் விரிவாகப் பயன்படுத்திக்கொண்டனர். ஆதி வைதிக மரபுக்கு விக்ரக வழிபாட்டில் ஆர்வம் இருந்ததில்லை. ஆலயங்களோ விக்கிரகங்களை மையமாகக் கொண்டவை. விளைவாக வைதிக மரபுக்கு ஏராளமான குறியீட்டு வடிவங்கள் கிடைத்தன. வேள்வி என்ற குறியீட்டுடன் விக்ரகம் என்னும் குறியீடும் இணைந்து கொண்டது. பூர்வமீமாம்சையின் மிகப் பலவீனமான தத்துவத் தரிசனம் இந்தியாவில் அசைக்க முடியாதபடி அமர்ந்தது இப்படித்தான்.

2. 7. முதல் முழுமைவாதம் வேதாந்தம்

வேதத்தின் அந்தம் (இறுதி) தான் வேதாந்தம். இன்று இச்சொல் உருவாக்கும் அர்த்தத் தளங்களை ஒருவாறேனும் வகைப்படுத்திய பிறகு, அவற்றைத் தாண்டிச் சென்று மட்டுமே நாம் வேதாந்தம் பற்றிப் பேசமுடியும்.

'...புரியாமல் போனாலே வேதாந்தம்' என்பது கண்ணதாசன் வரி. பலகாலமாகவே உதவாத வெட்டித் தத்துவ விவாதம்தான் வேதாந்தம் என்ற நம்பிக்கை நம் பாமர மனத்தில் உள்ளது. மறுபக்கம் வேதாந்தக் கருத்துகள் நமது எளிய அன்றாடச் சிந்தனைகளில் கூட ஆழமாக பாதிப்பையும் செலுத்தியுள்ளன. இந்திய மனத்தை ஆட்கொண்டிருக்கும் மாயாவாதம் வேதாந் தத்தின் பிற்கால சிருஷ்டியே.

இன்றைய சூழலில் தமிழ்நாட்டில் வைணவர்களே அதிக மும் வேதாந்திகள். ராமானுஜரின் விசிஷ்டாத்வைதம் பிற்கால வேதாந்த மரபுகளில் முக்கியமானது. தமிழ் நாட்டில் தென் கலை வைணவர்கள் அதைப் பின்பற்றுகிறார்கள். வடகலை வைணவர்களிடம் உபநிடதங்களை அடிப்படையாகக் கொண்ட ஆதி வேதாந்தத்தின் செல்வாக்கு உண்டு. சைவர்களிடம் சைவ சித்தாந்தம் ஆழமாக வேரூன்றியிருப்பதனால் வேதாந்தம் தன் நேரடிப் பாதிப்பைச் செலுத்தவில்லை.

ஆனால் இன்று இந்து மதங்களில் எல்லாத் தரப்பிலும் வேதாந்தத்தின் பாதிப்பு மிக ஆழமானது. சைவ சித்தாந்தமே கூட சிறிய நுட்பங்களைத் தவிர்த்தால் தத்துவார்த்தமாக வேதாந்தம்தான். எந்த வழிபாட்டு மரபுகளைப் பார்த்தாலும்

முதல் தளத்தில் அந்த வழிபாட்டு மரபிற்குரிய தனித்த சடங்கு முறைகளும் நம்பிக்கைகளும் பேசப்படும். அதற்குரிய தெய்வம் முன்னிறுத்தப்படும். அதைத் தாண்டி உள்ளே போனால் வேதாந்தமே வெளிவரும். மிகச் சிறந்த சமீபகால உதாரணம் மேல்மருவத்தூர் ஆதிபராசக்தி பீடத்தின் தத்துவம்.

இப்படிப் பார்த்தால் இன்று இந்து மதம் என்று கூறப்படும் மதத் தொகுதியின் மையமான தரிசனம் வேதாந்தமே என்று கூறிவிட முடியும். வேதாந்தத்தை இந்து மதத்தின் ஆதாரத் தத்துவக் கட்டுமானம் என்று கருதும் மேற்கத்திய அறிஞர்களும் பலர் உண்டு. ஆனால் வேதாந்தம் என்பது ஒற்றைப் படையான ஒரு தத்துவ அமைப்பு அல்ல. அது காலம் தோறும் வளர்ந்து உருமாறியபடியே இருக்கும் ஒன்றாகும். அதன் பரிணாம மாற்றத்தை அறிந்தால்தான் இந்தியச் சிந்தனை மரபின் வளர்ச்சி யையும் புரிந்துகொள்ள இயலும்.

வேதாந்தத்தின் மூலநூல்களாக உபநிடதங்கள் பொதுவாகக் குறிப்பிடப்படுகின்றன. உபநிடதங்களின் முக்கியமான சிந்தனை கள்தான் வேதாந்தமாக வளர்ந்தன என்பது உண்மையே. ஆனால் உபநிடதங்கள் அனைத்தும் ஒரே குரலில் பேசுபவை அல்ல. அவற்றிற்கெல்லாம் பொதுவான ஒரு தத்துவ அமைப்பும் கிடையாது. அவற்றில் பௌதிகவாதமும் உண்டு. ஆன்மிக வாதமும் உண்டு. வேதங்களின் தொடர்ச்சியும் வளர்ச்சியும் உண்டு. வேத எதிர்ப்பும் உண்டு.

வேதாந்த மரபின் ஆதிகுரு பாதராயணர். இவர் கி.மு. நான்காம் நூற்றாண்டுக்கும் கி.மு. இரண்டாம் நூற்றாண்டுக்கும் நடுவே வாழ்ந்திருக்கக் கூடும் என்று பரவலாக அறிஞர்கள் நம்புகிறார்கள். இவருடைய ‘பிரம்மசூத்திரங்கள்’ என்ற நூலே வேதாந்த மரபின் முக்கியமான இலக்கண நூலாகும். ஆனால் வேத வியாசர்தான் வேதாந்தத்திற்கும் முதல் குரு என்பது புராண நம்பிக்கை. உபநிடதத் தரிசனங்களில் உள்ள பரந்து விரிந்து செல்லும் சுயேச்சையான தேடல்களைத் தொகுத்து ஒருங்கிணை வுள்ள ஒரு தத்துவச் சிந்தனையாக மாற்றியவர் பாதராயணர்தான்.

வேதாந்தத்தின் முக்கிய தேடல் பிரபஞ்சத்தின் ஒட்டு மொத்த சாராம்சமாக உள்ள பிரம்மத்தைப் பற்றியதாகும். வேதாந்தம்

பிரம்மத்தை மையமாக்கி பிரபஞ்ச இயக்கத்தை விளக்க முயலும் ஒரு தரிசனம். இதை உத்தரமீமாம்சை என்று கூறுவார்கள். பல சிந்தனையாளர்கள் இது பூர்வ மீமாம்சையின் ஒரு பகுதியே என்று கூறுவதுண்டு. ஆனால் வித்தியாசங்கள் வலுவானவை, தீவிரமானவை. வேதாந்தம் 'பிரம்ம மீமாம்சை' என்றும் குறிப்பிடப்படுவதுண்டு. 'ஞான மீமாம்சை' என்று சிலர் பிறபாடு குறிப்பிட்டிருக்கிறார்கள்.

மண்டன மிஸ்ரர் போன்ற பிற்கால அறிஞர்கள் இரு மீமாம்சைகளையும் இணைத்துக் கர்மஞான சமுச்சயவாதம் (கர்ம ஞான இணைப்புவாதம்) என்ற தத்துவ முறையை உருவாக்கியிருக்கிறார்கள்.

வேதாந்தத்தின் தரிசனம்

உத்தர மீமாம்சை (அல்லது வேதாந்தம்) பூர்வ மீமாம்சையுடன் ஒத்துப்போகும் முக்கியமான இடம் அதுவும் வேதங்களை மூலநூலாக ஏற்கிறது என்பதேயாகும். ஆனால் வேதங்களில் உள்ள சடங்குகளை அது ஏற்கவில்லை. வேதங்களில் உள்ள ஞானத் தேடலையும் தரிசனங்களையும் மட்டும் ஏற்கிறது. அதையே மேலும் விரிவான முறையில் அது உபநிடதங்களில் கண்டடைகிறது. அத்தரிசனங்களைத் தத்துவார்த்தமாக விரிவாக்கிக் கொள்ளவும் செய்கிறது. வேதாந்திகளுக்கு வேள்விகளில் ஆர்வமில்லை.

நான்கு அத்தியாயங்களிலாக 560 சூத்திரங்கள் கொண்டது பிரம்மசூத்திரம். இதன் மூலம் அத்தியாயம் சமன்வயம் (ஒருங்கிணைப்பு) என்று பெயர் சூட்டப்பட்டுள்ளது. உபநிடதங்களில் உள்ள பற்பல சிந்தனைத் தரப்புகளை ஒருங்கிணைத்துத் தான் பிரம்மசூத்திரம் ஒரு தத்துவ அடிப்படையைக் கற்பனை செய்ய முயல்கிறது. அனைத்திற்கும் மூலகாரணமான பிரம்மத்திலிருந்து எப்படிப் பிரபஞ்சம் உருவாகி வருகிறது, எப்படி அதிலேயே சென்று மறைகிறது என்று விளக்க முற்படும் பகுதி இது. இத்தரிசனத்தை வேதங்களில் ரிஷிகளின் சொற்கள் எப்படி முன்வைக்கின்றன என்று விளக்க முற்படுகிறது இரண்டாம் அத்தியாயம். பிரம்மத்தை உணர்வதற்கான வழிமுறைகளை

மூன்றாம் அத்தியாயம் பேசுகிறது. பிரம்மஞானம் ஏன் அவசியம் என்று நான்காம் அத்தியாயம் பேசுகிறது.

ரிக் வேதத்தின் பத்தாம் மண்டலத்தில் உள்ள தத்துவார்த்தமான தேடல், அதில் உள்ள சிருஷ்டிகீதம் எழுப்பும் தரிசன எழுச்சி ஆகியவை குறித்து ஏற்கெனவே குறிப்பிட்டோம். அங்கிருந்து தான் வேதாந்தமே தொடங்குகிறது என்றால் மிகையல்ல. இப்பிரபஞ்சத்தின் மூலகாரணம் என்ன? இதன் சலனங்களின் இயக்க விதிகள் என்ன? இதன் நோக்கம் என்ன? இதன் முடிவு எங்கு? இவையே அடிப்படைக் கேள்விகள்.

பிரம்மசூத்திரம் இதை இவ்வாறு விளக்குகிறது. 'இப் பிரபஞ்சம் எங்கிருந்து உருவாயிற்றோ அதுவே பிரம்மம்' (ஜன்மாத்யஸ்ய யத). இதற்கு மூலமாக அமையும் கருத்து தைத்ரீயயோபநிடதத்தில் உள்ளது. "இந்த உயிர்களெல்லாம் எதில் நின்று பிறந்தனவோ, எதை நம்பி வாழ்கின்றனவோ, எதில் சென்று மறைகின்றனவோ, அது என்ன என்று அறிவாயாக. அதுவே பிரம்மமாகும்."

உபநிடதங்களில் பிரம்மத்தை அறியும், விளக்கும் பல பகுதிகள் அழகிய கவித்துவ சித்தரிப்புகளாக உள்ளன. முக்கிய உபநிடதங்க ளாகிய கடம், கேனம், மாண்டூக்யம், ஈசம், சாந்தோக்யம், பிரகாதரண்யம், தைத்ரீயம் ஆகியவற்றில் பிரம்மத்தை விளக்கும் முக்கியமான ஆப்தவாக்கியங்கள் உள்ளன. அகம் பிரம்மாஸ்மி (நானே பிரம்மம்), பிரக்ஞானம் பிரம்மாஸ்மி (பிரக்ஞையே பிரம்மம்), ஈஸாவாஸ்யம் இதம் சர்வம் (இவையனைத்திலும் இறை உறைகிறது), தத்வமஸி (அது நீயேதான்) போன்ற ஆப்த வாக்கியங்கள் புகழ் பெற்றவை. இவற்றைப் பற்றிய விரிவான விளக்கங்கள் இந்திய ஞானமரபை விரிவாக திரும்பக் கூறும் நிலையையே உருவாக்கிவிடும். ஆதி வேதாந்தம் இவற்றையே தன் மூலக்கருத்துகளாகக் கொண்டிருக்கிறது.

பிரம்மம்

இந்திய மெய்ஞானமரபு தன் பல்வேறு தரிசனப் பயணங் களின் மூலம் சென்றடைந்த உச்சம் என்ன என்ற வினாவுக்கு இந்தியவியலாளர்கள் அனைவரும் ஏறத்தாழ ஒரே விடையையே

கூறுகின்றனர். தன் துவக்கப் புள்ளியிலேயே ரிக்வேத சிருஷ்டி கீதத்திலேயே அதை நம் மரபு கண்டடைந்து விட்டிருந்தது.

‘அதை யார் சிருஷ்டித்தார்கள்
அல்லது சிருஷ்டிக்கவில்லை
வானில் உறையும்
அதுவே அறியும்
அல்லது அதுவுமறியாது’

என்ற மகத்தான கவித்துவ உச்சமாக அதை நாம் அங்கு காண்கிறோம்.

பல இடங்களில் எரியும்
தீ ஒன்றே
எங்கும் ஒளிரும்
சூரியனும் ஒன்றே
இவற்றையெல்லாம்
ஒளிர வைக்கும்
உஷை ஒன்றே
அந்த ஒன்றே
இவையெல்லாம். (ரிக்வேதம் VII58.2)

என்று ரிக்வேதம் பிரம்ம தரிசனத்தைக் கவிதையனுபூதியின் மூலம் முன்வைக்கிறது. நூற்றாண்டுகள் பல தாண்டியபோதிலும் அந்தக் கவித்துவப் பரவசம் தன் ஒளியைச் சற்றும் இழக்காமலிருக்கிறது.

பிரம்மம் என்ற கருத்துருவம் பிரபஞ்சத்தை ஓர் உச்ச மனநிலையில் ஒற்றைப் பேருறுப்பாகக் கண்டதன் விளைவாகும். பிற்பாடு இந்தியச் சிந்தனை மரபுகள் அனைத்திலும் இக்கருதுகோள் செல்வாக்குச் செலுத்தியது. பௌத்தர்கள் கூறும் மகாதர்மம் பிரம்மத்தின் வேறுவகை விளக்கமே. மகாசூனியமும் கூட வேறல்ல. இந்திய மரபில் மட்டுமல்ல. சீன ஜப்பானிய சிந்தனை மரபுகளிலெல்லாம் பிரம்ம தத்துவம் பெரும் தாக்கத்தை நிகழ்த்தியது. அதிநவீன இயற்பியல் அறிஞர்கள் வரை அதன் ஒளியின் வீச்சு நீடிக்கிறது.

உலகளாவிய ஆன்மிகவாதக் கருத்துகளில் நவீன அறிவியலின் ஒளிபடும்தோறும் மெருகேறி வரும் ஒரே கருத்தும் அதுதான். மிகக் குறைத்துப் பார்த்தால் அது பிரபஞ்ச நிகழ்வுகளுக்கு இடையே உள்ளோடும் ஒரு தருக்கபூர்வ ஒருமையைக் குறிக்கிறது.

மிக உச்ச நிலையில் பிரபஞ்சம் என்பது ஒற்றைப் பெருநிகழ்வே என்றும் அதற்கு சாராம்சமான ஓர் இலக்கும் திட்டமும் உள்ளது என்றும் கூறுகிறது.

ஆனால் பிரம்மம் குறித்து இந்திய ஞானமரபுகள் எல்லாம் ஒரே போன்று சிந்திக்கின்றன என்று பொருள் கொண்டால் அது பெரும் தவறாக முடியக்கூடும். உபநிடதங்களில் பிரம்மத்தைப் பற்றி உச்சகட்ட கவித்துவ அனுபவங்களும் பிரம்ம அனுபவத்தின் அழகிய பதிவுகளும் உள்ளன. இக உலகை நிராகரிக்கவும், இங்கு நிலவும் அடக்குமுறைக் கொடுமைகளையும் சுரண்டலையும் புறக்கணித்து, பொய்யான மனமயக்கங்களில் திளைக்கவும் பிரம்மத் தத்துவமும் உபநிடதங்களும் வரலாறு முழுக்கப் பயன்படுத்தப்பட்டுள்ளன; பயன்படுத்தப்பட்டும் வருகின்றன.

இவ்விரு தளங்களும் வேதாந்த தரிசனத்திற்கும் உண்டு என்று வகுத்துக்கொள்வது தெளிவு தரும். பிரம்ம அனுபவம் மிக அந்தரங்கமானது. ஆகையால் அதை விளக்கவும் நிறுவவும் வேதாந்திகள் மிகக் கடுமையான தத்துவப் போராட்டங்களில் ஈடுபட வேண்டியிருந்தது. சொல்லப் போனால் இந்திய ஞான மரபில் ஆரம்பக் காலம் முதலே முக்கியமான ஞான விவாதங் களில் ஒருதரப்பு வேதாந்தமேயாகும். முதலில் வேதாந்தமும் பௌதிகவாதத் தரிசனங்களும் விவாதித்துக் கொண்டன. பிறகு பௌத்த சமண மதங்களுடன் விவாதம் தொடர்ந்தது. பிற்பாடு வேதாந்தத்துக்குள்ளேயே நடந்த விவாதங்கள். பிறகு சைவ சித்தாந்தம் முதலியவற்றுடன் நடந்த விவாதங்கள் உருவாயின.

இந்திய மறுமலர்ச்சியின்போது கூட தூய ஆரிய வாதம் பேசி வேத புரோகித மரபை மீட்க முயன்ற ஆரிய சமாஜத்துடனும், இந்திய ஞானமரபை ஐரோப்பிய மதக் கொள்கைகளின் அடிப்படையில் மறு ஆக்கம் செய்ய முயன்ற பிரம்ம சமாஜம், ரமாபாய் வட்டம் முதலிய அமைப்புகளுடனும் போராடியது விவேகானந்தர் முதலியோரின் வேதாந்தமேயாகும். இந்தியாவில் பரவ எத்தனித்த கிறிஸ்தவத்துடனும் பிறகு வந்த நவீனச் சித்தாந்தங்களுடனும் மோதியது நாராயணகுரு, அய்யா வைகுண்டர் முதலிய ஞானிகளால் முன்வைக்கப்பட்ட வேதாந்தமேயாகும். தன் உக்கிர நிலையில் வேதாந்தம் இந்திய

மெய்ஞானமரபின் பிரதிநிதியாகவே நின்று பேசவல்லது.

இது இருமுனைப்பட்ட விளைவை உருவாக்கியது என்பதை நாம் கவனிக்கவேண்டும். பிற தரப்புகளுடன் தொடர்ந்து விவாதித்ததன் மூலமே இந்தியாவில் எழுந்த எல்லா ஞான அலைகளிலும் உள்ள சிறந்த அம்சங்களையெல்லாம் வேதாந்தத்தால் உள்வாங்கிக்கொள்ள முடிந்தது. சாங்கியத்தில் உள்ள புருஷ தத்துவம், வைசேஷிகத்தில் உள்ள தன்மாத்திரைகள் பற்றிய கொள்கை, யோகத்தின் தியான முறைகள், நியாயத்தின் தருக்க முறைகள் எல்லாமே வேதாந்தத்தில் அடங்கிக்கொண்டன. இதற்கு மாற்றாக மேற்படி தரிசனங்களை வேதாந்தம் எப்படி மாற்றியமைத்தது என்று ஏற்கெனவே கண்டோம்.

வேதாந்தம் பௌத்த சமண மதங்களுடன் ஆழமான விவாதத்தில் ஈடுபட்டதன் விளைவாகவே பிற்கால வேதாந்தங்கள் உருவாயின. முதலில் உருவானது சங்கர வேதாந்தமான அத்வைதம். அது பௌத்தர்களின் விக்ஞான வாதத்தின் அடுத்தபடி என்றே கூறலாம். அதிலிருந்து முளைத்துப் பிரிந்தவை விசிஷ்டாத்வைதமும், துவைதமும், துவைதாத்வைதமும்.

ஐரோப்பிய மதச்சிந்தனைகளுடன் வேதாந்தம் உரையாடியதன் விளைவாக அதன் பிரம்ம தத்துவமானது முழுமுதல் தெய்வம் என்ற கருதுகோளுக்கு அருகே கொண்டு வரப்பட்டது. இதை நாம் விவேகானந்தர், நாராயணகுரு முதலியோரின் சிந்தனைகளில் காணலாம்.

ஆதி வேதாந்தத்தின் தருக்கங்கள்

ஆதி வேதாந்தம் பிற தரிசனங்களுடன் தீவிரமாகப் போராடியது. மூலப்பிரகிருதியில் இருந்து உயிர்ப் பிரபஞ்சம் பிறந்தது என்று சாங்கியர் கூறியபோது, இயற்கை ஜடம், ஜடத்தில் உயிர் எவ்வாறு பிறந்தது என்று வினவினர் வேதாந்திகள். இந்த வினாவை எழுப்பும் பாதராயணர் இயற்கை செயலூக்கம் பெற, உயிர் பெற வேண்டுமென்றால் இயற்கைக்கு அப்பாற்பட்ட ஒரு சக்தி அதில் செயல்பட்டாக வேண்டும். மூல இயற்கையைச் சலன இயற்கையாக ஆக்குவது பிரம்மமே என்று வாதிடுகிறார்.

சாங்கியர்களின் காரணகாரியவாதத்தில் உள்ள ஓட்டை

களையும் வேதாந்தம் தீவிரமாக வெளிக்கொணர்ந்தது. அனைத்திற்கும் காரணம் தேடும் சாங்கியம் மூலகாரணமான ஆதி இயற்கைக்கு மட்டும் காரணம் தேடாததை பாதராயணர் சுட்டிக்காட்டுகிறார்.

உயிருக்கும் ஜடப்பிரபஞ்சத்திற்கும் இடையேயான உறவை விளக்குவதில் இன்று வரை பௌதிக அடிப்படை உடைய சித்தாந்தங்களுக்கு இடறல் இருப்பது உண்மை. இந்த இடறலை முக்கிய வாய்ப்பாகப் பயன்படுத்தி வைசேஷிகம், நியாயம், யோகம், பௌத்தம், சமணம் முதலிய மாற்றுத் தரப்புகளைத் தீவிரமாக எதிர்த்து வேதாந்தம் வாதாடுவதைக் காணலாம்.

இந்த விவாதம் வழியாக வேதாந்தம் வளர்ந்து மாறியது. ஆரம்பகால உபநிடதச் சிந்தனைகளில் ஆத்மா, பிரம்மம், பிரபஞ்சம் அனைத்தும் வேறு வேறாகவே குறிப்பிடப் படுகின்றன. பிற்பாடு மெல்ல இவை மூன்றும் ஒன்றே என்ற நிலைப்பாட்டை வேதாந்தம் வந்தடைந்தது. அதன் நீட்சியாகவே பிரம்மமன்றிப் பிறிது எல்லாமே மாயைதான் என்று அது அறிய நேர்ந்தது; அதுவே மாயாவாதமாகவும் வளர்ச்சி பெற்றது.

வேதாந்தத்தின் எல்லைகள்

வேதாந்தம் தன் எல்லைகளைத் தர்க்கபூர்வமாக உடனடியாக நிரப்பியபடியே இருக்கும் ஒரு சித்தாந்தம். எனவேதான் நவீன அறிவியல் அறிஞர்களில் கூட அது அங்கீகாரம் பெறுகிறது. தர்க்க பூர்வமான அது அனைத்து உபகரணங்களையும் கையாண்டபடியே உள்ளது. மாயை என்பதை நேற்று அது நியாய மரபின் தருக்கங்களைப் பயன்படுத்திச் சொன்னது. இன்று உயர் பௌதிகத்தின் தருக்கங்களைப் பயன்படுத்தலாம். உளவியலையும் நரம்பியலையும் பயன்படுத்தலாம்.

பிற தரிசனங்களை மறுக்க, வெல்ல வேதாந்தம் பயன்படுத்திய இடைவெளி மனிதனால் இன்னமும் விளக்க முடியாத ஐந்து பெரும் புதிர்கள்தான் (மனம் உடல் உறவு, உயிர் ஜடம் உறவு, சக்தி பொருள் உறவு, கால வெளி உறவு, சாத்தியக் கூறுக்கும் நிகழ்வுக்கும் இடையேயான உறவு). இவற்றை விளக்குவதில் பௌதிகவாதத் தரிசனங்கள் தடுமாறியபோது வேதாந்தம்

தன் தருக்கத்திறனால் வென்று முன்சென்றது. ஆனால் இவ்வடிப்படைக் கேள்விகளுக்கு விடையாக வேதாந்தமும் திட்டவட்டமான புறவய விடை எதையும் முன்வைக்க வில்லை. அது முன்வைப்பது முற்றிலும் அகவய அனுபவத்தை ஆதாரமாகக் கொண்ட ஓர் ஊகத்தையே. அந்த ஊகம் (பிரம்மம்) அதன் கவித்துவம் காரணமாகத் தொடர்ந்து குறையாத முக்கியத் துவத்துடன் இருந்தாலும் கூட அது ஓர் ஊகம் மட்டுமே. அதன் தத்துவார்த்தமான மதிப்பு பெரிதல்ல.

இரண்டாவது பிரச்சினை வேதாந்தத்தின் 'மேட்டிமைத்' தனம்தான். வேதாந்தம் ஓர் 'உயர் அறிவுத்தள'த் தரிசனமாக அறிஞர்கள் மத்தியிலேயே புழங்கும் இயல்பு உடையது. சாமானிய மக்களைப் பொருத்தவரை அது அவர்கள் அறிந்து, உணர்ந்து, வாழும் யதார்த்தங்களைப் புறக்கணித்து விடக்கூடியது. அவர்களுடைய உண்மையை அது மாயை என்கிறது. அவர்கள் மாயை என்பதே உண்மை என்று வாதிடுகிறது.

வேதாந்திகளும் அன்றாட வாழ்வின் பிரச்சினைகளை யெல்லாம் உதறிவிட்டுக் கற்பனை உலகில் மிதக்க வேதாந் தத்தைப் பரவலாகப் பயன்படுத்தியிருக்கிறார்கள். நீதியுணர்வை யும் கருணையையும் கூட மாயையின் தோற்ற நிலைகளாக அவர்கள் கண்டார்கள். அதாவது பசித்த மனிதனிடம் பசி என்பது இக உலகில் நிலவும் மாயத்தோற்றம் என்றும், சாட்டையடிபட்ட அடிமையிடம் சாட்டையேந்தியவனும் சாட்டையும் அடிபடு பவனும் ஒன்றின் தோற்றங்களே என்றும் கூறும் ஒரு தத்துவமாக வேதாந்தம் மிகப் பரவலாகப் பயன்படுத்தப் பட்டுள்ளது.

ஆனால் வேதாந்தத்தில் அவ்வியல்பு உள்ளுறைந்துள்ளதா என்றால் இல்லை என்றே பதில் கூறமுடியும். ஒன்று, வேதாந்தம் சாமானியம், விசேஷம் என்று இருநிலைகளாக அறிவைப் பிரித்து விடுகிறது. அனைத்தும் பிரம்மமே என்பது விசேஷ அறிவுதான். கொல்ல வரும் புலியும் வாலாட்டும் நாயும் வேறு வேறு என்பது சாமானிய அறிவு. இரண்டும் முரண்பட்டவை அல்ல. ஒரு நாணயத்தின் இருபக்கங்களேயாகும்.

ஆனால் விசேஷ அறிவின் சாராம்சத்தைச் சாமானிய அறிவின் மீது ஏற்ற வேண்டிய பொறுப்பு மனிதனுக்கு உள்ளது. புலியும்

நாயும் ஒன்றின் வேறுபட்ட தோற்றங்களே என்று அறிபவன் ஒரு போதும் புலிமீது வெறுப்பை வளர்த்துக்கொள்ளமாட்டான். அதை விட்டு விலகிச் சென்றுவிடுவான். அதையும் கருணையுடன் அணுகுவான். ராமகிருஷ்ண பரமஹம்சரின் கதையில் வருவதுபோல யானையும் பிரம்மம், தானும் பிரம்மம் என்பது மெய்ஞானம். விலகிப்போ என்று கூறும் பாகனும் பிரம்மமே என்பது லௌகீக விவேகம். வேதாந்தம் அதற்கு எதிரானதேயல்ல.

இதை உணர்ந்த ஞானிகளே இந்நூற்றாண்டிலும் சென்ற நூற்றாண்டிலும் வேதாந்தத்தை மானுட சமத்துவத்திற்கும், பொது நீதிக்கும், விடுதலைக்குமான ஆயுதமாக மாற்றினார்கள். விவேகானந்தரும், நாராயண குருவும், அய்யா வைகுண்டரும், சட்டம்பி ஸ்வாமிகளும், சகஜானந்தரும், ஆத்மானந்தரும் இன்னும் எண்ணற்ற துறவிகளும் மனிதர்கள் அனைவரும் சமமே என்ற சிந்தனையை வேதாந்தம் மூலமே பெற்றுக்கொண்டார்கள். புல்லும் புழுவும் கூட மனிதனுக்கு நிகர்தான். அனைத்துமே ஒன்றுதான் என்ற பெரும் கருணைத் தரிசனத்தை அவர்களுக்கு வேதாந்தமே வழங்கியது. வேதாந்தத்தைக் கருவியாகக் கொண்டுதான் அவர்கள் சமூகப் போராளிகளானார்கள்.

முடிவுரை

கேரளச் சிந்தனையாளரான எம். கோவிந்தனின் தனிப்பட்ட உரையாடல்கள் மிக முக்கியமானவை. 'மின்னல் கோர்க்கும் பேச்சு' என்று அவரது மாணவரும் என் ஆசானுமாகிய ஆற்றூர் ரவிவர்மா ஒரு கவிதையில் அதைப்பற்றி எழுதினார். ஓர் உரையாடலில் எம். கோவிந்தன் கூறினார்: 'இந்திய நக்ஸலைட் இயக்கங்களை நம்மால் புரிந்துகொள்ள முடிவதில்லை. ஆனால் அவர்களை இந்தியாவில் பல நூற்றாண்டுகளாக இருந்து வரும் தாந்த்ரீக மதங்களுடன் சம்பந்தப்படுத்தி யோசித்தால் பல விஷயங்கள் தெளிவாகிவிடும்.'

அது உண்மையிலேயே எனக்கு ஒரு மின்னலாக இருந்தது. 'மனோபாவங்கள் மண்ணுக்குள் வேர்போல. காலந்தோறும் புதுத் தளிர்கள்தான் வருகின்றன' என்றார் கோவிந்தன். அதைக் குறித்து வெகுவாகச் சிந்தித்திருக்கிறேன். பல முக்கியமான அறிஞர்களிடம் விவாதித்தும் இருக்கிறேன். ஒரு சிந்தனை என்பது ஒரு சங்கிலியின் கண்ணியாகும். அச்சங்கிலியைப் புரிந்துகொள்ளாமல் அக்கண்ணியை மட்டும் புரிந்துகொள்வது அரைகுறையான முடிவுகளுக்கு வரவே உதவும் என்று தெளிவு ஏற்பட்டது.

இந்தத் தொடர்ச்சியினை இரண்டு வகையில் நாம் உருவகிக்கலாம். ஒன்று: ஒரு நிலப்பகுதியின் இயற்கைச் சூழல், அதன்மூலம் உருவாகும் வாழ்க்கை நெருக்கடிகள், அவற்றைத் தீர்த்துக்கொள்ள அங்கு வாழும் மக்கள் உருவாக்கும் சிந்தனை முறைகள் மற்றும் மனோபாவங்கள் ஆகியவை அச்சமூகத்தின் ஆழ்மனத்தில் படிந்துள்ளன. அச்சமூகத்தில் உருவாகும் எல்லாப்

புதிய சிந்தனைகளுக்கும் பின்னணியாக இவை இருந்தபடியே உள்ளன.

விளக்கலாம். ஏ.எல். பாஷாம் தனது 'இந்தியா எனும் அற்புதம்' (The Wonder that was India) என்ற பிரபல நூலில் ஒரு விஷயம் குறிப்பிடுகிறார். கேரளம், ஒரிசா, வங்கம் முதலிய பகுதிகளில் இயற்கை கொடூரமானதாக உள்ளது. பருவக்காற்றின் மூலம் மழைபெறும் வளம்மிக்க பூமி இது. கூடவே வருடந்தோறும் புயலால் பாதிக்கப்படுவதும் கூட. ஆகவே இங்குள்ள மக்கள் மனத்தில் 'கருணையும் கொடூரமும் ஒரே சமயம் உடைய அன்னை' என்ற ஆழ்படிமம் வலுவாக வேரூன்றியது. எல்லா இந்திய சமூகங்களிலும் உள்ள படிமம்தான் இது. ஆனால் இப்பகுதி மக்களிடையே இதன் பாதிப்பு அதிகம். காளி, கபாலா, பகவதி, குறும்பா என்றெல்லாம் கூறப்படும் பெண் தெய்வங்கள் உருவாயின.

இந்தத் தெய்வ உருவகங்கள் இப்பகுதி மக்களின் அனைத்துச் சமூகச் சிந்தனைகளிலும் ஊடுருவின. இப்பகுதியில் பெண்கள் மேற்கண்ட தெய்வங்களின் பின்னணியிலேயே பார்க்கப் படுகிறார்கள். இச்சமூகங்களில் இந்தியாவின் பிற பகுதிகளை விட பெண்களின் இடம் முக்கியமானது. நவீனப் புனைகதைகள், திரைப்படங்கள் அனைத்திலும் இந்த அடிப்படை மன உருவகங் கள் பெரும்பாதிப்புச் செலுத்தியிருப்பதைக் காணலாம்.

இவ்வாறு இந்திய நிலப்பரப்புக்கு என்றே பொதுவான அடிப்படை மன உருவகங்கள் உண்டு. இங்கு வரும் ஒரு புதிய சிந்தனையும் சரி, இங்கு பிறந்து வரும் ஒரு புதிய சிந்தனையும் சரி அந்த அடிப்படை மன உருவகங்களுடன் இயல்பாகவே இணைந்துகொண்டுதான் வடிவம் கொள்கின்றன. ஆகவே இங்குள்ள சிந்தனைகளைப் புரிந்துகொள்ள இங்குள்ள சிந்தனைப் போக்கின் அடிப்படைகளைக் கண்டிப்பாகப் புரிந்துகொண்டாக வேண்டும். இங்கு சிந்தனைகளை முன் வைத்துப் பேசும் கணிசமான அறிவுஜீவிகள் வெறும் மேற்கோள் பொறுக்கிகளாக, கலைச்சொல் இறக்குமதியாளர்களாக, முதிர்ச்சியற்ற பரபரப்பு மனநிலையும் அடிமைத்தனமும் உடையவர்களாக இருப்பதற்குக் காரணம் இவர்களுக்கு

இங்குள்ள அடிப்படை மனநிலைகள் மீது ஆர்வமும் புரிதலும் இல்லை என்பதே.

இரண்டாவதாக கூறப்பட வேண்டிய கோணம், சிந்தனைகள் மனப்பிம்பங்களாக மாறுவது குறித்தது. எப்படி மனப்படிமங்கள் சிந்தனைகளைப் பாதிக்கின்றனவோ அவ்வாறே சிந்தனைகளும் புதிய மனப்படிமங்களை உருவாக்கி நிலை நிறுத்துகின்றன. அவை அடுத்தகட்ட சிந்தனைகளைப் பாதிக்கின்றன. உதாரண மாக சாங்கியம் பல நூற்றாண்டுகள் நமது சிந்தனை மரபில் வளர்ந்து படர்ந்த ஒரு பெரும் தரிசனம். அது உருவாக்கிய தர்க்கங்கள் அறிஞர்கள் மத்தியில் மட்டுமே இருக்கும். ஆனால் அது உருவாக்கும் மனோபாவங்களும், ஆழ்மனப்படிமங்களும் மொழியினூடாகப் பரவி அத்தனை பேரிலும் குடியேறியுள்ளன. ஒரு புதிய சிந்தனையை நாம் உருவாக்கும்போதோ அல்லது பயிலும்போதோ சாங்கியத்தின் அடிப்படைகள் அதில் கலந்து விடுகின்றன. ஆகவே சாங்கியத்தைச் சற்றுமறியாமல் இந்தப் புதிய சிந்தனைகளை அறிய முற்பட்டால் குழப்பமே மிஞ்சுகிறது.

உலகின் எந்தச் சூழலிலும் சிந்தனையானது அதன் மரபி லிருந்து பிரித்துப் பார்க்கப்படுவதில்லை. ஒவ்வொரு சிந்தனை யும் எந்த வேரிலிருந்து முளைத்தது என்பது உடனடியாக அடையாளப்படுத்தப்பட்டே ஆராயப்படுகிறது. நம்முடைய சமகாலச் சிந்தனைகளில் ஆழமாக உள்ளூறைந்துள்ள மரபினை நாம் விமரிசன பூர்வமாக ஆராய்ந்தறிவதுதான் சிந்திப்பதன் முதல் கட்டப் பயிற்சியாகும்.

இரண்டு வகையான பாமர அணுகுமுறைகள் நம் சூழலில் காணப்படுகின்றன. பழையது, புதியது என்றோ, முற்போக்கு, பிற்போக்கு என்றோ அடையாளமிடப்பட்டு நவீன அறிவு ஜீவிகளில் ஒரு சாராரால் மரபு புறக்கணிக்கப்படுகிறது. இவர்கள் வழிபடும், முன்னுதாரணமாகக் காட்டும், மேற்குச் சிந்தனை மரபு, பழையது என்பதற்காக ஸ்பினோசாவையோ, அடிமை முறையை ஆதரித்தார் என்பதற்காக பிளேட்டோவையோ மன்னராட்சியை ஆதரித்தார் என்பதற்காக ஹெகலையோ நிராகரிக்கவில்லை என்பதை இவர்கள் அறிவதில்லை. பிஷப் பெர்க்லியையும், பெனடிக்ட் குரோச்சேவையும் பேசுபவர்களுக்கு சங்கரர்

உதவாத பழைய குப்பையாகத் தெரிவது அவர்கள் சிந்தனை மூடியிருப்பதன் விளைவே.

இரண்டாவது பாமரத் தன்மை நம் சிந்தனைமரபின் ஒரு பகுதியை மட்டும் பூதாகாரமாகக் காட்டி மற்ற பக்கங்கள் காலாவதியானவை என்று வாதிடுவது. பக்தி மார்க்கமும் அதனுடன் இணைந்த தத்துவங்களும் மட்டுமே இந்து சிந்தனை என்று ஒரு சாராரால் தீவிரமாக வாதிடப்படுகிறது. மறுசாரார் பௌதிகவாதத் தரப்புகளை மட்டும் முன்னிறுத்தி மற்ற தரப்புகள் காலாவதியானவை என்கிறார்கள். இரண்டுமே அரை உண்மைகள் என்பதை இந்நூலில் கண்டோம். இந்து சிந்தனை மரபில் ஆன்மிகவாதமும் பௌதிகவாதமும் சமானமான பங்கை வகித்துள்ளன. ஒன்றையொன்று வளர்த்துள்ளன.

இந்துத் தத்துவ/ஞான மரபின் அடிப்படைகளை அமைத்தவை ஆறு தரிசனங்களே என்பதை இந்நூலில் கண்டோம். உண்மை என்றால் என்ன, அதை எப்படித் தர்க்கபூர்வமாக நிறுவுவது, அதை எப்படி மொழியில் வெளிப்படுத்துவது, அதை எப்படி அன்றாட வாழ்வுடன் பொருத்துவது என்பவையெல்லாமே ஆறு தரிசனங்களின் மூலமே இங்கு உருவாகி வந்தன. வேதங்களில் தெரியும் கவித்துவம் மிக்க உதிரி மெய்யறிதல்களைப் புறவய மான அறிதல்களாக மாற்றியவை ஆறு தரிசனங்களே. இன்று நாம் காணும் எல்லா மரபார்ந்த சிந்தனைகளும் இவற்றால் தீர்மானிக்கப்பட்டவையே.

இப்போது நம் முன் சுயமான சிந்தனைகளை உருவாக்கிக் கொள்வது ஒரு பெரும் சவாலாக உள்ளது. மேற்கத்தியத் தத்துவ மரபின் அடிப்படையில் அமைந்த நம்முடைய கல்வி முறை காரணமாக மேற்கத்திய முறையிலேயே நம்மால் சிந்திக்க முடிகிறது. ஆகவே மேற்கத்தியச் சிந்தனைகளைப் பிரதியெடுப் பதை எளிதில் செய்துவிடுகிறோம். இன்றைய நமது அறிவுச் சூழலென்பது ஒரு வகையான 'மொழிபெயர்ப்பு' அறிவுச்சூழலே.

எந்தச் சமூகமும் சுயசிந்தனை இன்றி இருந்துவிட முடியாது. சிந்தனையில் உள்ள அடிமைத்தனம் நேரடி அடிமைத்தனத்திற்கே வழிவகுக்கும். நமக்கு வந்து சேரும் சிந்தனைகளைப் பரிசீலிப் பதற்கே கூட நமக்குச் சுய சிந்தனை தேவை. சொந்தமாகச்

சிந்தனைச் சூழல் கொண்ட எந்த ஒரு சமூகமும் தன் மரபின் நீட்சியாகத் தன்னை உணர்ந்துகொண்டு, மரபு மீது ஆழமான விமரிசன அணுகுமுறையை உருவாக்கிக்கொண்டுதான் அதைச் சாத்தியமாக்கியுள்ளது.

நமக்குத் தேவை மரபு வழிபாடு அல்ல. மரபு மீதான உதாசீனமும் அல்ல. கறாரான விமரிசனப் பார்வைதான். முழுமையான அறிதலில் இருந்துதான் அந்த விமரிசனம் உருவாக முடியும். திரிபுகள், அரைகுறைப் பார்வைகள், முன் முடிவுகள் நம்மை மேலும் அழிக்கவே செய்யும்.

இந்தியச் சிந்தனை மரபையும் இந்துச் சிந்தனை மரபையும் நாம் குழப்பிக் கொள்ளலாகாது. இந்தியச் சிந்தனை மரபில் மிகப் பெரும்பகுதி இந்துச் சிந்தனை மரபு என்பது உண்மையே. ஆனால் பௌத்த சமணச் சிந்தனை மரபுகளை இந்துச் சிந்தனை மரபுகளிலிருந்து பிரித்து புரிந்துகொள்வதே தெளிவு தரும் என்பது என் தரப்பு. பொதுவான அம்சங்கள் பல உண்டுதான். குறிப்பாக நியாயம் இந்துச் சிந்தனை மரபுகளை விட பௌத்தச் சிந்தனை மரபுக்கே அதிகம் பயன்பட்டது. ஆயினும் இவை வேறு வேறுதான். அதே போல போதிய அளவுக்கு வளர்ச்சி பெறாமலிருந்தால் கூட இந்தியாவிற்கே உரிய இஸ்லாமிய, கிறிஸ்தவ சிந்தனைப் போக்குகளும் உண்டு. ஆறு தரிசனங்களும் இந்துச் சிந்தனை மரபுக்குத்தான் முதன்மையானவை, அடிப்படையானவை. சில குறிப்பிட்ட இந்தியவியலாளர்கள் ஆறு தரிசனங்களை இந்தியச் சிந்தனையின் அடிப்படைகளாகக் கூறுவது பொருத்தமானதல்ல. அனைத்துச் சிந்தனைகளிலும் இங்கு அவற்றின் பாதிப்பு உண்டு என்றாலும் கூட.

இன்று இந்து மதம் என்று வரையறுக்கப்பட்டுள்ளது உண்மையில் ஒன்றுக்கொன்று மாறான பல சிந்தனைப் போக்குகள் அடங்கிய ஒரு சிந்தனை மரபு ஆகும். அதில் ஆன்மிகமளவுக்கே பௌதிகவாதமும் அடங்கியுள்ளது. சொல்லப் போனால் பௌதிகவாதச் சிந்தனைகளே அதில் அடிப்படையான முதற் கட்டப் பங்களிப்பை ஆற்றியவை. அவற்றையும் தன்னுடன் இணைத்துக்கொண்ட பிறகுதான் ஆன்மிக வாதச் சிந்தனைகள் இன்று நாம் காணும் வளர்ச்சியை அடைந்தன. இந்து மரபில் உள்ள

அத்தனை சிந்தனைகளிலும் ஆன்மிகவாதமும் பௌதிகவாதமும் ஒரே சமயம் உள்ளடங்கியுள்ளன. ஒருபோதும் இவற்றை ஒற்றைப்படையாகக் குறுக்கிப் புரிந்துகொள்ளலாகாது.

இந்துச் சிந்தனை மரபை ஆறு தரிசனங்களில் இருந்து முன்னும் பின்னும் நகர்ந்து கற்பதுதான் சிறந்த தொடக்கம். இந்துச் சிந்தனை மரபுக்கும் பிற மரபுகளுக்குமான உரையாடலாக இந்தியச் சிந்தனை மரபினைப் புரிந்துகொள்ளுவது இதன் அடுத்த படியாகும்.